முரசொலியின் மடியில் தவழ்ந்தவை

திருச்சி சிவா எம்.பி.

நியூ செஞ்சுரி புக் ஹவுஸ் (பி) லிட்.,
41-பி, சிட்கோ இண்டஸ்டிரியல் எஸ்டேட்,
அம்பத்தூர், சென்னை - 600 050.
☎: 044 - 26251968, 26258410

Language: Tamil
Murasoliyin Madiyil Thavazhnthavai
Author : **Tiruchi Siva** M.P.
First Edition: September, 2024
Second Edition: December, 2024
Copyright: Author
No.of Pages: xxvi + 199 = 225
Publisher:
New Century Book House Pvt. Ltd.,
41-B, SIDCO Industrial Estate,
Ambattur, Chennai - 600 050.
Tamilnadu State, India.
Email: info@ncbh.in
Online: www.ncbhpublisher.in

ISBN. 978 - 81 - 980502 - 7 - 4
Code No. A 5187
₹ **300/-**

Branches
Ambattur 044 - 26359906 Spenzer Plaza (Chennai) 044-28490027
Trichy 0431-2700885 Pudukkottai 04322- 227773 Thanjavur 04362-231371
Tirunelveli 0462-4210990, 2323990 Madurai 0452-4374106
Dindigul 0451-2432172 Coimbatore 0422-2380554 Erode 0424-2256667
Salem 0427-2450817 Hosur 04344-245726 Krishnagiri 04343-234387
Ooty 0423-2441743 Vellore 0416-2234495 Villupuram 04146-227800
Pondicherry 0413-2280101 Nagercoil 04652-234990

முரசொலியின் மடியில் தவழ்ந்தவை
ஆசிரியர் : **திருச்சி சிவா** எம்.பி.
முதல் பதிப்பு: செப்டம்பர், 2024
இரண்டாம் பதிப்பு: டிசம்பர், 2024

அச்சிட்டோர்: **பாவை பிரிண்டர்ஸ் (பி) லிட்.,**
16 (142), ஜானி ஜான் கான் சாலை, இராயப்பேட்டை, சென்னை - 14
☎: 044-28482441

All rights reserved. No part of this book may be reprinted or reproduced or utilised in any form or by any electronic, mechanical, or other means, now known or hereafter invented, including photocopying and recording, or in any information storage or retrieval system, without permission in writing from the publishers.

என்னைச் சுமந்த
என் தாய்க்கும்
என் எழுத்துக்களைச் சுமந்த
முரசொலிக்கும்...

உள்ளே...

★	எழுத்து தொடரட்டும் - முரசொலி செல்வம்	ix
★	இதயத்திலிருந்து எழுதிய வார்த்தைகள்! - உதயநிதி ஸ்டாலின்	xi
★	முரசொலிப் பூங்காவில் பூத்த வாடா மலர் - வைகோ	xv
★	தலைமுறைக்கு வழிகாட்டும் ஒளிவிளக்கு - ஆ.இராசா	xvii
★	என் எழுத்து அச்சேறிய கதை - திருச்சி சிவா	xxi
1.	இந்த நேரத்தில் - அந்த நினைவுகள்!	1
2.	இனியொரு விதி செய்வோம்!	8
3.	கனவு நனவாகிறது!	11
4.	அணி திரள்வோம்! ஆர்த்தெழுவோம்!!	16
5.	பிப்ரவரி 28 - ரயில் நிறுத்தப் போராட்டம்! வெற்றிவாகை சூட விரைந்து வாரீர்!	22
6.	69 சதவிகித இட ஒதுக்கீடு: வெற்றி பெற்றதோ கலைஞர்! விருதுக்கு சொந்தம் கொண்டாடுவது வேறு சிலரா?	27
7.	காவிரி நதியின் கரையில் ஒரு கருத்தரங்கம்!	31
8.	வரலாற்று மாற்றத்திற்கு முன்னுரை எழுதவிருக்கும் மலைக்கோட்டை	42
9.	இலட்சிய கீதம் ஓய்வதில்லை!	45
10.	சிந்தையெல்லாம் சிலிர்க்கிறது!	50

11.	கலைஞர் ஆட்சியில் தலைநிமிரும் தமிழகம்!	56
12.	எந்நிலை நம் நிலை?	61
13.	கலங்காதே! கண்ணகித் தாயே! நாங்கள் இருக்கிறோம்!	66
14.	தலைவர் கலைஞரின் ஏழு கட்டளைகள்	71
15.	சொன்னால் தவறில்லை	75
16.	பழமையும் எளிமையும் புதுமையும் கலைஞரே!	81
17.	ஓய்வின்றி உழைத்து வரும் கலைஞருக்கு தோல்வியில்லை	85
18.	ஆக.17; வழிமீது விழி வைத்து...!	86
19.	வாழ்க நீ எம்மான்; இவ்வையகம் பாலித்திடவே!	90
20.	அது நிலாக்காலம்!	93
21.	பழி துடைப்போம்! பணி முடிப்போம்!	98
22.	கரூர் நிகழ்ச்சி கற்பிக்கும் பாடம்	102
23.	திருப்புமுனை ஏற்படுத்தும் திருச்சி மாநாடுகள்!	105
24.	சரித்திரம் ஆகும் காலமிது!	111
25.	தமிழ்நாட்டின் முதலமைச்சர் பெரியார்!	116
26.	அலை கடலும், ஆழ்கடலும்	121
27.	மாணவர் வாழ்வில் மகத்தான மறுமலர்ச்சி!	125
28.	எத்தனை கரிசனம்?	129
29.	இது கலைஞரின் காலம்	133
30.	எங்கள் உரிமையைத் தாருங்கள்; ஜூன் 3 - எங்களின் திருநாளில் விழா எடுக்க! தலைவருக்கு தம்பியின் கடிதம்!	140
31.	வெற்றி தொலைவில் இல்லை!	145
32.	நாடு நம் கையில்! கோட்டையில் நம் கொடி!	147

33. "தாவும் புலிக்கொரு நாயெந்த மூலை?"	153
34. வாழ்கவே நூறாண்டு!	158
35. என் செய்வோம் நாங்கள் இனி!	161
36. தலைவராக தளபதி பொறுப்பேற்று இரண்டாண்டுகள் நிறைவு!	164
37. முப்பதே நாட்களில்!	166
38. இதய வானின் உதய சூரியன்	168
39. வல்லமையே; உன் மறுபெயர் கலைஞரே!	173
40. திருநாளே, வாராயோ!	177
41. தமிழரின் வாழ்வைக் காப்பவர்	179
42. பொங்கலாம் பொங்கல்!	182
43. சங்கத் தமிழ் கலைஞர் வாழ்கவே!	185
44. பசுமை நிறைந்த நினைவுகள்	188
45. அவர் வாழ வேண்டும் தமிழகம் தழைக்க தமிழர் வாழ்வு ஏற்றம் பெற	193
46. கலைஞராய் வாழும் தளபதி!	196

எழுத்து தொடரட்டும்

இந்திய நாடாளுமன்ற மாநிலங்களவையின் தி.மு.கழகக் குழுத் தலைவர் சகோதரர் திருச்சி சிவா, தனது அரசியல் பயணத்தில் சந்தித்த நிகழ்வுகளையொட்டி அவ்வப்போது முரசொலியில் எழுதிய கட்டுரைகளின் தொகுப்பு 'முரசொலியின் மடியில் தவழ்ந்தவை' என்ற நூலாக வெளிவருகிறது. இதனை, சில கட்டுரைகளின் தொகுப்பு நூல் என்று எண்ணி சுலபமாகக் கடந்து போய்விட முடியாது. இந்தக் கட்டுரைகள் பல வரலாற்றுச் செய்திகளை உள்ளடக்கியவை.

இலட்சிய வெறிகொண்ட இளைஞனாக தனது அரசியல் வாழ்வைத் தொடங்கி, படிப்படியாக உயர்ந்து, இன்று இந்தியாவே அண்ணாந்து பார்க்கும் வகையில் ஆற்றல்மிகு நாடாளுமன்ற வாதியாகத் திகழ்பவர் சகோதரர் சிவா.

தொடர்ந்து அடுத்தடுத்து அவரைப் பதவிகள் தேடிச்சென்றது என்றால், அது அவர் கேட்டுப் பெற்றதில்லை. அவரது ஆற்றல் அவருக்கு தேடிக் கொடுத்த தொடர் பரிசுகள்.

"மாநிலங்களவை உறுப்பினர் பதவியை தொடர்ந்து அவருக்கே அளிக்க வேண்டுமா? இந்த முறை வேறு யாருக்காவது தரலாமே" - என ஒரு முறை தலைவர் கலைஞரிடம் கழகத்தின் முன்னோடி ஒருவர் கேட்டபோது, "இது சிவா கேட்டு கொடுப்பதில்லை; சிவாவின் ஆற்றலுக்காகத் தருவது!" என்றார் கலைஞர்.

அந்த அளவுக்கு கலைஞரின் மதிப்பீட்டில் சிறப்பு இடம் பெற்றிருந்தவர் சிவா!

கலைஞரை உணர்வுப்பூர்வமாக அறிந்திருந்ததால்,

"சராசரி மனிதனாய் சங்கமித்துப் போயிருக்க வேண்டிய பலர் இன்று சரித்திரத்தை உருவாக்குகிற பாதையில் பயணம் செய்து கொண்டிருப்பது அவரால்" எனத் தகைமைசால் தன் தலைவரை நன்றியோடு ஒரு கட்டுரையில் படம் பிடிக்கிறார்.

'கனவு நனவாகிறது' என்ற தலைப்பில் ஒரு கட்டுரை. அங்கே இலட்சியவாதிக்கு இலக்கணம் படைக்கிறார்.

"இலட்சியவாதி எரிச்சலுக்கு ஆளானால் அவன் ஏற்றுக் கொண்டிருக்கிற காரியம் கெட்டுப்போகும். எடுத்துக்கொண்ட சிரத்தையும், ஏற்றுக்கொண்ட கஷ்டங்களும் பொருளற்றதாகப் போய்விடும்; இந்த உண்மையை உணர்ந்து செயல்படும் பக்குவம் எல்லோருக்கும் வருவதில்லை" - என்று எழுதியுள்ளார்.

இதன் பொருளைப் புரிந்து, இதன் ஆழத்தை உணர்ந்து செயல்படும் பக்குவம் நமது இளைஞர்கள் பெற்றுவிட்டால், வெற்றிகள் நம்மைத் தேடி ஓடி வரத்தானே செய்யும்!

சகோதரர் சிவாவின் பேச்சாற்றல், அவரது சிந்தனைத் தெளிவின் வெளிப்பாடு, இவை அனைவரும் அறிந்த ஒன்றே. ஆனால் அவரது எழுத்தாற்றல், படிக்கும்போது வியக்க வைக்கிறது!

1980 - 90களில் அவர் எழுதிய கட்டுரைகளை இன்று படிக்கத் தொடங்கினால் பிரமிப்பை உருவாக்கும் நடை! இடையிலே தடைபட்டுள்ள அவரது எழுத்து தொடரட்டும்!

அன்று முரசொலியின் மடியில் தவழ்ந்தவை இன்று கழகம் காக்க முரசொலியின் கையில் பளிச்சிடும் போர்வாளாக மாறட்டும்!

வாழ்க... வளர்க!

23-09-2024 முரசொலி செல்வம்

உதயநிதி ஸ்டாலின்
இளைஞர் நலன் மற்றும்
விளையாட்டு மேம்பாட்டுத் துறை
அமைச்சர்

தலைமைச் செயலகம்
சென்னை - 600 009

நாள் : 26-09-2024

இதயத்திலிருந்து எழுதிய வார்த்தைகள்!

திராவிட முன்னேற்றக் கழகத்தின் கொள்கைப் பரப்புச் செயலாளரும் கழக மாநிலங்களவைக் குழுத் தலைவருமான அண்ணன் திருச்சி சிவா அவர்கள் 'முரசொலி' நாளிதழில் எழுதிய கட்டுரைகளின் தொகுப்பே இந்த நூல். 'முரசொலியின் மடியில் தவழ்ந்தவை' என்று அவர் இந்த நூலுக்குத் தலைப்பு வைத்திருக்கிறார் என்றால், 'முரசொலி'யை அவர் தாய்மடியாகக் கருதுகிறார், நேசிக்கிறார் என்றே பொருள். முத்தமிழறிஞர் கலைஞரால் தமிழினத்தின் முகவரியாகத் தொடங்கப்பட்டதுதான் 'முரசொலி'. அப்படிப்பட்ட பெருமைவாய்ந்த 'முரசொலி'யில் எழுதப்பட்ட இந்தக் கட்டுரைகள் காலத்தின் கல்வெட்டுகளாக விளங்குகின்றன.

1990, ஜூன் 15 அன்று திருவாரூரில் 'கலைஞர் நூலகம்' திறப்பு விழா. 1995-ஆம் ஆண்டு திருச்சியில் நடைபெற்ற கழகத்தின் மாநாடு, 1995-இல் கரூருக்கு அருகில் உள்ள நன்னியூரில் நடைபெற்ற இளைஞர் அணிப் பயிற்சிப் பாசறை வகுப்புகள் என்று தொடங்கும் வரலாற்றுப் பதிவுகள், முத்தமிழறிஞர் கலைஞரின் மறைவுக்குப் பிறகு கழகத் தலைவராய் நம் இன்றைய தமிழ்நாட்டு முதலமைச்சர் பதவியேற்றது வரை விரிவாகப் பதிவு செய்யப்பட்டிருக்கிறது. அண்ணன் திருச்சி சிவா அவர்களின் இந்தக் கட்டுரைகளைத் தொகுத்து புத்தகமாகப் படிக்கும்போது நம் கழக வரலாற்று நிகழ்வுகளையும் கால வரிசையில் தெரிந்துகொள்கிறோம். ஏனெனில், இவை வெறும் கட்டுரைகள் அல்ல; வரலாற்று ஆவணங்கள்!

அதேநேரம் வரலாற்று ஆவணங்கள் என்பதால், அவை வெறும் செய்திக்கட்டுரைகளாக மட்டும் விளங்குவதில்லை. வரலாற்று ரீதியான செய்திகளைப் பதிவு செய்தபோதும் அவை உயிரோட்டமிக்க

எழுத்துகளாக அமைந்திருப்பதுதான் இந்தக் கட்டுரைகளின் தனிச்சிறப்பு.

69 சதவிகித இட ஒதுக்கீட்டைக் கொண்டுவந்தவர் முத்தமிழறிஞர் கலைஞர். 69 சதவிகித இட ஒதுக்கீட்டுக்கு ஆபத்து வந்தபோது, அதை அரசியல் சட்டத்தின் 9-வது அட்டவணையில் சேர்த்தது மாற்றுக்கட்சி அரசு என்றாலும், அந்த நடவடிக்கைக்கு அன்று கூட்டணியில் இருந்த காங்கிரஸின் ஒன்றிய அரசுக்கு அழுத்தம் கொடுத்தவர் கலைஞரே. ஆனால், 69 சதவிகித இட ஒதுக்கீட்டுக்கு சட்டப்பாதுகாப்பு அளித்த பெருமையை கலைஞருக்குத் தர பலர் தயாராக இல்லை. இதைச் சுட்டிக்காட்டும் அண்ணன் திருச்சி சிவா அவர்கள்,

‘தாங்களே பலமுறை கூறியிருப்பதுபோல பொழிகின்ற வான்மழை நன்றியை எதிர்பார்த்துப் பொழிவதில்லை; ஓடுகின்ற நதி பிரதிபலனை எதிர்பார்த்தா செல்லுகின்ற பாதையை வளமாக்குகின்றது? மழைக்கும் நதிக்கும் உள்ள இந்தத் தன்மை தங்களுக்கு வேண்டுமானால் இருக்கலாம். அது இயற்கை. ஆனால், இந்த வளத்துக்கு இதுதான் காரணம் என்று, எடுத்து விளக்கும் பொறுப்பு என் போன்றோருக்கு உண்டு’ என்று சொல்லி கலைஞரின் பங்களிப்பை விரிவாக எடுத்துக் கூறுகிறார். இந்தக் கட்டுரையில் உள்ள உணர்வுபூர்வமான நடைதான் ஒவ்வொரு கட்டுரையிலும் அழுத்தமான தடம் பதிக்கிறது.

கட்டுரைகளில் சம்பவங்களை விவரிக்கும் பாணி, நாமே நேரில் பார்த்த உணர்வை நமக்குள் ஏற்படுத்துகிறது. உதாரணத்துக்கு 1995-இல் நன்னியூரில் நடைபெற்ற இளைஞர் அணிப் பயிற்சிப் பாசறை பற்றி ஒரு கட்டுரை விவரிக்கிறது. பயிற்சிப் பாசறையில் பேசியவர்களின் உரைகள், அந்தப் பேச்சாளர்களின் சிறப்புகள், பயிற்சி வகுப்பில் பேசப்பட்ட விஷயங்கள், கேட்கப்பட்ட கேள்விகள் என்று வரிசையாக அண்ணன் திருச்சி சிவா அவர்கள் விளக்கும்போது படிக்கின்ற நாமே அந்தப் பயிற்சி வகுப்பில் கலந்துகொண்ட உணர்வு ஏற்படுகிறது. அதற்குக் காரணம் அவரது எழுத்தாற்றல் மட்டுமல்ல, அந்தப் பயிற்சி வகுப்பின் மூலம் அவர் அடைந்த எழுச்சியான மனநிலையும்தான் அதற்குக் காரணம். அதனால்தான் இப்போது அந்தக் கட்டுரையைப் படிக்கும்போது நமக்குள்ளும் அந்த எழுச்சியும் உற்சாகமும் தொற்றிக்கொள்கிறது.

அதேபோல் கழகத்தின் பொன்விழா ஆண்டான 1998-இல் காஞ்சிபுரத்தில் உறுப்பினர் சேர்க்கைக்காகச் சென்ற சம்பவத்தை உற்சாகத்துடன் விவரிக்கிறார். தி.மு.க உறுப்பினர் அட்டை வாங்க

வந்தவர்கள், கழகத்தின் மீது எவ்வளவு பற்றுதலுடன் இருந்தார்கள் என்பதை அற்புதமாக விவரித்திருக்கிறார். ஒருபுறம் இனிய நினைவுகளை இந்தக் கட்டுரைகள் பதிவு செய்யும் அதேநேரம், கழகம் சந்தித்த சவால்கள், நெருக்கடிகள், துயரங்களையும் பதிவு செய்கின்றன. அதைப் படிக்கும்போது நம்மையும் அறியாமல் கண்களில் நீர் துளிர்க்கிறது. குறிப்பாக, 2001-இல் முத்தமிழறிஞர் கலைஞர், அன்றைய சர்வாதிகார ஆட்சியில் கைது செய்யப்பட்டு, சித்திரவதை செய்யப்பட்டதை விவரிக்கும் கட்டுரை நம்மை பெரும் துயரத்தில் ஆழ்த்துகிறது.

இந்த நூல் முழுவதும் அண்ணன் திருச்சி சிவா அவர்கள் கலைஞர் மீதும் கழகத்தின் மீதும் வைத்துள்ள பற்றும் பேரன்பும் ஒவ்வோர் எழுத்திலும் தெரிகிறது. எட்டாவது வரை படித்தால் திருமண உதவி, அரசு வேலைவாய்ப்பில் இட ஒதுக்கீடு போன்ற பெண்களுக்கான சட்டங்கள், தந்தை பெரியார் கனவை நிறைவேற்றிய பெண்களுக்கான சொத்துரிமை என்று கலைஞர் ஆட்சிக்கால சாதனைகளை மிக விரிவாகப் பதிவு செய்கிறார். எவ்வளவோ சாதனைகள் செய்தபோதும் கலைஞருக்கு உரிய அங்கீகாரம் கிடைக்கவில்லை என்ற ஆதங்கம், இந்தக் கட்டுரைகளில் தெரிகிறது. அதுமட்டுமல்ல, கலைஞர் மீது பொழியப்பட்ட வசைகள், தனிப்பட்ட தாக்குதல்கள், அவதூறுகள் மீதான அறச்சீற்றத்தை மிக அழுத்தமாகவும் ஆவேசமாகவும் அண்ணன் திருச்சி சிவா அவர்கள் பதிவு செய்திருக்கிறார். இத்தனை வசைகளையும் அவதூறுகளையும் தாங்கிக்கொண்டு கலைஞர் தொடர்ந்து தமிழ் மக்களுக்கு உழைத்ததை ஆற்றல் வாய்ந்த எழுத்துகளால் பதிவு செய்திருக்கிறார்.

கலைஞரைப் பற்றி எழுதும்போது இதயத்திலிருந்து அவர் எழுதியிருப்பதை அவர் வார்த்தைகள் மூலமாகவே அறியலாம். இதோ கலைஞர் குறித்து, அவர் எழுதியிருப்பவை;

'சிலபேர் பேசினால் வெறும் சொற்கள். சிலபேர் பேசுவது சுவையான சொற்கள். ஆனால், அவர் பேசுவது ஒன்று சரித்திரப் பிரகடனமாகிறது, அல்லது வரலாற்றுக்குறிப்பாகிப் போகிறது'.

'எங்கள் தலைவன் வரலாற்றுப் புத்தகத்தின் வழவழப்பான அட்டை அல்ல. வரலாறே அவர்தான்' என்கிறார்.

1965-இல் நடைபெற்ற மொழிப்போராட்டத்தை நினைவுகூரும் 'இலட்சிய கீதம் ஓய்வதில்லை' என்னும் கட்டுரை மொழியுரிமையின்

அவசியத்தையும் மொழிப்போரின் தியாகங்களையும் உணர்ச்சிமிக்க நடையில் பதிவு செய்கிறது. அதைப் படிக்கும்போதே மொழிப்போர் தியாகிகள் மீது நமக்கு அளவற்ற மரியாதை ஏற்படுகிறது. 'இந்தித் திணிப்பு எதிர்ப்பு', 'மாநில சுயாட்சி' ஆகியவற்றை நம் கழகம் முன்வைத்தபோது அதைக் குறுகிய எண்ணம், பிரிவினைவாதம் என்றெல்லாம் விமர்சித்தவர்கள் உண்டு. ஆனால், இன்று இந்தியாவில் உள்ள பல மாநில முதல்வர்கள் ஒன்றிய பாசிச பா.ஜ.க அரசை எதிர்த்து மாநில உரிமைகளை முன்வைக்கின்றனர். இந்தி பேசாத மாநிலங்களில் தீவிரத்துடன் மொழியுரிமைக் குரல்கள் எழுகின்றன என்றால், அதற்குக் காரணம் நம் திராவிட முன்னேற்றக் கழகமே.

தமிழ்நாட்டைத் தாண்டி தேசிய அளவில், திராவிட முன்னேற்றக் கழகத்தின் முக்கியத்துவம் இன்று உணரப்படுகிறது. கலைஞர் நூற்றாண்டு நிறைவுவிழாவையும் திராவிட முன்னேற்றக் கழக பவளவிழா நிறைவையும் கொண்டாடிக் கொண்டிருக்கும் தருணத்தில் வெளியாகும் இந்தப் புத்தகம், கழக உடன்பிறப்புகள் ஒவ்வொருவரையும் பெருமிதத்துடன் தலைநிமிரச் செய்யும்.

உங்கள்

உதயநிதி ஸ்டாலின்

044-2851 6565
044-2851 6566

மறுமலர்ச்சி திராவிட முன்னேற்றக் கழகம்
"தாயகம்"
எண் : 12, ருக்மணி இலட்சுமிபதி சாலை,
எழும்பூர், சென்னை - 600 008.

வைகோ எம்.பி.
பொதுச்செயலாளர்

25-09-2024

'முரசொலியின் மடியில் தவழ்ந்தவை' நூல் முரசொலிப் பூங்காவில் பூத்த வாடா மலர்

பவள விழா காணும் தி.மு.கழகத்தின் போர்வாளாய், அறுபது ஆண்டுகளைக் கடந்து களத்தில் சுழன்று கொண்டிருக்கிறது கலைஞரின் முதல் பிள்ளையான முரசொலி!

முத்தமிழ் அறிஞர் கலைஞரின் 'முரசொலி' எண்ணற்ற எழுத்தாளர்களை தொடர்ந்து வார்ப்பித்து வளர்த்து வருகிறது.

முரசொலி மாறன், செல்வம், சொர்ணம், இராம.அரங்கண்ணல், டி.கே. சீனிவாசன், தில்லை வில்லாளன், என்.எஸ்.இளங்கோ, எஸ்.எஸ்.தென்னரசு, ஏ.கே.வில்வம், சிவ.இளங்கோ, அடியார், மா.பாண்டியன், கயல் தினகரன், நாஞ்சில் கி.மனோகரன், முல்லை சக்தி என தொடர்ந்து வரும் அந்தப் பட்டியலில், திருச்சி சிவா அவர்களும் ஒளி வீசுகிறார் என்பதற்குச் சான்றுதான் 'முரசொலியின் மடியில் தவழ்ந்தவை' என்ற இந்த நூல்!

'தலைநகரில் தமிழன் குரல்', 'குற்றவாளிக் கூண்டில் சாக்ரடீஸ்' ஆகிய நூல்களின் தொடர்ச்சியாக, திருச்சி சிவா அவர்கள், கருத்துச் செறிவான இந்நூலை திராவிட இயக்கத்திற்குக் கொடையாக அளித்துள்ளார்.

46 தலைப்புகளில் 204 பக்கங்களுடன் திருச்சி சிவா அவர்கள் வடித்துத் தந்துள்ள 'முரசொலியின் மடியில் தவழ்ந்தவை' என்ற இந்நூல், முரசொலிப் பூங்காவில் பூத்த வாடாத வாச மலர்களாய் மணம் வீசுகின்றன.

17.8.1988 முதல் தொடர்ந்து முரசொலியில் அவர் தீட்டிய அறிவார்ந்த கட்டுரைகள், "இன்றைய செய்தி - நாளைய வரலாறு" என்ற முரசொலியின் முழக்கம் போல கடந்த கால கழகச் செய்திகளை வரலாறாய் இன்றைய இளைஞர்களுக்கு பாடம் படிக்கச் செய்கின்றன!

முரசொலி (17.08.1988) இதழில் வெளியான 'இந்த நேரத்தில், அந்த நினைவுகள்!' என்ற கட்டுரை, நூலின் நுழைவாயிலில் கம்பீரமாக எழுந்து நின்று நம்மைக் கடந்த காலத்திற்கு கரம் பற்றி அழைத்துச் செல்கிறது!

1984ஆம் ஆண்டு சூன் திங்கள் 3ஆம் நாளில், தலைநகர் சென்னையில் எழிலுற நடைபெற்ற முத்தமிழ் அறிஞர் அண்ணன் கலைஞரின் மணிவிழா நிகழ்ச்சியின் மாட்சியை திருச்சி சிவா திரைப்படமாய் நம் கண்முன் படம்பிடித்துக் காட்டுகிறார்.

நூலின் ஒவ்வொரு பக்கமும் இதே போல அமைந்திருப்பது கண்டு பெருமகிழ்ச்சி அடைகிறேன். சிறந்த சொற்பொழிவாளரான சகோதரர் திருச்சி சிவா, எழுத்துத் துறையிலும் முத்திரை பதித்து இமயமாய் உயர்ந்து நிற்பது கண்டு பெருமிதம் கொள்கிறேன்.

இதுபோன்ற இன்னும் பல நூல்களை திராவிட இயக்கம் வேரூன்ற எழுதிக் குவிக்க வேண்டும் என்று விழைவோடு சகோதரர் திருச்சி சிவா அவர்களைப் பாராட்டுகிறேன்; வாழ்த்துகிறேன். சிறந்த இந்நூலினை வெளியிட்டுள்ள நியூ செஞ்சுரி புக் ஹவுஸ் நிறுவனத்திற்கு என் நன்றி

அன்புடன்,

வைகோ

(வைகோ)

A. RAJA
Member of Parliament
Chief Whip
DMK Parliamentary Party

21, Lodhi Estate,
New Delhi - 110 003.
Tel.: 011-24644455/66
E-mail: raja.andimuthu@gmail.com

सत्यमेव जयते

தலைமுறைக்கு வழிகாட்டும் ஒளிவிளக்கு

'திராவிட முன்னேற்றக் கழகம்' எனும் அரசியல் இயக்கம் தன்னை தோற்றுவித்துக் கொண்ட நாள்முதல் அதன் நிறுவனத் தலைவர் பேறறிஞர் அண்ணா எனும் அருங்கொடையின் ஆற்றலால் ஓர் அறிவியக்கமாகவே இன்றும் இந்திய அரசியலில் நுகரப்படுகிறது. அதன் தேவை இன்றைய அரசியல் சூழலில் உலக அளவில் எப்படிப் பார்க்கப்படுகிறது என்பதை வரலாற்று ஆய்வாளர்கள் உணர்ந்து உணர்த்தி வருகின்றார்கள்.

அப்படிப்பட்ட இயக்கத்தில், கொள்கையை, அரசியல் அறிவை பரப்பிட சிலர்; பரப்பப்பட்டக் கொள்கையை விரித்து விதைத்திட சிலர்; விதைத்தவற்றை விளைச்சலாக்கிப் பாதுகாத்திட சிலர்; அதனைப் பத்திரப்படுத்திச் சமூகத்திற்குப் பகிர்ந்தளித்திட பலர்; இதுதான் இயக்கத்தின் 'இயங்கியல்' நடைமுறை. அந்தப் படைவரிசையில் பெரியார், அண்ணா, கலைஞர் எனும் முப்பட்டகத்தில் ஓர் எளிய ஒளிக்கீற்றாய் நுழைந்து இன்று பல வண்ணங்களின் 'நிறப்பிரிகை'யாய்த் தன்னை வளர்த்துக் கொண்டு கழகத்தில் வானவில்லாய் ஒளிர்பவர்தான் அண்ணன் திரு. திருச்சி சிவா அவர்கள்.

அவர் ஒரு சிந்தனையாளர்; அதனால் அவர் பேச்சாளர். பேசுவதை எழுத்தாக வடிக்கும் வல்லமை கொண்டதால் அவர் எழுத்தாளர். அரசியல் மட்டுமின்றி, வரலாற்றில் - சமூகவியலில் பரந்துபட்ட அறிவைப் பெற்ற ஆய்வாளர். அவர் முரசொலியில் எழுதிய கட்டுரைகளைத் தொகுத்து மொத்தமாக ஒரு புத்தகமாக வழங்கி - அதனை நான் படிக்க நேர்ந்தபோது, அவரை நான் இன்னும் பிரமித்துப் பார்க்கிறேன். என்னைச் சென்ற நூற்றாண்டின் எண்பதுகளில் அரசியலுக்கு அறிமுகப்படுத்தியவரும் அவரே.

இந்த தமிழ்ச் சமுதாயம் இன்று எட்டியுள்ள நிலைக்கு எவரெவர் காரணம்; எந்த இயக்கம் காரணம் என்று அறிந்திடாத; அறியமுற்படாத; ஒரு புதியதலைமுறை வரத் தொடங்கிவிட்ட காலம் இது. 'முரசொலியின்

மடியில் தவழ்ந்தவை' எனும் இந்நூல் அப்படிப்பட்டத் தலைமுறைக்கு வழிகாட்டும் ஒளிவிளக்கு. அந்த விளக்கு இன்றைக்கு தமிழ்நாட்டை மட்டுமன்று, இந்தியாவுக்குமான அரசியலில் உரிய பாதைக்கு வழி நடத்தும் வல்லமை கொண்ட தலைவரான மாண்புமிகு முத்துவேல் கருணாநிதி ஸ்டாலின் எனும் அந்த மாமனிதரின் தொண்டிற்கும் துணைநிற்கிறது.

பெரியார்-அண்ணா என்ற இருபெரும் தலைவர்களை தன் சுவாசப்பைகளில் இறுதிவரை நிறைத்து வைத்திருந்தவர் தலைவர் கலைஞர். அவரது அய்ம்பெரும் முழக்கங்களை நம்மில் பலரும் அறிவோம். ஆனால் அவரின் 'ஏழு கட்டளைகளை' நினைவூட்ட ஒரு தனி கட்டுரை இந்நூலில் இடம் பெற்றுள்ளது.

அண்ணா வழியில் அயராது உழைப்போம்
ஆதிக்கமற்ற சமுதாயம் அமைத்தே தீருவோம்
இந்தித் திணிப்பை என்றும் எதிர்ப்போம்
வன்முறை தவிர்த்து வறுமையை வெல்வோம்
மாநிலத்தில் சுயாட்சி; மத்தியில் கூட்டாட்சி.

என்ற வரலாற்றுச் சிறப்புமிக்க இம்முழக்கங்களை விரித்தும் விளக்கியும் தலைவர் தந்த அந்த ஏழு கட்டளைகளை நூலாசிரியர் மீண்டும் புலப்படுத்தியுள்ளார். இந்நூல் இன்றைய இளைஞர்களின் அரசியல் தேடலுக்கு இன்றியமையா தேவையாகும்.

★ "தாய்மொழி காப்பது

★ பிறமொழி ஆதிக்கம் அகற்றுவது

★ சாதிபேதமற்ற சமுதாயம் அமைப்பது

★ மனித நேயம் போற்றி மத நல்லிணக்கம் காண்பது

★ பகுத்தறிவு வழி நடப்பது

★ வன்முறை தவிர்த்து வறுமையை வெல்வது

★ தன்னாட்சி பெற்ற தமிழகம் காண மாநிலத்தில் சுயாட்சி மத்தியில் கூட்டாட்சி."

இப்படிப்பட்டக் கொள்கை கோட்பாடுகளை, முழக்கமாக மாற்றிய ஒரே அரசியல் தலைவர் கலைஞர் மட்டுமே. அத்தகைய ஆளுமை கொண்ட தலைவரான கலைஞர், கொள்கையால் மட்டுமன்று, கழகத்தை எப்படி எல்லாம் கட்டமைத்துக் காத்தார் என்பதையும் இந்நூலில் பதிவு செய்துள்ளார் நூலாசிரியர்.

“இந்துக்களுக்கு தீபாவளி, இஸ்லாமியர்களுக்கு ரம்சான், கிறித்துவர்களுக்கு கிறுஸ்துமஸ், எங்களுக்கோ உங்கள் பிறந்தநாள் தானே திருநாள். விவரம் தெரிந்த நாள் தொடங்கி ஆண்டுதோறும் வரும் விழாக்களில், தொடர்ந்து கொண்டாடும் திருநாட்களில், ஏதாவது ஒன்று ஏதோ ஒரு காரணத்திற்காக எப்போதாவது கொண்டாடப் படாமலே போயிருக்கிறது. ஆனால் வருடம் தவறாமல் ஜூன் 3க்காக 1-ந் தேதியிலிருந்தே களைகட்டத் தொடங்கும் கலைவாணர் அரங்கமும், கழகத்தோழர்கள் அத்தனை பேரும் சங்கமிக்கும் கடலாக சென்னை மாறுவதும், எங்களைக் கண்டு நீங்கள் சிரித்து, நாங்கள் மகிழ்ந்து, உரிமையுடன் தோழர்கள் பையிலிருந்து பணத்தை மொத்தமாக நீங்களே எடுத்து, பக்கத்து உண்டியலில் சேர்த்துவிட்டு, “ஊருக்குத் திரும்ப பணம் இருக்கிறதா” என்று கேட்டு குலுங்கக் குலுங்கச் சிரிப்பதும், பணம் கொடுத்தவர் உள்ளிட்ட உடன் இருக்கும் அனைவரும் அந்தச் சிரிப்பைப் பங்கிட்டுக் கொள்வதும், இந்தக் குதூகலம், மகிழ்ச்சி, ஆனந்தம், வேறெங்கும், நாங்கள் பெற்றதுமில்லை, பெறப்போவதுமில்லை அய்யா”. இப்படி ஒரு தலைவர் வாழ்ந்தார்- இருந்தார் என்பதை எதிர்காலம் நம்பாமல் போகலாம்; ஆனால் அதுதான் அவர் வரலாறு.

எந்தச் சூழலிலும் அதிர்ந்து பேசாதவர் அண்ணன் சிவா. ஆனால் அவரின் எழுத்து அதிர்வதை இந்நூலில்தான் பார்க்கிறேன். “தாவும் புலிக்கொரு நாயெந்த மூலை” எனும் தலைப்பில் ஆவேசமடைகிறது அவரது பேனா. காவிரிப் பிரச்சனையில் கலைஞரை ‘பொய்யர்’ என்று விளித்த ஜெயலலிதாவை இப்படிச் சித்தரிக்கிறார் அண்ணன் சிவா:

“ஞான சூன்யமே! உன் பெயர்தான் ஜெயலலிதாவா? இந்த இலட்சணத்தில் தலைவருக்கு இந்த அதிமேதாவி சூட்டுகிற பெயர்கள் “உலகமகா பொய்யர்” முதலைக் கண்ணீர் வடிப்பவர்; தழுதழுத்த குரலில் பேசி நடிப்பவர்.

எத்துணைத் திமிர்? எவ்வளவு துடுக்கு? எந்தத் தலைவரின் வாய்திறந்து ‘அன்பார்ந்த’ என்ற வார்த்தையை உச்சரித்தவுடன் ஒரு சிலிர்ப்பு ஏற்படுமோ, ‘உடன் பிறப்பே’ என்ற சொல்லுக்கு விண்ணதிர கரவொலி கிளம்புமோ, அந்தக் குரலுக்குச் சொந்தக்காரரை, எழுபது ஆண்டு காலமாக பொதுவாழ்வுத் தொண்டில் தமிழ்ச் சமுதாயத்தை அன்பால், அறிவால் தமிழை அரவணைத்துக் காத்தவரை, இந்தியத் துணைக் கண்டத்திலேயே எந்தத் தலைவருக்கும் இல்லாத பெருமையாக ஐம்பதாண்டு காலம் சட்டமன்றத்தில் தொடர்ந்து இடைவெளியில்லாமல் பணியாற்றி, ஜனநாயக மரபுகளைக் காத்து வளர்த்த ஒப்பற்ற தலைவரை, வாழ வழிதேடி வந்த, இந்த

மண்ணிற்கும், மரபிற்கும், பண்பாட்டிற்கும் தொடர்பேயில்லாத, அடக்கம் என்ற குணம் சிறுதுளியும் இல்லாத ஒரு பெண்மணி, இழிமொழியால் நாள்தோறும் இம்சிப்பதை இனி அனுமதிப்பதற்கில்லை.

புரட்சிக்கவிஞர் பாவேந்தர் பாரதிதாசன் எழுதிய "தமிழ்நாட்டில் அயலார்க்கு இனி என்ன வேலை? தாவும் புலிக்கொரு நாயெந்த மூலை?" என்ற வார்த்தைகளை இனி தெருவெங்கும் முழங்குவோம்.

தலைவர் நமக்காகவே அன்றெழுதிய வார்த்தைகள்:-

"எழுச்சிமிக்க இளைஞன்தான்
ஏறுநடை சிங்கம்தான்
கொழித்துவிட்ட உமிகள்தான்
இனி குள்ளநரிக் கூட்டத்தார்"

என்பதே நம் வழிகாட்டும் ஒளிவிளக்காக இருக்கட்டும். பொறுமைக் குணத்தை பூமியின் குணங்கொண்ட தளபதியின் சேனை, அவர்கள் கொட்டத்தை அடக்கும் சேனையென பொறுப்பற்றவர்களுக்கும் புல்லர்களுக்கும் புரியவைப்போம்!

"சிங்கத்தின் சேனையிது!
சிறுநரியும் செந்நாயும் என் செய்யும்?"

இந்த வரிகளில் அவரின் கொதிப்பை நம்மீது வந்த கொப்புளங் களாகவே உணரவைக்கிறார்.

தத்துவத்தின் மீது தாகம்; தலைவரின் மீது மோகம்; தடம்புரளாத பயணத்தின் வேகம்; இவைதான் சிவா என்ற ஆளுமையின் சாரம். இன்று நாடறிந்த நாடாளுமன்றவாதியாக புகழுடன் திகழும் அவரின் பேச்சும் எழுத்தும் 'சிரஞ்சீவி' தன்மை கொண்டவை. இந்த இயக்கம் கண்ட, காணப் போகிற 'அறிவு ஜீவிகளின்' பட்டியலில் பட்டை தீட்டப்பட்ட வைரமாய் மின்னுகிறார் 'மிசா'வென்ற அண்ணன் சிவா.

மாணவர்களுக்கும், இளைஞர்களுக்கும் இந்நூல் வாராது வந்த மாமணி; அவரை வாழ்த்தி வணங்குகிறேன்!!

இடம் : சென்னை
நாள் : 24-09-2024

அன்புடன்,

ஆ.இராசா

என் எழுத்து அச்சேறிய கதை

அது 1978ஆம் ஆண்டில் நினைவில் இல்லாத ஏதோ ஒரு நாள். மிசா சிறைவாசத்திலிருந்து வெளியே வந்ததற்குப் பின்னால் திருச்சி மாவட்ட மாணவர் அணி அமைப்பாளராக நியமிக்கப்பட்டு பணியாற்றிக் கொண்டிருந்த காலகட்டம். திடீரென்று தலைவரைப் பார்க்க வேண்டும் போல் தோன்றும். வேறு எந்த வேலையும், காரணமும் இல்லாமல் சென்னைக்குக் கிளம்பி விடுவேன்.

நுங்கம்பாக்கத்தில் இருந்த மாமா வீட்டிற்கு சென்று குளித்து முடித்து காலை பத்து மணிக்கெல்லாம் அண்ணாசாலையில் உள்ள அரசினர் தோட்டத்தில்தான் அப்போது கட்சி அலுவலகம் இயங்கி வந்தது. அங்கே வந்து தலைவர் வரும்வரை அங்கிருக்கும் சிறிய சுவர் மீது அமர்ந்து கொண்டு அப்போது மாணவர் அணி மாநில மாணவர் அணி துணைச் செயலாளராக இருந்த ஆர்.எஸ்.பாரதி வந்திருப்பார். அவரோடு நல்ல நெருக்கம் அப்போதே! நிறைய பேசிக்கொண்டிருப்போம்!

சண்முகம் என்பவர் நிறைய விஷயங்களை, குறிப்பாக என்னிடம் ஆங்கில நூல்களைப் பற்றி ஆழமாக அதிகமாகப் பேசக்கூடியவர்தான் அலுவலக மேலாளர். இப்போது சென்னை அண்ணா அறிவாலயத்தின் மேலாளராக இருக்கும் பத்மனாபனும், அண்மையில் மறைந்த ஜெயக்குமாரும் அவரிடம் பயிற்சி பெற்றவர்கள். மறைந்த அண்ணன் குப்புசாமிதான் தொலைபேசி அழைப்புகளுக்கு பதில் சொல்வார். தலைவர் முரசொலி அலுவலகத்திலிருந்து வருகின்றவரை அவர்களோடு எல்லாம் பேசிக் கொண்டிருப்பதும் வெளியே சென்று தர்பார் ஹோட்டலில் டீ சாப்பிட்டு விட்டு மீண்டும் வருகிறபோது; அண்ணன் டி.ஆர்.பாலு ஜாவா மோட்டார் சைக்கிளில் கம்பீரமாக வருவார். இனிமையான நாட்கள் அவை.

MSW 2728 எண்ணுள்ள அம்பாசிடர் காரில் தலைவர் வருவார். பின்னாலேயே ஃபியட் காரில் அப்போதைய மாவட்டச் செயலாளர் ஆர்.டி.சீத்தாபதி வந்து அந்தக் காருக்குப் பின்னாலேயே நிறுத்தியிருப்பார். தலைவர் வந்தவுடன் மனமெல்லாம் மகிழ்ச்சி ததும்ப எதிரே நின்று வணக்கம் சொன்னவுடன் முகமெல்லாம் மலர்ச்சியோடு இரண்டு கரத்தையும் கூப்பி வணக்கம் சொல்லி "எப்போ வந்தே" என்று

கேட்பார். வானத்தில் பறப்பது போல இருக்கும். "எங்காவது பொதுக்கூட்டமா?" என்று அடுத்த கேள்வி! அப்போதெல்லாம் ஊரறிந்த பேச்சாளரெல்லாம் இல்லை. திருச்சியை சுற்றியுள்ள ஊர்களில் மட்டும்தான் அறிமுகம். வீரவணக்க நாள் கூட்டத்திற்கு துணைப் பேச்சாளராக வெளியூர்களுக்கு செல்வது மட்டும்தான். சென்னையில் பேசுவதெல்லாம் கனவாக மட்டுமே இருந்த காலம். "அதெல்லாம் ஒண்ணும் இல்லீங்க! உங்களப் பாக்கணும் போல இருந்துச்சு. அதுக்காக வந்தேன்." "வேற வேலை இல்லாமலா இவ்வளவு தூரம் வந்தாய்" என்று கேட்கும் கரகரப்பான அந்த பாசக் குரலுக்காக திருச்சியிலேயிருந்து நடந்தே வரலாம்.

உள்ளே சென்று பேராசிரியர் போன்ற கழக முன்னோடிகளோடு கலந்துரையாடிவிட்டு தலைவர் கிளம்பி வெளியே வரும்போது அங்கே கிடைத்த ஒரு துண்டுத் தாளில் எழுதி வைத்திருந்ததை அவரிடம் நீட்டினேன். வாங்கிப் பார்த்தவர் சட்டைப் பைக்குள் வைத்துக் கொண்டார். ஏக உற்சாகம் எனக்கு. அதை விட அளவிட முடியாத ஆனந்தம் மறுநாள் காலை முரசொலியில் ஒரு மூலையில் "தலைவருக்கு தம்பி எழுதியது" என்று கட்டத்திற்குள் நான் எழுதியிருந்தது அச்சாகியிருந்தது. நம்பவே முடியவில்லை. என்னுடைய எழுத்துகள் நாளேட்டில், அதுவும் முரசொலியில்.

அன்று எழுதியது இன்னும் நினைவில் இருக்கிறது. "இந்த மண்ணின் சராசரி சங்கடங்கள் நெஞ்சில் சாட்டையடிகளாக விழுகிறபொதெல்லாம் கறுப்பு சிவப்பு கொடியே கவசமாக இருந்திருக்கிறது. சில தனி மனிதர்களின் அபிலாஷைகளுக்கும் பேராசைக்கும் பலவீனங்களுக்கும் நாங்கள் பலியாக இருந்த நேரத்திலெல்லாம் நீங்கள் மட்டும் எங்களைத் தூக்கி வைத்துக் கொஞ்சாமல் இருந்திருந்தால் மண்ணில் தவழ்ந்து கண்டதை தின்று வளரும் சவலைக் குழந்தையாகவே இருந்திருப்போம். இன்று வாளேந்தும் வீரர்களாக வளர்ந்து நிற்கிறோம். எல்லாம் உங்களால்!"

என்னுடைய முதல் அச்சேறிய எழுத்துகள் என்ற காரணத்தால் இன்னும் நினைவில் நிற்கிறது. 1969 வாக்கில் திருச்சி வடக்கு ஆண்டார் தெருவில் குடியிருந்தபோது அங்கிருந்த எம்ஜிஆர் மன்றம் வாசகசாலையாக செயல்பட்டுக் கொண்டிருந்தது. அங்கேதான் முதன் முதலாக முரசொலி படிக்கும் வாய்ப்புக் கிடைத்தது. அந்த முரசொலியில் என் எழுத்துகள். அதுவும் தலைவர் கலைஞரால் தலைப்பு தரப்பட்டு, உற்சாகம் ஊற்றெடுக்க ஊருக்குத் திரும்பினேன் பேருந்தில்தான். ஆனால் அதுவே விமானம் மாதிரி தெரிந்தது.

1982 ஆகஸ்ட் ஒண்ணாம் தேதி இளைஞர் அணி இரண்டாம் ஆண்டு நிறைவு விழாதான்; தளபதி, நான் உள்ளிட்ட ஐவரை அமைப்புக் குழு என்று பொதுச்செயலாளர் அறிவித்த மாநாடு நடந்தது. அந்த நாளில்தான் அறிவிப்பதற்கு முன் தன் கையில் வைத்திருந்த தாளில் மு.க.ஸ்டாலின் என்று எழுதி, அடுத்து என் பெயருக்கு முன்னால் தலைவர் கைப்பட திருச்சி என்று எழுதி, என் பெயரை திருச்சி என் சிவா என்று மாற்றினார்கள். அந்த மாநாட்டு செயலாளர்களாக நானும், பொய்யாமொழியும் பணியாற்றியபோது அறிக்கைகளை எல்லாம் என்னை எழுதச் சொல்லி அவன் இரசித்துப் பாராட்டி பின்னர் முரசொலியில் வெளியாகும்போது கோடி ரூபாய் கிடைத்தாலும் அடைய முடியாத மகிழ்ச்சி ஏற்படும்.

பின்னர் இளைஞர் அணி முகிழ்த்து இன்றைய தலைவர் அன்றைய எங்கள் அணி செயலாளர் என் தளபதியோடு சுற்றுப்பயணம் செய்தபோதெல்லாம், தலைவர் கலைஞரைக் காண நேர்கிறபோதெல்லாம் உற்சாகப் பெருக்கோடும், அன்றைய அரசியல் சூழல் அவரை வதைக்கிற போதெல்லாம் ஆவேசம் கொண்டும் நான் எழுதியதெல்லாம் எழுத்து மாறாமல் முரசொலியில் அச்சேறி வலம் வந்திருக்கிறது! முரசொலியின் மலர்களில் எழுதுவது பெருமைக்குரிய ஒன்று.

மலர்களுக்கு கட்டுரை கேட்டு வருகின்ற கடிதம் திடீரென்று நின்று போக என்னுடைய சுபாவத்தின் காரணமாக நானும் எழுதுவதை நிறுத்திக் கொண்டேன். தலைவர் உடல் நலம் குன்றியிருந்த நேரம் ஒருநாள் கோபாலபுரம் மாடியில் பார்த்தபோது மெதுவாக அவரிடம், "முரசொலி மலருக்கு கட்டுரை கேட்டு இப்போதெல்லாம் எனக்குக் கடிதம் வருவதேயில்லை" என்றேன். நிமிர்ந்து என்னைப் பார்த்து தெளிவான குரலில் "அவன் யாருய்யா உன்கிட்ட கட்டுரை கேக்குறதுக்கு? நீ எழுதி குடு! அவன் போடலைனா எங்கிட்ட வந்து சொல்லு." அப்படி அவர் எனக்குத் தந்திருந்த உரிமை, என் மீது வைத்திருந்த அன்பு, எனக்காகப் பரிந்து பல நேரங்களில் பேசியது, என் பேச்சை இரசித்துக் கேட்டுப் பாராட்டுவது, என் எழுத்துக்களை படித்துவிட்டு கருத்து சொல்வது இவையெல்லாம்தான் தந்தையில்லாமல் வளர்ந்த எனக்கு அந்த ஏக்கமே ஒருபோதும் வந்ததில்லை என்பதற்கான காரணங்கள்.

அவருக்கும் கட்சிக்கும் மேல் உலகில் எதுவுமே இல்லை என்ற எண்ணத்தை அழுத்தமாக வளர்த்திருந்தது. அவரின் தாக்கம், அவர் அள்ளிக் கொடுத்த அன்பு, காட்டிய கனிவு, அரவணைப்பு, ஊக்கம்,

பாராட்டு இவைகளால்தான் எத்தனை வந்தபோதும் தாங்கிக் கொள்ள முடிந்தது. இன்றைக்கு என் போன்றோரிடம் காணக் கூடிய, பாராட்டக் கூடிய எதுவாக இருந்தாலும் அத்தனைக்கும் அவரே காரணம். இந்த நூலில் காணப்படும் கட்டுரைகள் முரசொலியின் அடிநாதக் கொள்கையாம், "இன்றைய செய்தி நாளைய வரலாறு" என்ற பொன்மொழிக்கேற்ப குறிப்பிட்ட ஒரு காலகட்டத்தில் தமிழக அரசியலில் நடந்த நிகழ்வுகளை, அந்நாள்களில் தலைவர் கலைஞர் எப்படி சாதுர்யமாகக் களமாடினார் என்பது பற்றியும், அன்றைக்கு இளைய தலைமுறையினரின் பிரதிநிதியாய் பணியாற்றிக் கொண்டிருந்த என் போன்றோரிடம் ஏற்படுத்திய தாக்கத்தையும் இன்றைய தலைமுறையினருக்கு எடுத்து இயம்பும் வகையில் இருக்கும் என்று நம்புகின்றேன்.

அப்படி எழுதி முரசொலியில் வெளிவந்தவைகளில் பாதுகாத்து வைத்ததில் இருந்ததைத் தொகுத்து "முரசொலியின் மடியில் தவழ்ந்தவை" என்ற தலைப்பிட்டு நூலாக கொணர்ந்திருக்கிறேன் நியூ செஞ்சுரி பதிப்பகம் மூலமாக!

இந்நூலுக்கு கலைஞரின் வடிவாய், நெஞ்சினில் நிறைந்து நிற்கும் அண்ணன் முரசொலி மாறனாய் வாழ்ந்து வழிகாட்டிக் கொண்டிருக்கும் என் ஆருயிர் அண்ணன் முரசொலி செல்வம் அந்தநாள் நினைவலைகள் நெஞ்சில் புரண்டோடத் தந்திருக்கும் அணிந்துரையை வசதி இருந்தால், வாய்ப்பிருந்தால் பொன்னால் ஆன ஏட்டில் வைர எழுத்துக்களால் பொறித்துப் போற்றிப் பேணி வைத்திருப்பேன்:

தமிழ் மண்ணின் பாரம்பரியத்தையும், பண்பாட்டையும் பாதுகாத்து, தமிழின மக்களின் தன்மானம் காத்து தகைசால் இடத்தை மீண்டும் வென்றெடுத்து வெற்றிப் பாதையில் கம்பீரமாக வலம் வரும் திராவிடப் பேரியக்கத்தின் நான்காம் தலைமுறை தலையெடுத்து, இப்போது பீடு நடை போட்டு பவனி வருகிறது. எதிர்காலத்தில் இப்பேரியக்கத்தையும், தமிழினத்தையும் பாதுகாக்க இருக்கின்ற இந்தத் தலைமுறையின் தளநாயகனாய், படைத்தலைவனாய், எங்களைப் போன்றோரின் நம்பிக்கை நட்சத்திரமாய் மனம் பூரித்து மகிழத்தக்க அளவிற்கு பணியாற்றி வரும் கழக இளைஞர் அணிச் செயலாளர், மாண்புமிகு அமைச்சர் தம்பி உதயநிதி ஸ்டாலின் உணர்ச்சி பூர்வமான ஓர் அணிந்துரை தந்திருக்கிறார்.

மறுமலர்ச்சி திராவிட முன்னேற்றக் கழகப் பொதுச்செயலாளர் மாநிலங்களவை உறுப்பினர் அந்த நாட்களில் கழக மாணவர் அணிப்

பொறுப்பிலேயிருந்து என் போன்றோர்க்கு முன்னோடியாய், உணர்ச்சியின் ஊற்றாய் இருந்த அன்புமிக்க அண்ணன் வைகோ அவர்கள் விரிவான வரலாற்று செய்திகளோடு வாழ்த்துரை தந்திருக்கிறார்.

திராவிட முன்னேற்றக் கழகத்தின் துணைப் பொதுச்செயலாளரும் நாடாளுமன்ற மக்களவை கொறடாவுமான என் அன்புத் தம்பி ஆ.இராசா, நல்ல படிப்பாளி, திராவிடர் கழக மாணவர் அணி அமைப்பிலே இருந்து பொதுவாழ்வுப் பயணத்தைத் தொடங்கி, திராவிட இயக்கக் கொள்கைகளில் ஆழ்ந்த பற்றும் தெளிந்த அனுபவமும் கொண்டு மேடைகளில் முழங்கி வருகின்றவர், என் மீது மட்டற்ற அன்பு கொண்டவர் அவரும் வாழ்த்துரை வழங்கியிருக்கிறார்.

இவர்களுக்கெல்லாம் என் அடிமனதின் ஆழத்திலேயிருந்து நன்றியினை உரித்தாக்குகின்றேன்.

இவர்களோடு இக்கட்டுரைகள் சிலவற்றை எனக்கு கொடுத்துதவிய அறிவாலயத்தில் உள்ள பேராசிரியரின் பெயரில் அமைந்துள்ள நூலகத்தில் பணியாற்றும் சுந்தரம், பத்மனாபன் ஆகியோருக்கும், வீட்டில் ஆங்காங்கே இருந்தவற்றை ஒன்று சேர்த்துத் தந்து பெரிதும் உதவிய தம்பி முத்து, அச்சகத்திலிருந்து பிழை திருத்தம் பார்த்து உதவிய தம்பி மகேஷ், நியூ செஞ்சுரி புக் ஹவுஸ் க.சந்தானம் தலைமையில் இயங்கும் அச்சகத் தொழில்நுட்பத் தோழர்கள், எப்போதும் ஊக்கமாய், துணையாய் இருக்கும் கழகத் தோழர்கள், நண்பர்கள் அனைவருக்கும் என் உளமார்ந்த நன்றி!

இப்போது நூல் உங்கள் கரங்களில்! சில பல ஆண்டுகள் பின்னோக்கி அழைத்துச் செல்லும் காலக்கடிகாரமாக இது இருந்து இயக்கப் பற்றினை இளைஞர்களுக்கு உரமாய்த் தரும் என்ற நம்பிக்கையோடு கழகம் காக்கும், வளர்க்கும் தூய நம் தொண்டினை அண்ணா கற்றுத் தந்த குடும்பப் பாச உணர்வோடு கழகத் தலைவர் ஆருயிர் அண்ணன் தளபதி மு.க.ஸ்டாலின் தலைமையில் தொடர்வோம்! இலட்சியங்களை வென்றெடுப்போம்!

27-09-2024 திருச்சி சிவா

1
இந்த நேரத்தில் - அந்த நினைவுகள்!

தேசிய முன்னணி துவங்கவிருக்கும் நேரத்தில் ஒரு பழைய நினைவு.

தமிழனுக்கு தீபாவளி பண்டிகையில் நாட்டம் கிடையாது. ஆனால் அந்தப் பண்டிகையின் போது மக்களுக்கு ஏற்படும் மகிழ்ச்சி எங்களுக்கும் உண்டு. ஆனால் அது தீபாவளியின் போது இல்லை. எங்களுக்கு அது ஜூன் மூன்றாந்தேதி. புத்தாடை உடுத்தும் ஆர்வம், அந்த நாளுக்குத் தயாராகும் முன்னேற்பாடுகள். உடன் இருப்போரையெல்லாம், தூர இருப்போரையெல்லாம் ஒன்றாக சேர்த்து மகிழத் துடிக்கும் முயற்சி, என்ன அந்த நாளில் அது நாங்கள் வாழ்வதற்கு ஜீவனாய் வாழ்ந்து கொண்டிருக்கிற எங்கள் தலைவர் கலைஞர் பிறந்த நாள்!

1984 ஜூன் மாதம் மூன்றாம் நாள். தலைவருக்கு மணி விழா. தமிழ்நாடே தலைநகரில் திரண்டது. கழகத் தோழன் தன் கையிலே இருந்த காசை மலர்மாலையாக, கைத்தறி ஆடையாக, சால்வையாக, அணி வகைகளாக மாற்றி தலைவரின் கையிலே தந்து, தோளிலே அணிவித்து, தலைவா! நீ நீடு வாழ வேண்டும்; நீ வாழ்ந்தால் மட்டுமே நாங்கள் நிம்மதியாக வாழ முடியும் என்று வயதையும் மீறி அவரை வாழ்த்தி, வணங்கி வந்து குவிகிறார்கள்! வரிசை குறையவில்லை. குறைய வாய்ப்பு தெரியவில்லை. மாலையும் மயங்கிவிட்டது. அன்புச் சுமைகளின் சோர்வையும் வழக்கமான புன்னகையால் மறைத்தவாறு அன்றைய நாளின் உச்சகட்ட நிகழ்ச்சிக்கு தலைவர் தயாராகிறார்.

சென்னை கடற்கரை, சீரணி அரங்கம். இந்தியாவின் பல பகுதியிலிருந்து வந்து நிறைந்திருக்கிற பல கட்சிகளைச் சார்ந்த வட நாட்டுத் தலைவர்கள் மத்தியில் நிலவென தலைவர் கலைஞர். கண்ணின் பார்வை எட்டும் வரை புற்றோரம் எறும்புகள் திரிவதைப் போல, ஒரு சுறுசுறுப்பு.

வாழ்த்தி உரையாற்றியவர்களில் முக்கியமான தலைவர் பகுகுணா பேசும்போது 'கலைஞர் அவர்களே! நீங்கள் ஒரு மாநிலத்தின் முதல்வராக இருந்தவர். ஒரு மாநிலக் கட்சியின் தலைவராக இருப்பவர். நாங்களெல்லாம் அகில இந்தியக் கட்சியிலும், மத்திய

ஆட்சியிலும் பொறுப்பு வகித்தவர்கள். ஆனால் பல நேரங்களில் உங்கள் சாணக்கியத்தைப் பார்த்து நாங்கள் அதிசயித்துப் போயிருக்கிறோம். அரசியல் சதுரங்கத்தில் நீங்கள் காய்கள் நகர்த்துகிற விதம் பல நேரங்களில் எங்களை வியப்புக்குள்ளாக்கியிருக்கிறது. அவ்வளவு திறமை வாய்ந்த நீங்கள் ஒரு மாநில அளவோடு நின்றிருப்பது எங்களுக்கு ஏற்புடையதாய் இல்லை. எனவே இங்கே இருக்கிற அனைவர் சார்பாகவும் நான் அழைக்கிறேன். தயவுசெய்து அகில இந்திய அரசியலுக்கு வாருங்கள். நாங்கள் உங்களுக்குப் பின்னால் வரக்கூட தயாராக இருக்கிறோம்" என்று பலத்த வரவேற்புக்கிடையே கூறி முடித்தார்.

தொடர்ந்து உரையாற்றிய, அன்றைக்கு உயிரோடு இருந்த, தள்ளாத வயதிலும் தன்னம்பிக்கை மங்காமல், உறுதியான உள்ளத்தோடும், சீற்றத்தோடும் புலியாக உலவிக் கொண்டிருந்த பாபுஜி ஜெகஜீவன்ராம் பேசும் பொழுது தான் பகுகுணாவை வழி மொழிந்து பேசுவதாக சொல்லி தலைவர் கலைஞரை அகில இந்திய அரசியலில் முக்கியப் பொறுப்பேற்க அழைப்பு விடுத்து அமர்ந்தார்.

நிகழ்ச்சியின் உச்சகட்டம். ஏற்புரை நிகழ்த்த தலைவர் கலைஞர் எழுந்து ஒலிபெருக்கிக்கு முன்னால் நிற்கிறார். விண்ணதிரும் முழக்கத்துக்கிடையே 'அன்பார்ந்த' என்று தொடங்கி, மேடையில் இருந்த தலைவர்களையெல்லாம் விளித்து, என் உயிரினும் மேலான உடன்பிறப்புக்களே! என்று எதிரே உட்கார்ந்திருக்கும் கழகத் தொண்டனின் இதயத்தை வருடத் தொடங்குகிறார்.

ஏனிந்த திடீர் அமைதி? மேடைக்குப் பின்னாலிருந்து வங்கக் கடலின் ஆர்ப்பரிக்கும் அலையொலியும் வீசுகின்ற கடல் காற்றின் சத்தமும் கூட கேட்கிறதே! எதிரில் இருந்த மக்கள் பெருங்கடல் கலைந்தா சென்றுவிட்டது! இல்லை! அது கலைஞர் மீட்டும் நாத ஒலியில் கலந்துவிட்டது. கட்டுக்கடங்காத கூட்டம் கட்டுப்பட்டு நிற்பதும், கனவுலகில் சஞ்சரிப்பதும், மெய்மறந்து செவி மடுப்பதும் இந்த மண்ணில் மட்டுமே! அதுவும் இந்தத் தலைவன் உரையாற்றும் போது மட்டுமே சாத்தியமாகிப் போகிறது.

சில பேர் பேசினால் வெறும் சொற்கள். சில பேர் பேசுவது சுவையான சொற்கள். ஆனால் அவர் பேசுவது ஒன்று, சரித்திர பிரகடனமாகிறது. அல்லது வரலாற்றுக் குறிப்பாகிப் போகிறது. வீணான வார்த்தைகள், தேவையில்லாத சொற்கள் சந்தித்ததேயில்லை இந்த சமுதாயம் அவருடைய உரையில்.

அன்றும் அப்படித்தான் பாபுஜிக்கும், பகுகுணாவுக்கும், மற்றவர்களுக்கும் தலைவர் என்ன சொல்லப் போகிறார்? எதிர்பார்ப்போடு நாமனைவரும்.

புதிர் விடுவிக்கின்ற நேரத்தில் தலைவர் கலைஞர், "என்னை அகில இந்திய அரசியலுக்கு வாவென்று அன்போடு அழைத்த மூத்த தலைவர்களுக்கு மனமார்ந்த நன்றியை தெரிவித்துக் கொள்கிறேன். நான் அரசியலுக்கு வந்ததும், ஈடுபட்டதும் தமிழ்நாடு, தமிழ் மக்கள், தமிழ் மொழி, கலாச்சாரம் இதன் பாதுகாப்புக்கும் மேம்பாட்டுக்கும் தான் என்பதை அவர்களுக்கு முதலில் உறுதிப்படுத்திக் கொள்கிறேன். ஆனால் அந்தக் காரணத்தால் நான் அகில இந்திய அரசியலில் ஒதுங்கியிருப்பவன் என்று தயவு செய்து தவறாகக் கணக்கிட்டு விட வேண்டாம் என்று சொல்லி அவருக்கே உரிய பாணியில் பெரிய விஷயங்களை எளிதான உவமைகள் உணர வைப்பாரே அந்த வழியில்.

இன்றைக்கு (அன்றைய தினம்) இந்திய நாட்டு அரசாங்கத்தால் விண்வெளியில் ஏவப்பட்ட ஒரு விண்கலம், அதிலே இரண்டு இந்தியர்கள், ராகேஷ் சர்மா, மல்கோத்ரா என்பவர்கள் முதன் முதலாக வான்வெளியில் பறந்து கொண்டிருக்கிறார்கள். எல்லோருக்கும் மகிழ்ச்சி. இந்தியா விஞ்ஞானத்தில் முன்னேறி விட்டது. அதோ பார்த்தாயா விண்கலத்தை! அதிலே இருப்பது இந்தியர்கள்! அவர்கள் அனுப்புவது பயனுள்ள செய்தியை! என்றெல்லாம் ஆர்வத்தோடு பார்த்துக் கொண்டிருப்பவர்கள் ஒன்றை மறந்து போகிறார்கள். பறந்து கொண்டிருக்கிற விண்கலத்தையும் அதிலே இருந்து செய்தி அனுப்பிக் கொண்டிருக்கிற இரண்டு பேரையும் இயக்குகின்ற கம்ப்யூட்டர் என்கிற கட்டுப்பாட்டு சாதனம் பூமியிலே இருக்கிறதென்பதை மறந்து போகிறார்கள்.

அதே போலத்தான் பாபுஜி அவர்களே! பகுகுணா அவர்களே! மேடையில் இருக்கிற அகில இந்தியத் தலைவர்களே! நீங்களெல்லாம் வான்வெளியில் பறக்கிற விண்கலமாக அதிலே பயணம் செய்கிற கவனத்தைக் கவருகிற மனிதர்களாக இருக்கலாம். ஆனால் அதில் இந்திய அரசியலில் உற்றுக் கவனிக்கிற, ஏற்பட வேண்டிய மாற்றங்களை, திருப்பு முனைகளை இயக்குகிற கம்ப்யூட்டர் சாதனமாக திராவிட முன்னேற்றக் கழகம் தமிழ் நாட்டில் இருக்கிற தென்பதை தயவுசெய்து மறந்துவிட வேண்டாம் என்று ஆர்ப்பரிக்கும் கடலலையின் ஓசையை ஒரு நிமிடம் அழுத்திவிட்டு எழும்பிய தமிழ் மக்களின் கரவொலிக்கிடையே தலைவர் அவர்கள் முழங்கினார்கள்.

இது மேடை வசனமல்ல. தெரிந்த உவமையை எடுத்துச் சொல்வதற்காக பொருளில்லாமல் பேசியதுமில்லை.

கொஞ்சம் நினைத்துப் பார்ப்போம். திராவிட முன்னேற்றக் கழகத்தின் பங்கில்லாத அகில இந்திய அரசியல் முடிவுகள் ஏதாவது உண்டா என்றால் எதுவும் கிடையாது.

1969ஆம் ஆண்டு தி.மு.க. எடுத்த நிலையும் முடிவுமே அன்றைய பிரதமர் இந்திரா காந்தி அம்மையார், குடியரசுத் தலைவர் பொறுப்புக்கு நிறுத்தப்பட்ட திரு வி.வி.கிரி அவர்களின் வெற்றியை நிர்ணயித்தது என்பதை நன்றி மறந்து திரிகிற காங்கிரஸ்காரனின் மனசாட்சி கூட ஒத்துக் கொள்ளும்.

வங்கிகள் தேசிய உடைமை, மன்னர் மானிய ஒழிப்பு. இந்த முற்போக்குத் திட்டங்களுக்கு கழகத்தின் முழு ஆதரவு.

எல்லாவற்றிற்கும் மேலாக தான் ஒரு சுதந்திர நாட்டில் வாழ்கிறோம் என்கிற எண்ணத்தோடு மட்டுமேகூட நிறைவு பெற்றிருந்த இந்தியன்: சுதந்திரக் காற்றை சுவாசித்தே தன் பட்டினி வயிற்றை நிரப்பப் பழகிக்கொண்டவன். 'அவசர நிலை'க்கு அறிமுகப்படுத்தப்பட்டபோது, அதன் பாதிப்புகள் அண்ட முடியாத பாதுகாப்பான பகுதியாக தமிழகக் கழக ஆட்சி என்னும் கவசத் திற்குள்ளே நிம்மதியாக இருந்தபோது எங்கே எது நடந்தால் எங்களுக்கென்ன? என் மாநிலமும் மக்களும் பாதுகாப்போடு இருந்தால் போதும் என்ற எண்ணத்தை குறுக்கிக்கொள்ளாமல், கைது செய்யப்பட்ட தேசத் தலைவர்களை விடுதலை செய்யக் கோரியும், பாதிக்கப்பட்ட எழுத்துரிமையையும், பேச்சுரிமையையும் மீட்டுத் தரவேண்டும் என்றும், ஜனநாயகம் காப்பாற்றப்பட வேண்டும் என்றும் தீர்மானம் நிறைவேற்றி அதன் விளைவாக ஆட்சியைக்கூடப் பறிகொடுக்கத் தயாராயிருந்த இயக்கம் தி.மு.க.

ஆட்சியை இழந்தோம், ஐநூறுக்கும் மேற்பட்ட தொண்டர்கள் அடக்குமுறை கட்டவிழ்த்து விடப்பட்ட சிறைக் கூடத்தில், இரு தளபதிகள் சிங்கமாய் சிறைக்குச் சென்றோர் ஆவியிழந்து கூடாய் திருப்பித் தரப்பட்ட கொடுமை.

முதல்வராய் உலா வந்து, மங்கிக் கிடந்த தமிழகத்துக்கு ஒளி தந்து, சமுதாய முன்னேற்றமும் பொருளாதாரப் புரட்சியும் விடியலின் உதயத்தைப் போல் பூபாள ராகமாய் மிதக்கவிட்டு, நடக்குமா என்றிருந்த கனவுகளெல்லாம். எதிர்பார்ப்புகளெல்லாம் நடந்து முடிந்த

அதிசயத்தை மக்கள் பார்ப்பதற்கு காரணமான தன்னிகரில்லா தலைவர். தனித்துவிடப்பட்ட கொடுமை! குலப் பெண்டிராய், குடும்பத்து விளக்காய், எங்களைப் பெற்ற தாய்க்கீடாய்த் திகழ்ந்து அவருடைய இல்லத்துப் பெண்டிர் இழிவுபடுத்தப்பட்டு எங்கள் நெஞ்சில் நீங்காத வடுவை தன் கோரப் பற்களால் பதித்துவிட்டுப் போன நாட்கள்.

எல்லாம் எதற்காக? ஆட்சியை இழந்தோம். அதிகாரத்தைத் துறந்தோம். சிறைக் கோட்டத்தின் சித்ரவதைகளை ஏற்றுக் கொண்டோம். பலரைப் பிரிந்தோம். அடிதாங்கிப் பழக்கப்பட்டவர்கள் இடி தாங்கப் பழகிக்கொண்டோம். மடியும்போதுகூட மரணம் பிரிக்க முடியாத மானம் எனும் சொத்து. சோதனைக்குள்ளாக்கப்பட்டதை விம்முகிற நெஞ்சோடு, விழி பெருக்கிய நீரோடு, உறுதியான நெஞ்சோடு தலைவன் தாங்கிக் கொண்டதை நாங்கள் குமுறினோம். பதைத்தோம். மறக்கக்கூடிய நாட்களா? கரைந்து போகக்கூடிய நினைவுகளா? இல்லை. எங்கள் நெஞ்சில் செதுக்கி வைத்த சிற்பங்கள். சோர்வு வருகிற போதெல்லாம் நெருடிப் பார்த்து சிலிர்த்துக்கொள்ள வேண்டிய எங்கள் கடந்த காலத்து வாழ்க்கை.

இந்தப் புண் ஆறக்கூடாது. ஆறினால் நான் மறந்து போவேன். இதை சுரண்டிச் சுரண்டி இரத்தம் கசியும்போது ஏற்படுகிற எரிச்சல் இந்தப் புண் உண்டான கதையை, பட்ட பாட்டை எனக்கு நினைவுபடுத்தும். இதை நான் ஆறவிட மாட்டேன். நாம் ஆறவிடக் கூடாது.

நமக்கு இப்படி ஒரு அத்தியாயம் கடந்த கால வாழ்க்கையில். நெருடுகிற முள்ளாக நினைவுப் பஞ்சணையில். எதனால்? யாருக்காக?

என்னை விடுத்து எஞ்சியிருந்த இந்திய பூபாகத்தில் தலைவிரித்து ஆடிய சர்வாதிகாரப் போக்கை கண்டிக்க முனைந்ததற்காக ஈடுபாடு இருந்திருக்காவிட்டால் நமக்கு இன்னல் வந்திருக்க வாய்ப்பே இல்லை.

தொடர்ந்து 1977இல் இந்த கோரத்தாண்டவம் முற்றுப் பெற்றதற்குப் பின்னால், ஜனதா பேரியக்கம் உருவாக 'கிரியா ஊக்கி'யாக கழகம் இதே தலைவரின் தலைமையில்.

1980ஆம் ஆண்டு பரந்த இந்த நாட்டில் வாழும் மக்களைச் சுற்றி எல்லையோரத்திலே பகைவர்கள் சந்தர்ப்பம் நோக்கிக் காத்திருக்கும் சூழ்நிலையில் நிலையான ஆட்சி வேண்டி, வலுவான இயக்கமான காங்கிரஸுக்கு ஆதரவு.

ஆனால் அந்த வலு அவர்களை மீண்டும் சர்வாதிகாரப் பாதைக்கே இழுத்துச் சென்றது கண்டு, கழகம் தன் பணி உணர்ந்து, மீண்டும் மாற்று ஏற்பாட்டுக்கு முயற்சி செய்து இன்று தேசிய முன்னணி உருவாகியிருக்கிறது.

இது பல ஆறுகள் சங்கமிக்கும் கடல் அல்ல.

பல கரங்கள் இணைந்து நிற்கும் ஒற்றுமை. பல கட்சிகள், குறிக்கோள் ஒன்று. பல தலைவர்கள், சிந்தனை ஒன்று. காங்கிரஸின் எதேச்சாதிகாரம் முறியடிக்கப்பட என் நாட்டு மக்களின் அவல வாழ்வுக்கு முற்றுப்புள்ளி வைத்திட ஆடம்பரம் கோலோச்சுவோரின் அன்றாட வாழ்க்கையாக மாற்றப்பட்டதை மாற்றுவதற்கு, மக்கள் தலைவர்கள் ஒன்றிணைந்திருக்கிறார்கள்.

தொடங்குகிற இடம், தமிழ்நாட்டின் தலையெழுத்து உருவாகிற சென்னை மாநகரம், இந்திய வரைபடத்தின் கடைக்கோடி கூர்மையாக முடிந்திருப்பதை கண்ணுறுகிற வாய்ப்புப் பெற்றவர்கள் ஒன்றை உணரலாம். இங்கே உருவாகிற எதுவும் கூர்மையாகத்தான் இருக்கும்.

ஊன்றியிருக்கிற பாதங்கள் உறுதியாக இருந்தால்தான் போரிடுகிற கரங்களுக்கு வலிவு அதிகம். இந்தியாவின், பாதங்கள் தமிழகம். உறுதிக்கு பெயர் பெற்ற மண்ணும் மக்களும் ஏற்றுச் செல்லுகிற தலைவர் கலைஞர்.

வரலாற்றின் போக்குக்கு முன்னுரை எழுதுகிற கரங்கள்.

வாய்ச் சொற்கள் - வரலாற்றுப் பிரகடனம். அரசியல் எழுத்துக்கள் - செதுக்கி வைத்த சிற்பங்கள். இலக்கிய எழுத்துக்கள் - எல்லோரா ஓவியங்கள்!

இந்த நூற்றாண்டின் பிற்பகுதி வரலாறு இவரையில்லாமல் எழுதவே முடியாது. அரை நூற்றாண்டு சரித்திரம் அவருடையது. அவர் எண்ணியதும், நம்பியதும், உருவாக்கியதும், சாதித்ததும் நம் வாழ்க்கையாகிப் போனது.

சராசரி மனிதனாய் சங்கமித்துப் போயிருக்க வேண்டிய பலர் இன்று சரித்திரத்தை உருவாக்குகிற பாதையில் பயணம் செய்து கொண்டிருப்பது அவரால்!

தலைவா! நீ நடக்கும் போது எங்களைக் கேட்காமலே எங்கள் உள்ளங்கள் உன் பின்னால் பயணந் தொடங்கி விடுகின்றன. அதனால்

அத்தனை பேரும் உனக்குப் பின்னாலே வந்தாக வேண்டிய நிர்ப்பந்தம், தவிர்க்க முடியாததாகிப் போகிறது.

கண்ணை மூடிக்கொண்டு வருபவர்களா உங்கள் பின்னால் வருவோர்? கருத்துக் தெளிவும். உறுதியும், போகிற பாதையைப் பார்த்துப் போவதையும் அவர்களுக்கு நீ சொல்லித் தருகிறாய். ஆனால் உன் பின்னால் கண்ணை மூடிக் கொண்டு வரவும் நாங்கள் தயாராகி இருக்கிறோம். காரணம் எங்களைப் பெற்ற தாய் எங்களைப் பாதாளத்திலா தள்ளிவிடுவார்கள்? வட்டமிடுகிற வல்லூரிடமிருந்து குஞ்சுகளைப் பாதுகாக்கும் தாய்க்கோழியைப்போல இந்த நாட்டின் கொடுமைகளிலிருந்து எங்களைப் பாதுகாத்த எங்கள் தாய் நீ!

நீ அழைக்கிறாய் பேரணிக்கு! வருவதைத் தவிர வேறு வேலையில்லை! இனி செப். 16 வரை அதுவே எங்கள் சிந்தனையாக இருக்கும். "நீ எடுக்கிற எந்த முடிவும் எங்கள் எதிர்காலத்தைக் குறித்தே! அறிந்தவர்கள் நாங்கள்." அந்தத் தெம்புதான் எங்களை வாழ வைக்கிறது இயங்க வைக்கிறது.

அகில இந்திய ரீதியாக நீங்கள் இந்த நேரத்தில் மேற்கொண்டிருக்கும் முடிவு 4 ஆண்டுகளுக்கு முன்னால் கடற்கரையில் அறிவித்த அந்த அறிவிப்பையொட்டியே!

எந்தச் சூழலிலும் கொண்ட கொள்கையை மாற்றிக் கொள்ளாத தலைவர் தாங்கள் என்பதை மீண்டும் உலகம் உணரும் உயர்ந்த நேரம் இது.

நீங்கள் நடந்து கொண்டிருப்பதால் இந்த மண்ணின் மக்கள் ஓய்ந்து உட்கார முடிகிறது. நீங்கள் உழைப்பதால் எதிர்காலம் பாதுகாப்பானதாக மாறுவதை உணர்ந்து நிம்மதிப் பெருமூச்சு விடுகிறது. மொத்தத்தில் நீங்கள் வாழ்வதால் நாங்கள் வாழ முடிகிறது. உங்கள் நிழலில் நாடு, உங்கள் பாதையில் நாங்கள்.

அநியாயத்தை எதிர்த்துப் போரிடும் உள்ளமும், நியாயத்திற்காக நிமிர்ந்து நிற்கும் உறுதியும், அயராத உழைப்பும் நேர்மையின் பாதையில் செல்வதுமே நாங்கள் உங்கள் மூலமாகப் பெற்ற சொத்து.

பேணிப் பாதுகாப்போம். எங்கள் தலைமுறையில் உங்கள் கனவுகள் நனவாக உறுதியுடன் களத்தில் உயிர் மாயும் வரை நிற்போம். எங்களால் தரமுடிந்தது அவ்வளவே!

17.08.1988

2

இனியொரு விதி செய்வோம்!

தலைவா! குறிஞ்சி மலரைப் போல்
புகழுடன் இரு - ஆனால்
அது பூப்பூக்க ஆகும் வருஷத்தை
நீ வருவதற்கான இடைவெளியாக
மாற்றி எங்களை வருத்தாதே

என்ற நீலகிரி மாவட்டத்து மக்களின் ஏக்கக் குரலுக்கு செவி சாய்த்து, மலைச்சாரலின் மலர்களெல்லாம் மணம் கமழ வெள்ளை உள்ளம் கொண்ட மலைப் பிரதேசத்து கழகத் தொண்டர்களின் ஆர்வமெல்லாம் பிரவாகமெடுத்து ஓட, மாவட்டத்தின் மற்ற பகுதிகளில் எல்லாம் மரங்கள் மட்டும் தனித்து நிற்க, மக்கள் அத்தனை பேரும் ஊட்டி நகரில் என் தலைவரின் வருகை குறிஞ்சி மலர் பூத்தது போல. அதுவும் அந்த மலர் பூத்துக் குலுங்கும் அதே பருவ காலத்தில்-

கோவையிலே காலை பத்து மணிக்குக் கிளம்பிய தலைவர் கோவையின் எல்லையைத் தாண்டும் போதே பன்னிரண்டு ஆகின்ற அளவிற்கு வழி நெடுக மக்கள் வெள்ளம். தேர்தல் நேரத்தைப் போல பரபரப்பு. வாடிய பயிர், மழைத்துளி பட்டு சிலிர்ப்பது போல ஒருணர்வு அத்தனை பேர் முகத்திலும்.

எவர் முகமும் வாடிடாத அளவிற்கு தன் உடல் அலுப்பையும் பொருட்படுத்தாமல் கொடி ஏற்றி வைத்து அன்பான உரை ஆங்காங்கே ஆற்றி, கொடுக்கின்ற வரவேற்பை முகமலர பெற்று, இத்தனைக்கும் இடையில் உரிய நேரத்திற்கு ஊட்டிக்கு விரைய வேண்டும் என்பதிலும் கவனம். அதுதானே நம் தலைவர்!

வழக்கத்திற்கு மாறாக நுழையும் வெயில் ஊட்டி வரை. நுழைந்ததுதான் தாமதம் காத்திருந்ததைப் போல, மடை திறந்தது போல மழை. பெரியவர்களை திருப்திப்படுத்த எதையாவது செய்துவிட்டு, அது ஏட்டிக்குப் போட்டி ஆனவுடன், மழங்க விழிக்கும் குழந்தையைப் போல. தலைவரை வரவேற்க தன்னுடைய பங்கு இதுதான் என வானம் பொழிய, பின் அதுவே நிகழ்ச்சிக்கு தடை என்று புரிந்தவுடன் மழை நின்றது. ஆனால் அந்தத் தவறுக்கு வருந்துவது போல முகத்திலே ஒரு இருட்டோடு வானம். சிறிது நேர ஓய்வுக்குக் கூட

அல்ல, கடமைக்காக உணவருந்த, தங்குமிடம் விரைகிறார் தலைவர். எங்களைப் போன்றோர் மேடைக்கு செல்கிறோம். எங்கு பார்த்தாலும் வெறுந்தலைகள் அல்லது கறுப்புக் குடைகள் மலைப்பிரதேச மக்களின் இயல்புக்கு ஏற்ப நின்று கொண்டு காத்திருக்கிறார்கள். மழை இல்லாத போது கூட அவர்களுக்கு உட்காருகிற வழக்கம் இல்லாதது ஒரு புதுமையான சிறப்பம்சம்.

கூட்டத்தை தொடங்கலாம், தலைவர் வரும் வரை யாராவது பேசிக் கொண்டிருக்கலாம் என முடிவு செய்து, மேடையில் நான், அண்ணன்மார்கள் கோவை மோகன், காரா.சுப்பையன் ஜானகிராமன், பேச்சாளர் தீப்பொறி திருமலை, சு.துரைசாமி, ஆர்.டி.எம். ஆகியோர் என்ன தோன்றியதோ தெரியவில்லை. அண்ணன் ஜானகிராமன், துரைசாமி, ஆர்.டி.எம், இறங்கிக் கீழே செல்ல, வினாடிக்கும் குறைவான நேரம் சடசடவென சத்தம், நான் கீழே கிடக்கிறேன். மேடையின் கூரை எங்கள் மீது. அதே வினாடிக்கும் குறைவான நேரத்தில் அத்தனை பேரும் மேடைக்கு வெளியே முண்டி வெளியேறும் அவசரம். தலைவருக்கு மாலை அணிவிக்க வந்திருந்த ஒரு பார்வையற்ற சிறுவனும், நடக்க முடியாத சிறுமியும் பாதுகாக்கப்படுகிறார்கள். பாராட்ட வேண்டிய பணி நீலகிரி மாவட்ட தொண்டர் அணி, உடனடியாக மின்சாரத் தொடர்பைத் துண்டித்ததுதான். என் உள்ளிட்ட சிலருக்கு உள்காயம். ஒருவருக்கு தலையில் காயம்.

இதுவன்றி பெரிய அசம்பாவிதம் வேறு இல்லை. ஒரே கூக்குரல். இத்தனைக்கும் இடையில் அத்தனை பேரிடமிருந்தும் ஒரே ஒரு பெருமூச்சு, என்ன வார்த்தையோடு தெரியுமா? நல்லவேளை! இப்பொழுது சரிந்து தொலைந்ததே. தலைவர் வந்தபின் ஆகியிருந்தால் ஐயோ! நினைக்கவே பதறுகிறதே. இந்த வயதிலும் நமக்காக உழைத்திடும் அந்த மாமனிதருக்கு இந்தக் கொடுமை வேறா? தேம்பி அழுகிறான் ஒரு தோழன். என்ன காரணம்? காயம் ஏதும் பட்டு விட்டதா? என்று வினவினால் தேம்பலுக்கிடையே திணறித் திணறிப் பேசுகிறான்! அய்யா! நல்லவேளை தலைவர் இல்லையே. ஒருவேளை இருந்திருந்தால் அய்யோ! அய்யோ! என தலையில் இறுக்கிக் கொள்கிறான். கலங்காதே? நம்மைப் போன்ற தொண்டர்களின் அன்பு அவருக்குக் கவசமாக இருந்து காக்கும். அவருக்கு நம்மீது உள்ள அன்புதான் நமக்கு வந்த ஆபத்துகூட இடர் விளைவிக்காமல் போய் விட்டது. இந்தக் குடும்பம் பல்லாயிரக்கணக்கான இத்தனை பேரை உள்ளடக்கிய குடும்பம். அந்தக் குடும்பத்தின் தலைவர் அவர், அவரால்தான் நாம் வாழ்கிறோம், நமக்காக அவர் வாழ்கிறார். இது நமக்கு ஒரு படிப்பினை. அவர் நம்மை எச்சரிக்கிற பலவற்றில் இந்த

மேடை விஷயமும் ஒன்று. அவர் இங்கே வராமல் இருந்தது. கழகத்தின், தமிழரின் நல்ல நேரம் என்றுதான் கருதவேண்டும்.

மாவட்டச் செயலாளர் நண்பர் முபாரக் அவர்கள் தன் கன்னி முயற்சியாக தேர்தல் நிதிக்கு திரட்டித் தந்தது ஐந்து லட்ச ரூபாய். அதற்கான முழு மகிழ்ச்சியை பாவம் அவரும் பெற்றிட இயலவில்லை. உறுதுணை புரிந்தோரும் பெற்றாரில்லை. இத்தனைக்கும் இந்த சின்ன இடரே காரணமாக அமைந்து விட்டது. விழா பின்னர் தலைவரின் வழக்கமான இயல்புக்கேற்ப நடந்து முடிந்தாலும் மனதில் உள்ள நெருடல் எதிர்காலத்தில் கடமையாற்றுகிற போது கொள்ள வேண்டிய எச்சரிக்கை உணர்ச்சியை நினைவுபடுத்திக் கொண்டேயிருக்கிறது.

கண்ணிமைக்கும் நேரத்தில் கடுகி வந்த இந்த விபத்து நமக்கு ஒரு பாடம், எச்சரிக்கை. புத்தி கொள்முதல். தூசியின் துகள் கூட அவரைப் பாதிக்காத அளவிற்கு பாதுகாக்க வேண்டிய பொறுப்பில் இருக்கின்ற நாம், எவ்வளவு பெரிய காரியத்தில் அசட்டையாக இருந்து விட்டோம். இது தமிழ்நாடு முழுதும் உள்ள கழகத் தோழர்களுக்கு ஓர் எச்சரிக்கை.

தலைவரை அழைக்க வேண்டும். மக்கள் மத்தியில் எழுச்சியை உருவாக்க வேண்டும். விழா சிறப்புற அமைய வேண்டும். இந்த நோக்கங்களில் குறையேதும் இல்லை. ஆனால் நம் தலைவருக்கு காவல்துறை கிடையாது, கறுப்புப் பூனை கிடையாது, அரசாங்கப் பாதுகாப்பு கிடையாது. அத்தனையும் நாம்தான் என்கிற பொறுப்புணர்ச்சி. நம் தலைவர் என்பதால் நமக்கு நேசம் அதிகமிருக்கலாம், அவர் நாளைய நாட்டின் நம்பிக்கை நட்சத்திரம், கதியிழந்து, வாழ்விழந்து, இல்லாமையால், இயலாமையால் வாடும் தமிழின மக்களின் காவல் தெய்வம்.

அவர் வாழ்வதால் நாம் வாழ்கிறோம். அவரை நாம் காப்பது நம் முதல் கடமை. இனி மேடைகளில் தேவையற்ற கூட்டம், அநாவசியமான இடைஞ்சல்கள், மாலை அணிவிக்க வருகிறேன் என்று அங்கேயே தங்கி விடுகின்ற சாமர்த்தியம், இவைகளை தவிர்த்து, பொறுப்பு யாருடையதாக இருந்தாலும், கடமை நமக்கென உண்டு என்று உணர்ந்து பாதுகாப்புப் பணிகளில் ஈடுபடுவது என்கின்ற உறுதியினை இளைஞர் அணித் தோழர்கள் முன்னணியினரின் முன்னிலையில் ஏற்போம்! இனி ஒரு விதி செய்வோம்! அதை எந்நாளும் காப்போம்!

15.10.1988

3

கனவு நனவாகிறது!

போர்க்களமாக இருந்தாலும் போராட்டக் களமாக இருந்தாலும் அதிலே தீவிரமாக ஈடுபட்டு இருப்பவனுக்கு தாக்குகின்ற சக்தியை விட தாங்குகின்ற சக்தி அதிகம் தேவை என்பதை அண்மைக்கால தமிழக அரசியல் வலுவாகவே வலியுறுத்தியுள்ளது.

புராணக் கதைகளில் நல்ல காரியங்களுக்கு யாகம் வளர்க்க முனைபவர்களை எரிச்சலூட்டி அதை நிறுத்துவதற்கு அசூரர்கள் முயல்வார்கள் என்று படித்திருக்கிறோம். ஆனால் அந்த அதே உணர்வை இன்றைய நவீன வாழ்வின் நடைமுறையிலும் பார்க்கிற போது ஆச்சரியத்திற்கு மாறாக வேதனைதான் அதிகமாகிறது.

தூய்மையான எண்ணங்கள், ஒழுக்கமான நடத்தை, நாகரிகமான அரசியல் எங்களுக்குத் தேவையென குரலெழுப்புவோர், இந்தக் குண முடையோரை எதிர்ப்பதற்கும், ஒழிப்பதற்கும் முனைந்து நிற்போருக்கு எப்படி ஆதரவு தருகிறார்கள் என்பது புரியவில்லை.

கடவுள் அவதாரங்களுக்கும், மகான்களுக்கும் அப்பாற்பட்டு மனிதனாகப் பிறந்து சராசரி வாழ்க்கை வாழ்ந்தவர்களில், "தன்னைத் தாக்கியவனை திருப்பித் தாக்காமல் தாங்கிக் கொள்ள பக்குவப்படுத்திக் கொள்" என்று முதன் முதலில் போதித்த மனிதருள் உத்தமராம் மகாத்மா காந்தி மறைந்துவிட்டதாக மண்ணுலகம் சொல்லுகிறது. நான் நம்பவில்லை. காந்தி இன்னும் கலைஞருடைய உருவத்தில் வாழ்ந்து கொண்டிருப்பதாகவே கருதுகிறேன்.

இலட்சியவாதி எரிச்சலுக்கு ஆளானால் அவன் ஏற்றுக் கொண்டிருக்கிற காரியம் கெட்டுப்போகும். எடுத்துக்கொண்ட சிரத்தையும், ஏற்றுக்கொண்ட கஷ்டங்களும் பொருளற்றதாகப் போய்விடும். இந்த உண்மையை உணர்ந்து செயல்படும் பக்குவம் எல்லோருக்கும் வருவதில்லை.

எனக்குத் தெரிந்தவரை காந்தியை அவருடைய வாழ்நாளில் அவமானப்படுத்தும் நோக்கோடு எவனும் தாக்க முயற்சித்ததாகப்

படித்ததும் இல்லை, கேட்டதும் இல்லை. சுடப்பட்டு உயிர்பிரியும் நிலையில் கூட சுட்டவனை மன்னியுங்கள் என்று சொன்ன அந்த மகாத்மா, ஒருவேளை வாழ்ந்த நாட்களில் அடிபட நேர்ந்திருந்தால் என்ன செய்திருப்பாரோ அதை செய்து காட்டியிருக்கிறார் தலைவர் கலைஞர். அதுவும் இருபத்தோராம் நூற்றாண்டில் நுழையும் இந்த நேரத்தில் அந்தக் காலத்து அரசியல் நாகரீகம் இல்லையே என்று அங்கலாய்ப்போர் கண்ணுக்கு ஏன் அண்ணன் கலைஞர் தென்படவில்லை? ஒருவேளை இந்த உயர்ந்த தன்மைகளெல்லாம் "அந்த" அவர்களிடம் இருந்தால்தான் ஏற்று ஒத்துக்கொள்வார்களோ?

ஆட்சிக் கட்டிலிலே அமர்வது அதிலே கிடைக்கிற அதிகாரத்தையும், அதன் மூலம் கிடைக்கக்கூடிய ஆதிதமான சுகத்தையும் அனுபவிப்பதற்கல்ல. அந்த அரசாங்கத்துக்குட்பட்ட மக்களின் நிலை உயர உழைப்பதற்கு மட்டுமே.

உணர்ந்து செயல்படுகிற ஒரு அரசாக இன்றைக்கு கழக ஆட்சி.

ஆர்த்தெழுந்து அலைகடல்போல் அல்லாடிக் கொண்டிருந்த என்னையொத்த இளைஞர்களின் போக்கு, இன்று தெளிந்த சிற்றோடை போல் சலசலத்தோடுகிறது. என்ன காரணம்?

எதிர்காலத்தை ஏக்கத்தோடு, சூன்யமாகவே மாறிப்போய் விடுமோ என்று அஞ்சி வாழ்ந்தவனுக்கு, படித்து விட்டு வேலை கிடைக்காமல், வேலை கிடைக்காததால் மரியாதை கிடைக்காமல் நடைப்பிணமாய் வாழ்ந்து கொண்டிருந்தவன், இன்று நம்பிக்கை தேன் துளியால் புத்துணர்ச்சி பெற்றிருக்கிறானே புலப்படவில்லையா? புது வாழ்வு தேவையென பொங்கியெழுந்தோர்க்கு.

சமுதாய முன்னேற்றத்திற்கு சில தடைகள், அவை வேர்விட்டு படர்ந்து வலுப்பெற்று அதுவே சமுதாய நீதியாகி விடுமோ என்கிற அளவுக்கு வளர்ந்து நிற்கும் நேரத்தில், ஆணி வேரை கண்டுபிடித்து வெட்டியெறியும் அனுபவ அறிவு இன்று கோட்டையிலே இருப்பதால் நினைத்துப் பார்க்க முடியாத அதிசயங்களையெல்லாம், இன்று திட்டங்களாக நடைபோட்டு வருவதைக் காண முடிகிறதே.

இதற்குத்தானே அரசாங்கம், இதற்குத்தானே நாடாள்வோர். பொறுப்புணர்ந்து செயல்படும் இது போல ஒரு ஆட்சி வெறும் கனவாகத்தானே இருந்தது ஒரு காலத்தில்.

ஜாதி அமைப்புகளால் காலங்காலமாக பின் தங்கியிருந்தோர் முன்னேறுவதற்கெனத்தான் வகுப்புவாரி பிரதிநிதித்துவம் நடைமுறைப் படுத்தப்பட்டது. அதேபோல் சமுதாயப் பழக்கவழக்கங்களால் காலங்காலமாய் நியாயமான சலுகைகள் எதுவும் பெறமுடியாமல், அலங்காரப் பதுமைகளாய் கடமையாற்றும் இயந்திரமாய் இருந்த பெண் குலம் இன்று உண்மையான புதுவாழ்வுப் பெற்றிருக்கிறது.

ஆண்களைப்போல் பேண்ட் அணிவதாலும் இரண்டு சக்கர வாகனமோட்டுவதாலும் சமநிலை அடைந்துவிட்டதாக தங்களைத் தாங்களே ஏமாற்றிக் கொண்டிருந்த தமிழ்ச் சகோதரிகளுக்கு உண்மையான சமநீதி சட்ட ரீதியாக வழங்கப்பட்டிருக்கிறதே இன்று.

உணர்ந்து பார்க்க ஒருவருக்குமே உருப்படியாய் நேரமில்லை. கல்வியறிவு பெறுவதாலும் பொருளாதார முன்னேற்றத்தாலும் மற்றவரோடு சமமாய் நடமாடலாம். இது நடைமுறை வாழ்க்கை, இந்தத் துணையில்லாமல் நலிந்து வாழ்ந்தே பழக்கப்படுத்தப்பட்டுவிட்ட தமிழ்ச் சகோதரிகள் இன்று உண்மையான உயர்வு பெறும் நிலைக்கு அழைத்துச் செல்லப்பட இருப்பது அண்ணன் கலைஞர் ஆட்சியில்தான்.

எட்டாவது வரை படித்தால்கூட போதும், வேறு எவரும் உன்னை ஏமாற்றமுடியாத அளவிற்கு, அடிப்படைக் கல்வி பெற்றாலே போதும், உன் திருமணச் செலவிற்கு ரூ.5000.

தொடர்ந்து படிக்க விருப்பமா. இந்த அரசாங்கம் குலவையிட்டு வரவேற்று வாழ்த்தி கல்லூரி பட்டப் படிப்பு வரை இலவசமாகத் தருகிறது.

படித்து முடிந்தபின் ஆண்களோடு, பெரும்பான்மை இனத்தவரோடு, சமமாக நின்று போட்டியிடும் நிலை தவிர்க்க ஜாதியாலே நசுக்கப் பட்டவர்களுக்கு பாதுகாப்பு தருவதுபோல சமுதாய நடைமுறை வர்க்கத்திலே நசுக்கப்பட்ட பெண் குலத்துக்கென வேலைவாய்ப்பில் *30 சதவீத இட ஒதுக்கீடு. ஒன்றாவது, இரண்டாவது வகுப்பில் இனி பெண்கள் மட்டுமே ஆசிரியப் பணிக்கு நியமனம்.* போதுமா இது? புகுந்த வீட்டிற்கு செல்லும் போது பெற்ற தந்தையின் சொத்திலும் இனி பங்குண்டு. உடலில் இடது, வலது பேதம் பார்க்க முடியுமா? எதுவொன்று இல்லாமலும் இயங்குவது சாத்தியமில்லையே.

குடும்பத்திலும், இனி ஆண், பெண் பேதமில்லை. மகனுக்கு உண்டான சலுகை மகளுக்கும் உண்டு.

தந்தை பெரியார் கண்ட கனவுகளை அரசியல்ரீதியாகத்தான் நடைமுறைப்படுத்த இயலும் என்றுணர்ந்து இந்த இயக்கத்தைத் தொடங்கிய பேரறிஞர் அண்ணா வழியில் நின்று இன்று கனவிலும் கற்பனையிலும் மட்டுமே உலாவந்த நியாயமான ஆசைகள் கண்ணுக்கு நேரேயே நடைமுறை சாத்தியமாக்கிய தமிழக முதல்வர் அண்ணன் கலைஞரை பெண் உலகம் போற்றிப் பாதுகாக்க உறுதி பூணும் இனியாவது என்பது நம் எதிர்பார்ப்பு. 'நன்றி மறப்பதே நன்றல்ல' என்கிற போது. நன்றி சொல்லுவது நம் மண்ணின் இயல்புக்கு ஏற்றதல்ல என்கிற நம்பிக்கையும் உடனிருக்கிறது.

எனக்கொரு சந்தேகம், வரதட்சணை ஒழிய வேண்டும், பெண்ணினத்திற்கு சமத்துவம் வேண்டுமென போராட்டங்கள், பட்டிமன்றம், கருத்தரங்கம் நடத்திக் கொண்டிருந்தோர் எவருமே இந்த நடைமுறை சாதனையைப் பாராட்டக் காணோமே.

ஒருவேளை எல்லோரும் ஒட்டுமொத்தமாக வெளிநாடு பயணத்திற்கு போயிருக்கிறார்களோ?

நல்லதை வேண்டும் இந்த நாட்டு மக்கள் நல்லது செய்பவரை, அழிக்க நினைப்பவர்களுக்கு அனுதாபம் காட்ட முயற்சிப்பது ஏன்? புரியவில்லை.

நல்லவர்க்கு ஆறுதல் தந்து துணைநிற்க வேண்டிய கடமை மறந்தது ஏன்? தெரியவில்லை.

ஏடெடுத்து எழுத்தின் துணை கொண்டு நாட்டில் பல மாற்றம் தேவையென போர் தொடுப்போருக்கு இந்த நல்லவைகள் கண்ணுக்குப் புலப்படாமல் இருப்பது ஏன்? காரணம் புலப்படவில்லை.

ஆனால் ஒன்று பயன் பெறுகிறவர்களும், பயன் வேண்டுபவர்களும் துணை நிற்கிறார்களோ இல்லையோ இந்த தலைமுறையைச் சார்ந்த என் போன்றோரின் (இருபாலரின்) கடமை இப்பொழுது மிகுந்து நிற்கிறது.

நாங்கள் எதிர்பார்த்து ஏங்கிய நியாயமான எதிர்பார்ப்புகள், கனவாக மட்டுமே இருந்த தேவைகள் கண்ணுக்கு எதிரேயல்ல, கையிலேயே கிடைக்கும் போது இதை, இந்த நிலையை கட்டிக் காக்க வேண்டிய பெரும் பொறுப்பு எங்களுக்கே.

எப்பொழுதும் போல் மீண்டும் எழுப்பிக் கொள்கிற வினா, நான் என்ன பெற்றேன்? என்பதைவிட நான் என்ன செய்தேன்? இந்த வினா

எழுப்புபவனே, எழுப்பிக்கொள்பவனே வாழுகின்ற சமுதாயத்தின் வளருகின்ற தலைமுறையின் இரத்தநாளம், உண்மையான உணர்வு கொண்ட இளைஞன். என் உழைப்பின் ஒருபகுதி, ஏன் ஒரு துளி கூட வேறெதற்கும் இல்லாமல், இந்த மண்ணுக்கும், மக்களுக்கும் உழைக்கும் இயக்கத்திற்குப் போய்ச் சேருகிறதே அது பெருமை.

தன் தேவையை விட, ஆசைகளை விட, சமுதாய முன்னேற்றத்தைப் பெரிதென நாடும் இள உள்ளங்கள். தியாக உணர்வு படைத்தவர்கள் எவர் துணைநின்றாலும், நில்லாவிட்டாலும், இந்த ஆட்சியை, இந்த இயக்கத்தினை இந்தத் தலைவரைக் கட்டிக் காப்பார்கள்.

இது உறுதி!
இது ஒரு சபதம்!

22.05.1989

4

அணி திரள்வோம்! ஆர்த்தெழுவோம்!!

சில சம்பவங்கள்!

சில மனிதர்கள்!

சில இடங்கள்! சில ஊர்கள்!

நினைக்கும்பொழுதே நெஞ்சைக் குளிர வைக்கும். சிந்தையை சிலிர்க்க வைக்கும்.

ஒவ்வொருவருக்கும் ஒவ்வொரு வகையில்! நந்தனாருக்கு தில்லை! கண்ணகிக்கு கோவலன்! பார்த்தனுக்கு குருக்ஷேத்திரம்! தேவதாசுக்கு துர்காபுரம் ரோடு!

என் வயதிற்கு, எனக்குக் கிடைத்த வாய்ப்பு வகையில் இதுவரை கால்கள் மண்ணைத் தொடுகிற போதே, உடலும், உள்ளமும் சிலிர்த்த இடங்கள் சில உண்டு. எல்லா இடத்திலும் உள்ள அதே மண் தான். அதே நிறந்தான். ஆனால் சில காரணங்களினால் சிந்தை சிலிர்க்கும் அந்த இடத்தில்.

கயத்தாறு

வீரத்திற்கு இலக்கணம் வகுத்த வீரபாண்டிய கட்டபொம்மன் தூக்கிலிடப்பட்ட இடம். கால்கள் மண்ணைத் தொடுகிறபோதே வீரமும், கண்ணீரும் சேர்ந்து கிளர்ந்தெழும்.

எட்டயபுரம்

உணர்வுகளை எண்ணங்களால், எண்ணத்தை, எழுத்துக்களால், உதிரத்தை உறையவைத்து உணர்ச்சியைத் தூண்டும் கவிதை வரிகளாய் வார்த்துத் தந்த எம்மான் பாரதி தோன்றி உலாவிய மண்.

தூத்துக்குடி துறைமுகம்

ஆதிக்க சக்தி, எத்தனைதான் வலியதாய் இருந்தாலும், ஆர்த்து எழும் உணர்வுகளைக் கொண்ட ஒரு தனிமனிதன் அதைத் தடுத்து தாண்டிச் செல்ல முடியும் என கப்பலோட்டிய தமிழனின்

பராக்கிரமத்தை உலகத்திற்கும், வரலாற்றிற்கும் உருவாக்கிவிட்டுச் சென்ற வ.உ.சி.யின் வாழ்வு பூரணம் பெற்ற இடம்.

பாண்டிச்சேரி

குயிலும் புரட்சி கீதம் இசைக்குமென்னும் பேருண்மையை புரிய வைத்த பாவேந்தனின் தொட்டில் ஆடிய மண்.

ஈரோடு

முடியவே முடியாது இனியென முடிவெடுத்து, அடிமை வாழ்வே அழியும்வரை சாசுவதம் என்று வாழ்ந்த மக்களின் வைகறையாய், அநீதிகளை அழித்தொழிக்கும் பூகம்பமாய், மனிதனுக்கு மனிதன் எந்த வகையிலும் பேதமில்லை எனும் சாதாரண தத்துவத்தை, யுகங்களுக்குப் பின்னால், இரத்தமின்றி, கத்தியின்றி, யுத்தமின்றி நிலைநாட்டிய தந்தை பெரியாரைத் தந்த பூமி.

காஞ்சிபுரம்

சீன யாத்திரிகள் யுவான்சுவாங்கும், நாளந்தா பல்கலைக்கழகமும், சாற்றிய உண்மைகளையும், சரித்திரச் சான்றுகளையும் தாண்டி தமிழுக்கும், தமிழனுக்கும் புது சாசனம் தீட்டித் தந்து, புரியாத உண்மைகளை புவிக்குப் புரிய வைத்த, அறிவுக்கு எல்லை கண்ட அறிஞர் அண்ணாவை அகிலத்துக்குத் தந்த ஊர்.

திருவாரூர்

ஆரூரான எழுந்தருளியிருக்கும் திருத்தலம் என ஆத்திகர்களுக்கு மட்டும் அறிமுகமாயிருந்த ஒரு சாதாரண ஊரை, உலகத்தில் வாழும் தமிழனெல்லாம், வணங்கும், பின்பற்றும், தலைவனைத் தாங்கிய பெற்ற, திருக்குவளையை உள்ளடக்கிய திருவாரூர் எனும் பெருமைக்குக் காரணமான தலைவர் கலைஞர். தன் பாதங்களால் பதித்துத் தமிழின சரித்திரத்தை எழுதத் தொடங்கிய மாபெரும் பெருமை பெற்ற ஊர்.

மேற்குறிப்பிட்ட இடங்களுக்கு நான் சென்றிருக்கிறேன். ஊர் சுற்றும் வேலை எனக்கு என்பதால், ஊதாரியாய் அல்ல.

குறிக்கோள் இல்லாத நாடோடியாய் அல்ல.

கொள்கைக்கு ஆள் சேர்க்கும் தூய நல் தொண்டுள்ளத்தோடு. வணிகனுக்கும், வழிப்போக்கனுக்கும் மாறுபட்டவனாய் நான் மேற்சொன்ன ஊர்களில் நின்று பரிதவித்திருக்கின்றேன்.

பரவசமடைந்திருக்கின்றேன்.

கயத்தாறும், தூத்துக்குடியும் கண்ணில் நீரை வரவழைக்கும், கொள்கைக் குன்றம் கட்டபொம்முவுக்கும், தீரர் வ.உ.சி-க்கும் ஏற்பட்ட முடிவை எண்ணி.

எட்டயபுரம் துயரத்திலும் சிரிக்க வைக்கும். அது பாரதி கற்றுத் தந்த அல்லது வாழ்ந்து விட்டுப் போன வாழ்க்கையின் பிரதிபலிப்பு.

ஆனால் ஈரோடும், காஞ்சியும், திருவாரூரும் சிலிர்க்க வைத்திருக்கிறது. சிந்திக்க வைத்திருக்கிறது. செயல்பட வைத்திருக்கிறது. காரணம்! இவர்கள் இலட்சிய பயணம் தொடங்கியவர்கள் என்பதோடு, அதில் வெற்றி கண்டவர்கள் என்பதோடு, தங்கள் கொள்கையைத் தாங்கவும், காக்கவும் அழியாத, அசராத படை வரிசையை உருவாக்கித் தந்தவர்கள் என்கிற பெருமையின் காரணத்தினால்.

கயத்தாறும், தூத்துக்குடியும், எட்டயபுரமும், புதுவையும், ஈரோடும், காஞ்சியும் தந்த தங்கங்களைக் காணவும், அவர்களோடு வாழவும் வாய்ப்பினைப் பெறாத தலைமுறையைச் சார்ந்த எம் போன்றோர் இவர்களின் உருவமாய் இன்று வாழும் கலைஞர் காலத்தில் வாழ்கிறோம் என்பது நாங்கள் பெற்ற பேறு!

பெரியார் சரித்திரம் படைத்த காலத்தில் மழலைகளாகக்கூட இருக்கும் வாய்ப்பில்லாத,

அண்ணா அரசியலில் அதிசயிக்கத்தக்க மாற்றங்களை உருவாக்கும் போது விவரந்தெரிந்த இளைஞர்களாக இல்லாத நாங்கள்,

கலைஞர் சரித்திரம் படைக்கும் காலத்தில், களத்தில் நிற்கும் சிப்பாய்களாக ஆகின்ற பேறு பெற்றிருக்கிறோம்!

அழியாத பணியாற்றிடவேண்டும் அவரைப் போல். தணியாத ஆசை மனதிற்குள்.

சரித்திரம் படைத்திடவேண்டும்... சரியான வழியில்.

ஏங்கும் மனத்திற்கு, துடிக்கும் ஆர்வத்திற்கு... வடிவமைத்துக் கொடுத்த முத்தமிழ் அறிஞர், தலைவர் கலைஞர் பாதையில் பயனுற காரியங்கள் பல ஆற்றிட வேண்டும். ஆர்வங்கொண்ட மனங்கள் ஆலோசனை நடத்தின அண்ணன் ஸ்டாலின் தலைமையில்!

ஆராய்ச்சியின் முடிவாக அல்ல, தொடக்கமாக...

தலைவர் பிறந்த மண்ணாம் திருவாரூரில் குறைந்தது பத்தாயிரம்; அறிஞர்களை நினைத்த நேரத்தில் அழைத்து, கலந்து பேசுவதற்கு தயார் நிலையில் நிறுத்திடவேண்டும் என்பது முதல் முடிவு.

சாத்தியமா இது!

பத்தாயிரம் அறிஞர்களை சிறையில் வைத்துப் பூட்ட இயலுமா?

அப்படியே பூட்டினாலும் அழைத்த நேரத்தில் வந்து ஆலோசனை வழங்குவார்களா? எழுந்தது சந்தேகம்.

அதே நேரத்தில் சந்தேகத்தின் மூளையை வேரோடு கிள்ளி எறிந்து கிடைத்த பதில்-சாத்தியம்.

ஆலோசனை தேவையென்றால் அறிஞர்களை பூட்டி வைக்க வேண்டியதில்லை. அவர்கள் தீட்டிய எழுத்தோவியங்களை, வடித்தெடுத்த வரலாற்று நூல்களை, கவினுறு காப்பியங்களை, கவிதை வரிகளை, அடுக்கி வைத்தாலே போதும்.

ஆர்வமெழும்போதும்.

அவசியம் நேரும்போதும் தேடிப் பிடித்து தெளிவு பெற்றிடலாம்.

கிடைத்த இந்த விடையை செயல்வடிவுக்குக் கொணர வேண்டும். எவர் ஏற்பது இந்த ஏற்றமிகு பொறுப்பை? எவரிடமிடுவது இந்த பொறுப்புமிக்க காரியத்தை!

விளையாட்டு சேதியல்ல. விதியை நிர்ணயிக்கும் மதியைக் கொண்டு காரியமாற்றிட வேண்டும். கடுமையான காரியம், முழுமையாக நிறைவேற்றப்பட்டாக வேண்டும். சிந்தனை! யோசனை! முடிவு!

தம்பி கு.தெ.முத்து,

திருவாரூர் நகர இளைஞர் அணி அமைப்பாளர்.

அண்ணன் தென்னன் அவர்களின் மகனிடம்,

தலைவர் கலைஞர் அவர்களின் வார்த்தையில்,

'தென்னங்கன்று' -

அவரிடம் பொறுப்பு ஒப்படைக்கப்பட்டது.

அண்ணன் தென்னன் தலைவர் கலைஞரின் ஆருயிர்த் தோழன்.

1976-ஆம் ஆண்டு முழுவதும் என்னை திருச்சி மத்திய சிறையில், மிசா கொட்டடியில் பொத்தி வளர்த்த தாய்க்கோழி.

அவர்களின் பெருமையை இங்கே தனியாக பேசுவதைவிட, அவர்கள் நாடிய குறிக்கோளுக்காக, மேற்கொண்டிருக்கும் இலட்சியப் பயணத்தின் இன்றைய படை வீரர்கள் நாங்கள், அவர்கள் வழியில் ஆக்கபூர்வமாக பணியாற்றிடவேண்டும். இதுவே அவர்களுக்கு நாங்கள் சேர்க்கும் பெருமை. தேவையைத் தெரிந்து, அதைத் தீர்க்கும் வழியறிந்து, அடையும் முறையுணர்ந்து, செல்லும் பாதையின் திசையறிந்து செயல்படத் தூண்டிய துடிப்புமிக்க அதே நேரத்தில் பொறுப்புமிக்க இளைஞர் கோட்டத்தை சேர்ந்த நாம் அணிவகுக்கின்றோம் அண்ணன் ஸ்டாலின் தலைமையில்!

தலைவர் பிறந்த திருவாரூரில் ஜூன் மாதம் 15-ஆம் நாள் 'கலைஞர் நூலகம்' திறப்பு விழா!

கருத்து தெளிவுபெற்று, கழகத்தின் கொள்கை காத்து, இலட்சியத்தில் வெற்றி பெறவிருக்கும் இளைஞர்களுக்கு ஒரு 'பிரிட்டிஷ் கவுன்சில்' - 'ஒரு கன்னிமரா' -என்கிற அளவிற்கு உருவாக்கப்பட்டிருக்கும் கருத்துக்களின் பெட்டகம்.

எத்தனையோ அறிஞர்களின், எத்தனையோ இரவும் - பகலும், எவ்வளவோ சிந்தனைகளும், ஆலோசனைகளும், விவாதங்களும். இவைகளின் விளைவாக வடிவம் பெற்றிருக்கும் நூல்களின் அணி வகுப்பு.

இதன் தொடக்கத்தை விழா எடுத்துக் கொண்டாடுகிறது இளைஞர் அணி எழுச்சியோடு.

ஆர்ப்பாட்டமில்லை, ஆடம்பரமில்லை, ஆணவமில்லை, ஆனால் எழுச்சியுண்டு, ஏற்றமுண்டு என்கிற வகையில் விழா.

கவியரங்கம், கலைநிகழ்ச்சி. கட்டுப்பாட்டுக்கு இலக்கணம் வகுக்கும் காளையரின் அணிவகுப்பு. கருத்தரங்கை நிகர்த்த ஆன்றோர்களின் படத் திறப்பு நிகழ்ச்சி. இத்தோடு மூத்தோர்களின் வாழ்த்தும், தளபதி மு.க.ஸ்டாலினின் நிறைவுரையும் என ஏற்றங்கொள்ள இருக்கிறது இந்நிகழ்ச்சி.

ஜூன் 15-இல்

இது வெறும் விழாவல்ல...

வேலையற்றோர், பொழுது போகாமல் கழைக் கூத்தடிக்கும் வெற்றுப் பொழுதுபோக்கல்ல.

அழியக்கூடாத இயக்கத்தின் அடுத்த தலைமுறையைச் சார்ந்த அரிமா கூட்டம் அணிவகுத்து நின்று, திட்டமிட்டு காரியமாற்றும் செயல்களில் ஒன்று.

விழா நடப்பது தஞ்சையில். எனவே தஞ்சையைச் சார்ந்த அத்தனை இளைஞர்களும், தஞ்சைக்கு அருகாமையில் திருச்சி, புதுக்கோட்டை. எனவே அவர்களும் சேர்ந்து என்னும் நிலை தாண்ட, தமிழகத்தின் பட்டி தொட்டியிலுள்ள இளைஞரெல்லாம் அணிவகுக்க வேண்டிய இடம் திருவாரூர் நகரம், ஜூன் 15-இல்.

இது நாம் எடுக்கும் விழா. நாம் திறக்கும் ரசிகர் மன்றமல்ல!

நாம் உருவாக்கும் நூலகம்!

வரலாற்றை உருவாக்கிய தலைவனை உருவாக்கிய மண்ணில் 'கலைஞர் காலப் பெட்டகமாம்' நூலகம்!

ஆர்த்தெழுவோம்! அங்கே அணிவகுப்போம்!

அநீதிகள் நம் எழுச்சிக் கோலத்தின் எதிரொலியாக அழியட்டும்! அநியாயங்கள் தொலையட்டும்!

அடிப்படையில்லா ஆர்ப்பரிப்புகள் அடங்கட்டும்.

திசையெட்டும் புகழ் பரப்ப, கழகத்தின் கொள்கை முழக்கி, கலைஞரின் வழி நடக்க மேலும் உறுதி பெற திரளுவோம்.

'திருவாரூர் பெரு நகரத்தில்!
வாரீர்!
வாரீர்!!
சங்கநாதமெழுப்பி –
சிலிர்த்திடும் சிங்கமென.'

15.06.1990

5

பிப்ரவரி 28 - ரயில் நிறுத்தப் போராட்டம்! வெற்றிவாகை சூட விரைந்து வாரீர்!

கலகலத்துப் போய்விட்டது கழகக் கூடாரம் எனக் கண்மூடித் தனமாகச் செய்யப்பட்ட பொய்ப் பிரச்சாரங்கள் தூள் தூளாக்கப் பட்டிருக்கும் நேரம்.

உண்மையாக இருக்கக் கூடாதா என ஏங்கியவர்கள். இருக்குமோ என எண்ணியவர்கள்; தலைவர் கலைஞர் தலைமையில் கழகக் கோட்டை கம்பீரமாய் நிமிர்ந்து நிற்பதைக் கண்கூடாய் கண்டு, ஒத்துக்கொண்டிருக்கும் நேரம்.

தலைவரின் ஐந்து கடிதங்களுக்கு தலைநகர் திணறுகிற அளவிற்கு கழகத் தோழர்கள் திரண்டு வந்து வலிமையை வெளிப்படுத்திய சமூகநீதிப் பேரணி!

பொதுக்கூட்டம் என்கிற பெயரால் மாநாடு நடத்தி மமதையாளர்களின் ஆசையில் மண் விழச் செய்த தலைவர் கலந்துகொண்ட கரூர் பொதுக்கூட்டம்!

17-ந் தேதியோ புலிக்கொடி தாங்கிய சோழப் பேரரசின் புலிப்படையின் கம்பீரமான அணிவகுப்பைப்போல் தலைவர் கலைஞரின் பட்டாளத்து சிப்பாய்கள் கறுப்பு சிவப்புக் கொடி தாங்கி ஏறியிருக்கும் விலைவாசி குறித்து அக்கறையில்லாத அரசாங்கத்தின் ஆணவப் போக்கைக் கண்டித்து போர்ப்பரணி பாடிவந்த சைக்கிள் பேரணி!

கோடை காலத்தின் உச்சிநேர சுட்டெரிக்கும் வெயில்! கழகக் காளைகளுக்கோ கலைஞரின் நினைவுச் சிந்தையிலே நிறைத்திருந்ததால் அது தண்ணொளி வீசும் குளிர் நிலவாய்தான் தெரிந்தது.

செயற்குழுவின் ஒரு தீர்மானம், தலைவரின் அன்பு உடன்பிறப்பிற்கு மடல் ஒன்று. தமிழகம் 17-ந் தேதி முழுவதும் கறுப்பு சிவப்புக் கொடிக்காடாய், நகரங்களின் வீதிகளில், கிராமங்களில், பட்டி தொட்டிகளில், உங்களுக்கு நாங்களிருக்கிறோம் என்கிற நம்பிக்கையை

கதியிழந்து போனோம் நாங்கள் என கலங்கி நின்ற மக்களுக்கு, தந்துச் சுற்றிச் சுழன்ற பேரணி! கொடுத்த கடமையை நிறைவேற்றியிருக்கிறோம் என்று நெஞ்சத்து அன்பாலேயே தலைவருக்கு செய்தி அனுப்பிய கழகத் தோழர்கள்!

காணோம்! கழகத்தில் எவரையும் காணோம் என்றார்கள்.

ஆம்; சிலரைக் காணவில்லை. பதவி பெற்றோர்; பல்லிளித்தோர்; தலைவரின் காலிலே மண்டியிட்டு தெரியாமலே குழிபறித்தோர். புறம்பேசி சிந்தையை திசை திருப்ப முயற்சித்தோர்; தலைவரின் கடைக்கண் பார்வையால் கற்பனையில் நினைக்காத இடத்தை யெல்லாம் அலங்கரித்து மகிழ்ந்தோர். இவர்தான் இன்றில்லை.

எஞ்சியிருப்போர் எவர்?

என் உயிரினும் மேலான அன்பு உடன்பிறப்பே! என்று விளித்தவுடன் வங்கக் கடலின் அலை ஓசையை விஞ்சும் சுரவொலி எழுப்பிக் களிப்பானே அவன் இன்னும் அவருடன்தான்.

உடன்பிறப்பே என விளித்து முரசொலியில் மடல் தீட்டிப் போருக்கு அழைத்தவுடன் விளைவுகள் என்ன என்று வினவாமல் களங்காணத் துடிப்பானே அவன் இன்னும் கலைஞருடன்தான்!

கலைஞருக்கு ஒன்று என்றால் தன்னைத்தானே அழித்துக் கொண்டு அவரைக் காப்பாற்ற முனைவானே! அவன் இன்னும் இங்குதான்.

தலைவருக்கு இதுபோதும்! இந்தத் தொண்டனின் அன்பு போதும்! கோட்டைச் சிம்மாசனத்தைவிட தொண்டனின் இதய சிம்மாசனம் நூறுமடங்கு உயர்வு எனக் கருதும் தலைவர் அவர்.

நீண்டதூரம் கையிலே 'அண்ணா சுடர்' ஏந்தி ஓடி வரும் கழக இளைஞனின் உள்ளத்து உணர்வுக்கு உரிய அங்கீகாரத்தைத் தரும் உன்னதமான உயிர்த் தலைவர் அவர்.

எழுபது வயதிலும், இருபது வயது இளைஞனாய். தமிழினத்தின் மானங்காக்கும் மறவர் பட்டாளத்தின் தலைமைத் தளபதியாய். அரசு, அதிகாரம், ஆடம்பரம், சுகம் இவை நாடா தூய தலைவனாய்! போர்க்கோலம் பூண்டு, பகை உள்ளே காலை வைக்க விடாமல் எல்லை காக்கும் காவலனாய் விளங்கும் நம் தலைவர் கலைஞர்.

அடுத்து விடுத்திருக்கும் அழைப்பு பிப்ரவரி 28 இரயில் நிறுத்தப் போராட்டத்திற்கு!

சோறு கேட்டு அல்ல, சுகம் தரும் சொர்க்க போகம் வேண்டி அல்ல, வேறு எதற்கு?

தாய்த் தமிழ் தவழும் இத்தாய்த்திருநாட்டில் கால் பதிக்கத் துணியும் பேய் நிகர் இந்தியை எதிர்த்து நின்று விரட்டிட! 1938இல் ஊன்றப்பட்ட விதை; விருட்சமாய் வளர்ந்து தமிழ்க்குருதி ஓடும் இளைஞனின் நாடி நரம்பெல்லாம் வேர்விட்டு வியாபித்து நிற்கிறதே அந்த இந்தி எதிர்ப்பு உணர்வு!

உணர்வு உருவான காலத்தில் அதை உருவாக்கிய தலைவர்கள் தங்களின் ஒட்டுமொத்தப் பிரதிநிதியாய் விட்டுச் சென்றிருக்கும் தலைவர் கலைஞர்.

1938இல் ஓடிவந்த இந்திப் பெண்னே கேள்! நீ தேடி வந்த கோழையுள்ள நாடு இதல்லவே! என்று போர்ப் பரணி பாடிய அந்த இளைஞனின் குரல் இன்னமும் அதே கம்பீரத்தோடுதான் ஒலிக்கிறதே அல்லாமல் தேய்ந்து தீனமாய் சிதைந்து போகவில்லையே!

நடமாடும் இளைஞர்களின் நெஞ்சத்து உணர்வாக அவர்தானே இருக்கிறார்! மொழிக்காக உயிர் நீத்த உத்தமர்களின் உள்ள வேட்கை, அவர்கள் கல்லறையுடனேயே புதைந்து போகக் கூடாது என்கிற பொறுப்புணர்ச்சி நமக்கு வந்தது... எங்ஙனம்? எவர் இறந்தாலும் துக்கம் உண்டாகும். நெருங்கியவர் பிரிந்தால் துயரம் அதிகமாகும். நெஞ்சுக்கு நெருங்கியவர்களை இழந்தாலே வேதனை நீண்டநாள் அலைக்கழிக்கும். ஆனால் கொள்கைக்காக, இலட்சியத்திற்காக உயிர் நீத்தவர்களை நினைத்தாலே, நெஞ்சிலே துயரத்தைவிட, வேட்கையும் வேகமும்தானே பிரவாகமெடுக்கிறது.

சிங்கமாய் சிறைக்குச் சென்று சிதைந்துபோன சித்திரமாய் வெளியில் கொண்டு வரப்பட்ட தாளமுத்துவும், நடராசனும் தொடங்கி வைத்த வேள்வி. மொழி காக்க, உடலுக்கு தீயிட்டுக் கொளுத்திக் கொண்டு, இந்தி எதிர்ப்பு உணர்வை அணையா ஜோதியாய் நம் கையில் கொடுத்துவிட்டுப்போன தீரன் கீழப்பழூர் சின்னச்சாமி. அடக்குமுறையாளரின் ஆயுதத்திலிருந்து சீறி வந்த வீரியம் மிக்க தோட்டாவுக்கு தன் மார்பை தடைச் சுவராக்கி, வரலாற்றின் வைர வரிகளில் தன்னைப் பதித்துக் கொண்ட மாணவத் தோழன் சிவகங்கை

ராஜேந்திரன். விருகம்பாக்கம் அரங்கநாதன், கோடம்பாக்கம் சிவலிங்கம், மாயூரம் சாரங்கபாணி, சத்தியமங்கலம் முத்து, கீரனூர் முத்து, ஆசிரியர் வீரப்பன், விராலிமலை சண்முகம் இவர்களின் தியாகம் வெறும் சராசரி மனிதச் சாவாகக் கருதக் கூடியதா?

சிறைச்சாலை என்பது சித்திரவதைக் கூடம். அதிலும் தனிமைச் சிறை என்பது மனிதனின் மனதை வாட்டி வதைக்கும் வித்தைகளில் தலையாயது. தனிமைச் சிறையில், பாளையங்கோட்டையில், விஷப் பூச்சிகள் உலாவரும் இடத்தில் அறுபத்து மூன்று நாட்கள், துணிவு குறையாமல், ஊக்கம் குன்றாமல், மேலும் வீரியமிக்க மனிதனாய் மாறும் வல்லமையோடு நம் தலைவர் கலைஞர் மொழி காக்க தவமிருந்தாரே, வீணான நாட்களாக விட்டொழிக்க வேண்டியதா அந்தத் தியாகத்தை; மொழிகாக்கும் உணர்வை உருவாக்கியவர்கள் உயிரோடில்லை. உயிர் தந்து மொழிகாத்த தூயவர்கள் துயில் கொண்டுள்ளனர். கல்லறைகளில் தூங்காத நெஞ்சத்தினராய்.

இவர் அனைவரின் உள்ளமும், உணர்வும். ஊக்கமும் ஒருங்கே பெற்ற ஒரே மனிதராய் உலாவரும் வழிகாட்டியாய் நம் தலைவர் கலைஞர்.

உரை நிகழ்த்தலாம் எவர் வேண்டுமென்றாலும்! உரிமை கொண்டாடலாம் போவோர் வருவோரெல்லாம்! ஆனால் தகுதி யாருக்கு உண்டு? களங்கமற்ற மனசாட்சியுடைய எவரும் அட்டியின்றி ஒத்துக் கொள்வர். கலைஞரை விட்டால் நாதியில்லையென்று.

போர்க்கோலம் பூண்டு வா பிப்ரவரி 28-ந் தேதி ரெயில் நிறுத்தப் போராட்டத்திற்கு என முரசறைந்திருக்கிறார் தலைவர்.

வருங்காலத் தலைமுறையை வாடாமல் வாழ வைக்கத் துடிக்கும் உள்ளத்தின் அறைகூவல் அது!

பொறுப்புணர்ச்சியுடைய, பொங்கும் மொழியுணர்ச்சியுடைய எதிர்காலத்தில் விளையவிருக்கும் தீமையை உணர்ந்த கடமையாளர்கள் கூடிட வேண்டிய நாள் பிப்ரவரி 28. மாணவர்கள் மங்கி விட்டார்கள், மொழி காக்கும் போராட்ட உணர்வை பெற்றவர்களாயில்லை என்னும் கறைநீக்கக் கிடைத்திருக்கும் நாள் பிப்ரவரி 28.

வாய்க்கு ருசி, வயிற்றுக்குப் பசி, இவை தீர்க்கவே மனித வாழ்வு எனக் கருதும் சோற்றுப் பட்டாளங்களுக்கிடையில் இதற்காக எதையும் இழக்கும் கூலிப்பட்டாளங்களுக்கு மத்தியில்.

கொள்கை மறவர் கூட்டம் நாங்கள்; குயிலிசைக்கும் கீதமொத்த கொஞ்சுமொழி தமிழுக்குச் சொந்தக்காரர்கள் நாங்கள்; குன்றனைய உறுதிக்கு சொந்தக்காரர் மொழி காக்கும் மாவீரன் கலைஞரின் தொண்டர்கள் நாங்கள்! என ஓங்கிக் குரலெடுத்து, அணைந்து விடவில்லை ஆட்சியாளர்களே! இந்தி எதிர்ப்புக்கனல் எங்கள் உள்ளத்திலிருந்து, என கோட்டை கொத்தளத்தின் கோலோச்சிகளுக்கு உணர்த்திட மாணவர் பட்டாளம், கலைஞரின் ஆணையை நிறைவேற்றும் முதல் வரிசை வீரர்களாய் அணிவகுப்போம்? வந்த இந்தி சொந்த ஊர் தேடி ஓடிட போர்க்கோலம் பூணுவோம்! வெற்றி வாகையை தலைவரின் காலடியில் அர்ப்பணிப்போம்! வாரீர் படை திரட்டி!

21.02.1994

6
69 சதவிகித இட ஒதுக்கீடு: வெற்றி பெற்றதோ கலைஞர்! விருதுக்கு சொந்தம் கொண்டாடுவது வேறு சிலரா?

மதிப்பிற்கும் மரியாதைக்குமுரிய கழகத் தலைவர் அவர்களுக்கு வணக்கம்.

வரலாற்றில் மீண்டும் ஒருமுறை தங்களின் ராஜ தந்திரம் நின்று வென்றிருக்கிறது. ஆனால் வெற்றியின் விருதை சூடிக் கொள்ள யாரோ சிலரும், அதை அந்த சிலருக்கு சூட்டி விடவும், கொண்டாடவும் வேறு பலரும் செயல்படுகிறார்கள் என்பதைக் கண்ணுறுகிறபோது வேதனையாக இருக்கிறது.

தாங்களே பலமுறை கூறியிருப்பது போல, பொழிகின்ற வான்மழை நன்றியை எதிர்பார்த்து பொழிவதில்லை; ஓடுகின்ற நதி பிரதிபலனை எதிர்பார்த்தா செல்லுகின்ற பாதையை வளமுள்ளதாக்குகிறது?

மழைக்கும், நதிக்கும் உள்ள இந்தத் தன்மை தங்களுக்கு வேண்டுமென்றால் இருக்கலாம். அது இயற்கை. ஆனால் இந்த வளத்திற்கு, இதுதான் காரணம் என்று எடுத்து விளக்கும் பொறுப்பு என் போன்றோர்க்கு உண்டு.

நிகரற்ற ஓர் அறிவாளியின் கீழ், எவ்வளவு பெரிய பிரச்சினைக்கும் எளிதாக தீர்வு காணுகின்ற ஆற்றல் பெற்ற தலைவனின் கீழ், வீழ்ந்து கிடக்கிற நேரத்திலும், மார்பில் பாய்ந்து நிற்கும் வேலை எடுத்து மாற்றானின் களிறைத் தாக்கும் பண்டைய தமிழ் வீரனைப்போல், எந்த நேரத்திலும் பகையைப் பொறாது தாக்கும் வல்லமை பெற்ற தலைவனின் கீழ் பணியாற்றுகிறோம் என்பது, கோடிக்கணக்கில் குவித்து வைத்திருக்கும் செல்வச் சீமானைவிட நாங்கள் கொடுத்து வைத்தவர்கள் என்பதை நினைக்குந்தோறும் நெஞ்சைப் பூரிக்க வைப்பவை.

தமிழகத்தில் இடஒதுக்கீட்டுப் பிரச்சினை தீர்வதற்கு தமிழக முதல்வர் முயன்றது போலவும், பெருந்தன்மையோடு மத்திய காங்கிரஸ் அரசு ஒத்துக்கொண்டது போலவும் இனிமேல் வசனங்கள் தீட்டப்பட்டு நாடகங்கள் அரங்கேறும்.

ஆனால் தலைவர் அவர்களே! இந்த முடிவுக்கு மத்திய அரசை கொண்டு வந்தது தங்களின் முயற்சியே என்பதை நேரடியாக இல்லாவிட்டாலும், மறைக்க முடியாத நிலையில் உள்துறை அமைச்சர் சவான் கோடிட்டுக் காட்டியிருப்பது எந்த அளவிற்கு அழுத்தமான - தவிர்க்க முடியாத முயற்சியாக தங்களுடையது அமைந்தது என்பதை சுட்டிக்காட்டுகிறது.

வேறு யாராவது தங்கள் இடத்தில் இருந்திருப்பின் பிரச்சினைக்கு தீர்வு காண்பதற்கு மாறாக, தங்களுக்கு மட்டுமே, தங்கள் நுண்ணறிவுக்கு மட்டுமே தோன்றிய இந்த வழிமுறையை மனதிற்குள்ளேயே வைத்துக் கொண்டு, நாட்டிலே குழப்பத்தையும், கொந்தளிப்பையும் ஏற்படுத்தி ஆட்சிக்கு இக்கட்டான நிலையை உருவாக்கி, தங்கள் சொந்த நலனுக்கு வழிதேடிக் கொண்டிருப்பார்கள். ஆனால் ஊர் கூறுவதற்கு மாறாக, சில உன்மத்தர்கள் உளறித் திரிவதற்கு வேறாக, உண்மையிலேயே பிரச்சினை தீர வேண்டும் என்கிற எண்ணம் தங்களுக்கு இருந்த காரணத்தால், வழி தெரியாமல் எல்லாவற்றையும் குழப்பிக் கொண்டிருந்த அரசாங்கத்திற்கு, வழியையும் சொல்லி அதிலே முன்னேற்றத்திற்கான பாதையையும் உருவாக்கி, அரசு இதை ஏற்றுக்கொண்டால் விருப்பு வெறுப்பு இல்லாமல் ஒத்துழைக்கத் தயார் என தாங்கள் அறிவித்ததும்; தீர்க்கவே முடியாது எனப் பலர் அல்ல, பெரும்பாலானோர் கருதிய, பெரும் சூறாவளியே தமிழகத்தில் உருவாக்கப் போகிறது என்கிற பிரச்சினைக்கு கத்தியின்றி, யுத்தமின்றி, சத்தமின்றி தங்களின் புத்தி சாதுரியத்தால் மட்டுமே தீர்வு கண்டிருக்கிறீர்கள்.

வழக்கம்போல் பலனை அனுபவிக்கப் போகிறவர்கள், தங்கள் தங்கள் சொந்த வேலைகளிலும், உல்லாசம் தேடுவதிலும், சினிமா பார்த்து அதில் வருகிறவர்களை ரசித்து ஆதரவு தருகிற பெரும் முயற்சியிலும் ஈடுபடுவார்கள்.

நான்தான் இதற்குக் காரணம் என பரிவட்டம் கட்டிக் கொள்ள ஆட்சி, அதிகாரம், எல்லாவற்றிற்கும் மேலாக விசிறி எறிவதற்கு வெள்ளிப் பணமும் குவித்து வைத்திருப்பவர்கள் தீவிர முயற்சியில் ஈடுபடுவார்கள். விளம்பரக் கொழுக்கட்டைகள் (தங்கள் வாசகம்தான்) பத்திரிகைக்காரர்களின் வாயை அடைக்கும்.

ஆனால் எல்லாவற்றிற்கும் காரணமான, தகுதியுடைய தாங்களோ வானத்து சூரியனைப்போல் வேடிக்கை பார்த்துக் கொண்டு குமிழ்ச் சிரிப்போடு அறிவாலயத்தில் அமர்ந்து தமிழனின் அடுத்த வேதனைக்கு தீர்வு தேடிக்கொண்டு அமைதியாக பணியாற்றிக் கொண்டிருப்பீர்கள்.

காரணம் நாம் ஏழைகள். நம் உழைப்புக்கு அங்கீகாரமும், மரியாதையும் தரவேண்டியவர்கள் சிந்தனையற்றவர்களாய் நன்றி காட்டும் உணர்வு அற்றவர்களாய், மந்தைகளாய் மாறிவிட்ட அவலம்.

என்ன விந்தையான உலகம், எத்தனை விசித்திரமான மனிதர்கள், வாலிபப் பருவத்தில் உள்ள எங்களுக்கு, உணர்ந்து பார்க்கும் உணர்வு, இந்த இயக்கத்தால் தங்களால் பெற்ற எங்களுக்கு உள்ளம் குமுறுகிறது. குருதி கொதிக்கிறது.

ஆனால் ஒன்று! தலைவர் அவர்களே! வெறும் - குமுறலோடும், கொந்தளிப்போடும், புலம்பலோடும் எங்கள் உணர்ச்சி அலைகள் நில்லாது. இத்தனை ஆற்றலும்? தகுதியும் நிரம்பப் பெற்ற எங்கள் தலைவனை உரிய இடத்தில் உட்கார வைக்க வேண்டிய பணியினை, மேலும் முனைந்து நின்று செயல்படுத்த வேண்டிய கடமையை இப்பொழுது மேலும் அதிகமாக உணர்கிறோம், ஊர் ஊராக உங்கள் பெருமைகளை சுமந்து செல்வோம். உணர வேண்டிய கூட்டத்தின் முன் கடை விரிப்போம். கொள்வாரில்லை என்று விரக்தியடைந்து திரும்பாமல் விடாமுயற்சியோடு இந்த சமுதாயம் தங்களை, தங்களை மட்டுமே தன் தோளில் பல்லக்கு வைத்து சுமக்கச் செய்வோம். எக்காரணத்தை முன்னிட்டும், எந்த சபலம் எதிரே வந்து நின்றாலும் இவரை இறக்கிவிட மாட்டோம் என்கிற மனநிலைக்கு அவர்களை பக்குவப்படுத்துவோம்.

எங்கள் தலைவன் வரலாற்றுப் புத்தகத்தின் வழவழப்பான அட்டை அல்ல. வரலாறே அவர் தான். வரலாறு இருந்தால்தான் புத்தகம். புத்தகம் இருந்தால்தான் வழவழப்பான அட்டை. தாங்கள் எங்கள் மனதில் ஆழப் பதிந்திருப்பது போல் இந்த நெடிய வரலாற்றின் ஒரு பக்கத்தில் ஒரு வரியாக இடம்பெறுகிற அளவிற்காவது எங்கள் தொண்டு அமையும்.

வீர வரலாறே! எதிர்காலம் ஆழப் படிக்க இருக்கும் சரித்திரமே! வான்மழையின், வளமான நதியின் குணம் படைத்த எங்கள் தலைவனே! உங்களுக்கு உரியதை, உரிய காலத்தில் உங்கள் காலடிகளில் கொண்டு

வந்து காணிக்கையாக சேர்க்கும் கடமையை முன்னைவிட முனைப்புடன் நின்று ஆற்றுவோம். எங்கு இருந்தாலும் எங்களை இயக்கிக் கொண்டிருப்பது தாங்களே.

பெற்றவர்களைவிட, கட்டிய காதல் மனைவியைவிட, எங்கள் நெஞ்சில் அதிக நேரம் இருப்பதும் தாங்களே. எங்களுக்கும் உணர்வும், ஊக்கமும், விடாமுயற்சியும், அயராது உழைக்கும் தன்மையும், சோர்வடையாத உள்ளமும் தந்தது தாங்களே.

எதிரே நின்று ஏதேதோ சொல்ல முயற்சிப்போம். சூரியனைப் பார்க்கிற ஆசை மிகுதி. ஆனால் காண இயலாது. கண்கள் கூசுவதைப் போல் தங்களைக் கண்டவுடன் சிந்தனை ஓட்டமும், பேச்சும் தடுமாறும். நேரில் வெளிப்படுத்தினால்தானா கடமையாற்றிய நிறைவு கிடைக்கும்.

இராமனுக்கு அணில் ஆற்றிய பணியைப்போல், எங்கள் முதுகில் சுமக்க முடிந்த அளவிற்கு மண் சுமந்து பாலம் அமைத்துக் கொண்டிருக்கிறோம்.

மற்றவர்களுக்குத் தெரிந்ததோ இல்லையோ, ஒத்துக்கொண்டார்களோ இல்லையோ இராமனின் அன்பான அழிக்க முடியாத வருடல் அணிலுக்குக் கிடைத்ததுபோல், எங்களுக்கும் உங்கள் அன்பு வருடல் உண்டு என்கிற நம்பிக்கை நெஞ்சு நிறைய உண்டு.

17.07.1994

7

காவிரி நதியின் கரையில் ஒரு கருத்தரங்கம்!

ஆடி மாதத்தில் காவிரி ஆற்றைப் பார்ப்பது கண் கொள்ளா அழகு. இரு கரைகளையும் தொட்டுக்கொண்டு நிறைந்து ஓடுகிற அந்தக் காட்சி நெஞ்சில் உள்ள சுமைகளையெல்லாம் நீரோட்டத்துடனேயே அடித்துச் செல்லும்.

நல்ல பிள்ளைகளைப் பெற்றெடுத்த தாயைப் போல கம்பீரத்துடன், கண்ணிறைந்த கணவனையடைந்த காரிகையைப் போல பதட்டமில்லாத நிதானத்துடன், வயது வந்த பெண்ணின் துள்ளலுடன் எப்படிப் பார்த்தாலும் பொருந்தக்கூடிய பேரழகு காவிரித் தாய்க்கு உண்டு.

அந்தக் காவிரிக் கரையோரத்தில் தென்னையும், மாமரங்களும் அடர்ந்த தோப்புப் பகுதி ஒன்று பறவையினங்கள் மட்டுமே கூடுகட்டி வாழும் இரம்மியமானக் குடியிருப்பு பகுதி இனிமையான இதமான தென்றல் காற்று இருபத்து நாலு மணி நேரமும்.

இந்த இடந்தான் கழகத்தின் இளைஞர் அணி, மாணவர் அணி பயிற்சிப் பாசறை நடத்துவதற்கு இளைஞர் அணிச் செயலாளர் தளபதி ஸ்டாலின் அவர்கள் தேர்ந்தெடுத்த இடம்.

திருச்சி மாவட்டம் கரூருக்கு அருகில் நன்னியூர் என்கிற வளம் நிறைந்த கிராமம் காவிரிக் கரையோரத்தில் காந்தி என்ற கழகத்தின் முன்னோடி ஒருவரின் இல்லம்.

அறிஞர் அண்ணா இந்த இடத்திற்கு வந்து தங்கி கதையொன்று எழுதியதாக, தலைவர் கலைஞர் தனக்கே உரிய தனித்தன்மையோடு இந்தப் பேரழகை இரசித்ததாக, பேராசிரியர் வந்து சென்றதாக, மறைந்த அன்பில் அவர்கள் அடிக்கடி வந்துபோக விரும்புகிற இடமாக இது இருந்தது என்று சொன்னார்கள்.

அதற்கும் முன்பாக சோழ மன்னர்களின் விசுவாசமிக்க வீரர்கள் குதிரையேறி வந்து வீடமைத்துப் பயிற்சி பெற்றதாக இனித்திடும் வீரகாதையை சுவைபட உரைத்தார்கள்.

எங்கள் மூதாதையர்கள் உலவிய இடத்தில் எங்களுக்கு அறிவைத் தந்து, உணர்வை உணர்த்தி உழைப்பே உயர்வின் அடிப்படை என்கிற உண்மையை உதிரத்திலே கலந்து ஓடவிட்டிருக்கும், தலைவர்கள் நடமாடிய மண்ணில் இன்றைய இளைய தலைமுறையைச் சார்ந்த தேர்ந்தெடுக்கப்பட்ட முன்னூறு பேர் முகாமிட்டிருந்தோம்.

ஜூலை 29, 30 இரண்டு நாட்களும் தலைவர் கலைஞர் அவர்கள் அடிக்கடி வலியுறுத்தியதும், பொதுச் செயலாளர் பேராசிரியர் அவர்கள் வற்புறுத்தியதும், இந்தப் பயிற்சி வகுப்புகளை நடத்திடச் சொல்லித் தான் இளைஞர் அணியும், மாணவர் அணியும் முறையான பயிற்சி பெற்ற அமைப்புகளாக விளங்கிட வேண்டும். இந்த அணிகள் இலட்சியவாதிகளை உருவாக்குகிற உலைக்களமாக இருந்திட வேண்டுமே தவிர, உணர்வுகள் ஏதுமில்லா அரசியல்வாதிகளின் எண்ணிக்கையை உயர்த்துகின்ற கூடாரங்களாக இருந்திடக் கூடாது என்பது அவர்களது தூய விழைவு. எங்கள் இரண்டு நாட்கள் முகாமின் நோக்கமும் பயிற்சி பெறுவதுதான். பயிற்சி என்றால் வன்முறையைத் தீர்வாக நம்பிப் பெறும் ஆயுதப் பயிற்சியல்ல.

மக்களாட்சியின் மாண்புகளை உணர்ந்து, அறவழியில் அவைகளைக் காக்க, கழகத்தின் கொள்கைகளை ஐயந் திரிபுற அறிந்து கொள்ள முயற்சித்த பேராசை.

‘சிறு பிள்ளை இட்ட வெள்ளாமை வீடு போய்ச் சேராது’ என்கிற பழமொழியை பொய் மொழியாக்கிய நிகழ்ச்சி.

ஏதோ ஆசை, என்னவோ முயற்சி, எதுவோ நடந்தது என்று பெயருக்கு செய்யாமல் தளபதி ஸ்டாலின் அவர்களின் நேரடி மேற்பார்வை திட்டமிடல், முறைப்படுத்தப்பட்ட செயல்பாடுகள், வந்து கலந்து கொண்ட கழக முன்னோடிகள் முழுமையான, மனம் நிறைந்த பாராட்டுக்களைப் பெற்றுத் தந்தது.

குளிர்ச்சியைக் கெடுக்காமல், வெப்பத்தைத் தடுக்கும் பந்தல், மூன்று வேளையும் சுவைமிக்க உணவு, இடையிடையே சோர்வை நீக்க தேநீர், சிறு பலகாரங்கள் என்பதிலே தொடர்ந்து, குருகுல வாசம்போல அங்கேயே தங்கி ஓய்வெடுக்க இயன்றவரை வசதி, இது வேண்டும் என எவரும் கேட்கத் தேவையில்லாத பராமரிப்பு, சுற்றுப்புறச் சூழ்நிலை மன ஆரோக்கியத்திற்கு இன்றியமையாத ஒன்று. அத்தோடு பசித்த வயிறு கற்க முடியாது என்கிற உண்மையை உணர்ந்து, வயிற்றுக்கு உணவையும், சிந்தனைக்குத் தீனியும் தந்த சீரிய முயற்சி.

கூட்டம் எவ்வளவு சேர்ந்தது என்பது குறிக்கோள் அல்ல. வந்தவர்களில் எத்தனைபேர் தெளிவு பெற்றார்கள் என்பதே குறிக்கோளாக இருந்தது. நகரத்திற்குள் நடத்தினால் பொதுக் கூட்டமாக மாறிவிடும் நோக்கம் கெட்டுப் போகும். செலவு சிறிது அதிகமானாலும் பரவாயில்லை, ஊருக்கு ஒதுக்குப்புறமான பகுதியாகத் தேர்ந்தெடுங்கள், அங்கேயே தங்குங்கள், கலந்து பேசுங்கள், பலன் மிகச் சிறப்பாக இருக்கும் என்கிற கருத்தை வலியுறுத்தி அடிக்கடி பேராசிரியர் அவர்கள் கூறியதை மனதில் கொண்டு இடத்தைத் தேர்ந்தெடுத்து, திருச்சி, கரூர், அரியலூர் ஆகிய மாவட்டங்களை மட்டுமே உள்ளடக்கிய பழைய பிரிக்கப்படாத திருச்சி மாவட்டத்திலுள்ள, ஒன்றிய, நகர இளைஞர் அணி அமைப்பாளர்கள், துணை அமைப்பாளர்கள் கட்டாயமாகப் பங்கேற்றிட வேண்டும். இவர்களோடு அவரவர் பகுதியிலிருந்து ஐந்து பேர் மட்டும் பங்கேற்கலாம். இப்படியோர் அமைப்பு இல்லாத மாணவர் அணியின் சார்பில் 30 லிருந்து 100 பேர் பங்கேற்கலாம் என திட்டமிடப்பட்டது.

எதிர்பார்த்ததைவிட ஆர்வம் அதிகம் தெரிந்தவுடன் அச்சம் ஆட்கொண்டது. கூட்டம் பெருகி விடுமே, செலவு அதிகம் ஆகிவிடுமே என்றல்ல; வகுப்பறை என்கிற அந்தக் கட்டுப்பாடான நிலை மாறிவிடுமே என்கிற கவலை.

எனவே கண்டிப்பு காட்டப்பட்டது. தேர்ந்தெடுக்கப்பட்ட தோழர்கள் 300 பேர் வந்து குவிந்தனர், மலர்ந்த முகத்துடன் ஜூலை 29ஆம் தேதி.

முதல் நாள் காலை 10 மணிக்கு பொறுப்பெடுத்து ஏற்பாடு செய்த மூன்று மாவட்டங்களில் இளைஞர் அணி அமைப்பாளர்கள் நன்னியூர் ராஜேந்திரன், அன்பழகன், சுபா சந்திரசேகரன் ஆகியோர் வரவேற்புரை நிகழ்த்திட முன்னிலை பொறுப்பேற்ற கழகத்தின் இளைஞர் அணி துணைச் செயலாளர் அன்பில் பொய்யாமொழியும், கரூர் மாவட்ட கழக செயலாளர், சீரிய செயல் மறவர், இளைஞர்களின் வளர்சசி நேர்த்தியாக இருந்திட வேண்டும் என்பதில் அக்கறை கொண்ட அண்ணன் பரமத்தி சண்முகம் அவர்கள் முன்னிலை பொறுப்பேற்க, இளைஞர் அணிச் செயலாளர் அண்ணன் தளபதி ஸ்டாலின் அவர்கள் தலைமை உரை நிகழ்த்திய பின் பயிற்சி வகுப்புகள் தொடங்கின.

முன்னதாக வருகைப் பதிவேடு எடுக்கப்பட்டது. அவரவர்க்கு ஒதுக்கப்பட்ட இடத்தில் மட்டுமே அமர்ந்திட வேண்டும் என்கிற கட்டுப்பாடு, வலியுறுத்தப்பட்டது, கடைப்பிடிக்கப்பட்டது.

முதல் வகுப்பு; திராவிட இயக்க வரலாறு வரலாற்றுக் குறிப்புகளை தன் மூளையின் முக்கியப் பகுதியில் நிறைத்து வைத்து, உபகதைகளோடு, தொடர்புடைய நிகழ்ச்சிகளோடு, எதையும் எளிதில் விளக்கும் ஆற்றல் பெற்ற 'கொம்பன் யானை' என்று கழக முன்னோடிகளால் வர்ணிக்கப்படும் கொங்குத் தென்றல் அண்ணன் கோவை மு.ராமநாதன் அவர்கள், தென்னிந்திய நல உரிமைச் சங்கம் தோன்றியதற்கான காரணங்கள், தோற்றுவித்தவர்கள், வளர்த்தவர்கள், பட்டவேதனைகள், கடந்த காட்டாறுகள், அடைந்த அல்லல்கள், பெற்ற வெற்றிகள், சாதித்த சாதனைகள் என விவரிக்கத் தொடங்கி மாண்டேகு செம்ஸ்போர்டு சீர்திருத்தங்கள் உள்பட, தந்தை பெரியார் என்னும் பூகம்பத்தால் சமுதாயத்தில் ஏற்பட்ட பிரளயம், அறிஞர் அண்ணாவின் ஆர்ப்பாட்டமில்லாத அழுத்தமான அரசியல், தலைவர் கலைஞரின் பிரவேசத்தால் அரசியலில் எதிர்முகாம்கள் ஆட்டம் கண்ட சரித்திரம், அவர்தம் உழைப்பால் வென்ற களங்கள், முறிந்து விழுந்த துரோகக் கணைகள் என்று அடுக்கடுக்காய் ஆதாரத்துடன் வந்து கொட்டிய செய்திகள்.

அள்ளியள்ளி ஆர்வத்துடன் பருகினர், பாசறையில் பங்கேற்றிருந்த இளைஞர்கள்.

மூன்று மணி நேர இடைவிடாத உரைக்குப் பின்னால் தேவையான கேள்வி பதில் நிகழ்ச்சி.

ஆற்றிய உரையில் தெளிவு வேண்டியோ அல்லது உள்ளத்திலே கொள்கை தொடர்பாக உருத்திக் கொண்டிருக்கும் வினாக்கள் இருந்தாலோ கேட்கலாம் விடை கிடைக்கும் என தளபதி அவர்கள் அறிவித்து, மாணவர்களுக்கு ஓர் ஒலி பெருக்கி கொடுக்கப்பட்டு, ஆசான் பதில் சொல்லத் தயாரானார்.

அவ்வளவுதான்; கேள்விகளா? இல்லை கூரான கணைகளா! என ஐயுறும் வண்ணம் தொடர்ச்சியாக மாற்றி மாற்றி, அர்த்தம் பொதிந்த அவசியமான கேள்விகள் வந்து சூழ, அயராமல் பதிலிறுத்தார், நீண்ட விளக்கங்களோடு.

உணவு வேளையும் கடந்தாகிவிட்டது. ஒரு கட்டத்தில் இது கடலில் ஒரு துளியளவுதான். ஒரே நாளில் அனைத்தையும் உரைக்கவும் முடியாது உள்மனதின் சந்தேகங்களுக்கு விடையும் தரமுடியாது எனக்கூறி, நடந்தவரை, கூறிய அவசியமான செய்திகளில் தெளிவு பெற்றாலே முதல் கட்டப் பயிற்சி முழுமை பெறும் என்று கூறி முடித்தார். வேறு வழியில்லாமல் மதிய உணவு நேரம்.

எத்தனை உற்சாகம்! யார்? எவர்? என்கிற கேள்விகளைத் தகர்த்தெறிந்து, கழகத் தோழரென்னும் உறவு மட்டுமே தொடர்புக்குரியக் காரணம் என்று நிலை நிறுத்தி, சாதி மதவேற்றுமைகளை மறந்து அண்ணனாய், தம்பியாய் அரசியல் கட்சிக்குள் பழகிடும், ஆரோக்கியமான உறவை வளர்த்து வைத்திருக்கும் அற்புதமான இயக்கத்தின் அரும்புகள் கூடிக்குலாவி உணவருந்தி, இடைவேளை நேரத்தில் காவிரிக் கரையோரத்தில் மாமர நிழலில் வாழ்வின் நிரந்தரமற்ற நிலைகளை உணர்த்தும், தென்னை மரத்தின் நிழலில் கூடி உட்கார்த்து இயக்கக் கதைபேசி, இனித்திடும் எதிர்காலத்திற்கு இழந்திருக்கும் கலாச்சாரத்தை மீட்டெடுப்பதற்கு இனிதான மொழி காப்பதற்கு இத்திருநாட்டில் இன்றியமையாத கடமை குறித்து, தலைவரின் மேன்மை குறித்து, எத்தனை எத்தனையோ கருத்துப் பரிமாற்றங்கள்.

மூத்தவர்கள் கூறக் கேட்டிருக்கிறேன், காஞ்சியிலே ஒருமுறை அறிஞர் அண்ணா அவர்கள் கழகச் சொற்பொழிவாளர்களை எல்லாம் அழைத்து, குழுக்களாகப் பிரித்து, தலைப்புகள் கொடுத்து, விவாதிக்கச் சொல்லி, எடுத்த முடிவு குறித்து விளக்கந் தந்து உரையாற்றச் சொல்லி பட்டை தீட்டிய கதையெல்லாம்.

இன்று எங்கள் காலத்தில் அதே சரித்திரம் மீண்டும் மெருகு கெடாமல், பழமையின் பெருமை சிதையாமல், கால ஓட்டத்தினால் கருக்கழியாமல், தளபதி அவர்களின் சீரிய முயற்சியால் எத்தனையோ ஆண்டுகளுக்குப் பின்னால் உயிரோட்டத்தோடு.

எனக்குத் தெரிந்து ஒரு 20 ஆண்டுகளுக்குள்ளாக அவ்வப்போது நடைபெற்ற பாசறை வகுப்புகளில் நான் பங்கேற்றிருக்கிறேன். ஆனால் அவற்றைவிட இந்த முறை காரணம் அறிய முடியாத ஒரு புதிய எழுச்சியைத் தோழர்கள் மத்தியில் என்னால் காண முடிந்தது.

இதென்ன வேலை? என்கிற முணுமுணுப்பில்லை. மாறாக, மீண்டும் எப்போது வகுப்புத் தொடங்கும் என்கிற எதிர்பார்ப்பு இருப்பதைத் தெளிவாக உணர முடிந்தது. இவர்களின் மனநிலையை அறிவதற்காகவே ஒவ்வொரு குழு உட்கார்ந்திருந்த இடத்திலும் சிறிது நேரம் உட்கார்ந்து உரையாடி உள்ள ஓட்டத்தை அறிந்துகொள்ள முயன்றேன். இதைவிட ஒரு ஆரோக்கியமான மனநிலை அரசியலில் இருக்கும் இளைஞர்களுக்கு இருக்க முடியாது என்கிற திருப்தியான, தெளிவான கருத்து எனக்கு ஏற்பட்டது.

ஜூலை 29 மாலை சரியாக 4.30 மணி, மேடையில் தளபதி மு.க.ஸ்டாலினோடு ஆசிரியர்கள், வருகைப் பதிவேடு சரிபார்க்கப் பட்டது. மதிய இடைவேளையில் எவரேனும் தப்பிவிட்டார்களா? என்பதைத் தெரிந்து கொள்ள, ஆச்சரியம் 9 பேர் அதிகமாக இருந்தனர். விபரங்கேட்டபோது தெரிந்தது லேட் அட்மிஷன் என்று. மகிழ்ச்சியாக இருந்தது; முயற்சி தோல்வியுறவில்லை என்பதைவிட வெற்றி எளிதாக நெருங்கிக் கொண்டிருக்கிறது என்பதை உணர்ந்ததால்.

மாலை நேரத்தில் முதல்வகுப்பு - சமூகநீதி - ஆசான் கழகத்தின் தீர்மானக்குழுச் செயலாளர் அண்ணன் இரகுமான்கான். அவருக்கே உரிய பாணி, நகைச்சுவை இடையிடையே மின்னலாய்த் தெறிக்க, பட்டாசாய் வெடிக்க, ஆனால், தலைப்பிலிருந்து தடம் புரளாமல் சமூகநீதிக்கான அவசியத்தையும், அதை வென்றிட கழகமும், தலைவரும் எடுத்துக்கொண்ட முயற்சிகளையும் ஏற்றுத் தலைவரும் கொண்ட துன்பங்களையும், பல்வேறு காலக் கட்டங்களில் கண்ட முன்னேற்றங்களையும் புள்ளிவிவரங்களோடு அரசியல் சட்டத்தின் மேற்கோளோடு அழகாக விளக்கிய பின், வீரர்கள் இடையிலேயிருந்து மின்னலாய்க் கேள்விகள். அதைத் தொடரும் மழைத் தூறல்போல் அண்ணன் ரகுமான்கானின் பதில்கள், குறிப்பிட்ட நேரத்தோடு இதற்கும் ஓர் அளவு வைத்து நிறுத்தி, அடுத்த வகுப்பு உடன் தொடர்ந்தது.

மாலை நேரத்து மந்தகாசம், காவிரியாற்று நீரின் குளிர்ச்சியோடு, மரங்களின் ஊடே புகுந்து இனிமையான ஒலியெழுப்பி வரும் இதமான தென்றல், உடலையும் மனதையும் வருடும் மென்மையான நேரத்தில், தமிழை அதற்குரிய சரியான, அழகான உச்சரிப்போடு பேசுவதில் தனக்கென தனியிடம் பெற்று அதன் மூலமே தலைவர் நெஞ்சிலும், கழகத் தோழர்கள் இதயத்திலும், என்றென்றும் என் உள்ளத்திலும் வீற்றிருக்கும் சட்டப் பேரவையின் முன்னாள் தலைவர் இலக்கிய அணித் தலைவர் அண்ணன் தமிழ்க் குடிமகன் அவர்கள் 'சுயமரியாதை' என்னும் தலைப்பில் வகுப்பெடுக்க வந்தார்.

'தமிழர் யார்?' என்று நானும் பொய்யாமொழியும் தனிமையில் அவரிடம் தொடுத்த வினாவோடு, ஒலிபெருக்கி முன் வந்து இரண்டு மணி நேரம் மழையாய்ப் பொழிந்தார் - வாழ்வின் இனிமையான கணங்கள் அவை.

இடத்தை மறந்தோம், நேரத்தை மறந்தோம், செயல் மறந்தோம், கட்டுண்டு கிடந்தோம். அவர் தமிழுக்குத்தான் எத்தனை வசீகரம். எத்தனை செய்தி. அதில் எவ்வளவு உணர்ச்சி? சுயமரியாதை என்னும்

சொல் பழகிய சொல். ஆனால் அதனுள்ளே பொதிந்திருக்கும் ஆழமான, அவசியமான நம் மான உணர்ச்சி, அதை இளந்தோழர்கள் அன்று அவர் உரையின் மூலம் உணர்ந்தார்கள். தமிழ் 'தாத்தா' உ.வே.சா.வும், இராமானுஜ அய்யங்காரும், திரு.வி.க.வும், ராசா சர்.முத்தையா செட்டியாரும், தமிழிசையும், பெரியாரும் அவர்தம் பெருங்கொள்கைகளும், அண்ணாவும் அவர்தம் அரிய பண்புகளும், தலைவர் கலைஞரும், அவரின் பணியே இன்றைய நம் வாழ்வின் பாதுகாப்பிற்கு காரணம் என்பதற்கான கூற்றுக்களும் சரளமாய் அணி வகுத்து வந்து இரவு நேரத்து இனிமையைக் கூட்டியது.

மீண்டும் கேள்விகள், தெளிவான பதில்கள் - களைப்புற்றிருந்தார்கள். ஆனால் சோர்வு இல்லை. கலைந்து சென்று உணவருந்தி, இலட்சியத்தை வென்றெடுக்கும் கனவுகளோடு உறங்கிப் போனார்கள்.

மறுநாள் ஜூலை 30

பயிற்சிப் பாசறையின் இரண்டாம் நாள். முதல் வகுப்பு - 'மாநில சுயாட்சி' ஆசிரியர் - தலைமைக் கழகச் செயலாளர் துரைமுருகன்.

65ஆம் ஆண்டு இந்தி எதிர்ப்புப் போரில் மாணவத் தலைவர்களில் ஒருவர். அவர் பாணி நாடறிந்த ஒன்று. தூங்கும்போதுகூட அருகே இருப்பவர்களை சிரிக்க வைக்கும் ஆற்றல் அவரின் தனித்தன்மை, தனித்திறமை. கழகத்தின் அடிப்படை இலட்சியத்தை மேலோட்டமாகப் பார்த்துவிட்டு தவறானது என்று அவசரமாக பலபேரால் தவறாக தீர்ப்புக் கூறப்பட்டு, பெரும்பாலோரால் தெளிவாகப் புரிந்து கொள்ளப்படாத, ஆனால் வென்றெடுக்கப்பட வேண்டிய அவசியமான கொள்கையான 'மாநில சுயாட்சி' தத்துவத்தை எளிதாக்கி, சுருக்கமாகப் புரிந்து கொள்கிற வகையில் விளக்கினார்.

போருக்குச் செல்கிறவன் அதற்கான காரணத்தைப் புரிந்து கொண்டு செல்லுகின்ற பக்குவநிலையே போரில் தீவிரத்தைக் காட்டச் செய்யும் என்கிற முறையறிந்து, வந்திருந்த தோழர்கள் புரிந்து கொள்ளும் வகையிலும் கேள்விகளுக்கு உரிய பதிலளித்து முடித்தார்.

உடன் தொடர்ந்த அடுத்த வகுப்பு, புதிய பொருளாதாரக் கொள்கைகளும், குழப்பங்களும்.

ஆசிரியர்: இவர் உரைகேட்க வேண்டும் என்பதற்காகவே தொலைதூரத்தில் இருந்து வந்து நிற்கும் அரசு ஊழியர்கள், படித்த விபரம் தெரிந்த அரசியலில் ஈடுபடாதோரை ஈர்த்து வைத்திருக்கும் -

கணிப்பொறியைப் போல் செய்திகளை சேகரித்து வைத்திருக்கும் முன்னாள் மாநிலங்களவை உறுப்பினர் அண்ணன் விடுதலை விரும்பி.

எத்தனை பெரிய குழப்பமான, புரிந்துகொள்ள சிரமமான, பள்ளியிலே படிக்கிறபோது அல்ஜீப்ரா என்கின்ற கணக்குப் பாடம் உருவாக்குகின்ற அலர்ஜியைப் போல், வேண்டாமே இந்த வேதனை; இதைத் தெரிந்துகொள்ள முயலவும் வேண்டாம்; இப்படி மண்டையை உடைத்துக் கொள்ளவும் வேண்டாம் என்று பெரும்பாலோர்களால் தொடப் பயந்து, தீண்டாமல், அது ஏற்படுத்தும் பாதிப்பு குறித்தும் கவலை கொள்ளாமல் இருந்த புதிய பொருளாதாரப் பிரச்சினையை சங்கீதம் தெரியாத பாமரனும் ரசிக்கின்ற அளவிற்கு இனிமையான, உயிரை உருக்குகிற தேனிசை பொழியும் இசைச் சக்ரவர்த்தி போல், பாசறை மாணவர்களை ஈடுபாடு கொள்ளச் செய்தார். புரிந்து கொள்ளச் செய்தார். ரசிக்க வைத்தார்.

பலரும் எதிர்பார்த்தது இந்தத் தலைப்பில் கேள்விகள் இருக்க வாய்ப்பில்லை என்று; ஆனால் கிளம்பிய கேள்விகள் ஒரு கட்டத்தில் அவரே வியந்து சொல்லிப் பாராட்டியது, "எங்களைவிட விவரமானவர்கள் எதிரே அமர்ந்திருக்கிறீர்கள் என்பதை என்னால் உணர முடிகிறது என்கிறார்."

கேள்விகளில் மாதிரிக்கு ஒன்று:

நடக்கப் போகும் தேர்தலில் காங்கிரஸ் அல்லாத ஆட்சியொன்று உருவாகி வந்து, அந்த ஆட்சி, 'காட்' ஒப்பந்தத்தை ரத்து செய்ய முடியுமா?

யாரோ ஒரு சிலருக்கு மட்டுமே அறிமுகமான, ஆத்மார்த்தமாகக் கருதப்பட்டு வந்த, கற்றறிந்த பொருளாதார நிபுணர்கள் கலந்து கொள்ளும் சபையில் மட்டும் விவாதிக்கப்பட்டு வந்த ஒரு பிரச்சினையை, தி.மு.க.வின் ஒரு சின்னத் தொண்டன் விவாதிக்கின்ற அளவுக்கு அவனைத் தயார்படுத்திய பெருமை அண்ணன் விடுதலை விரும்பியைச் சாரும். அவருக்கு எங்கள் தலைமுறையின் தலைதாழ்ந்த வணக்கங்கள்.

எல்லாவற்றிற்கும் சிகரமாக தோழர்களின் தொடர்ந்த கேள்விகளுக்கு பதிலளித்த அத்தனை ஆசிரியர்களும் வலியுறுத்திச் சொன்ன ஒன்று, கழகக் கொள்கைகள் குறித்தோ, நாட்டு நடப்புகள் குறித்தோ, அது தொடர்பாக கழகத்தின் நிலைபற்றியோ தோழர்களுக்கு எதிர்காலத்தில் குழப்பமோ, சந்தேகமோ வராமல் இருக்கவேண்டுமென்றால் அவர்கள் தவறாமல் 'முரசொலி' படிக்க வேண்டும். இந்திய நாட்டின்

எந்தப் பிரச்சினை குறித்து தெரிந்து கொள்ள விரும்புவோரும், அந்தப் பிரச்சினைக்கு சரியான தீர்வு வேண்டுவோரும் கலைஞரின் உடன் பிறப்பு மடல்களைப் படித்தாலே போதுமானது என்கிற உண்மை உணர்த்தப்பட்டது.

இடைவேளை - உணவு - சிறிது நேர ஓய்வு. மாலை நிறைவு நிகழ்ச்சி. நேரம் நெருங்க நெருங்க ஒரு பரபரப்பு. பொதுச் செயலாளர் பேராசிரியர் அவர்கள் கலந்து கொண்டு தோழர்களுக்கு சான்றிதழ் வழங்கி நிறைவு உரையாற்ற வேண்டிய நிகழ்ச்சி, முன்னதாக தளபதி மு.க.ஸ்டாலின் வந்தார். ஆசிரியர்கள் இருந்தார்கள். காத்திருந்தோம். பேராசிரியர் உள்ளே வர, காவிரிக் கரையில் கடல் அலையோசை. ஆம் அலையோசையைப் போல தோழர்களின் வாழ்த்து முழக்கங்கள். கொஞ்சம் உடல் நலம் குன்றி இருந்தார். ஆனால் தோழர்களைக் கண்டு எதையும் வெளிக்காட்டிக் கொள்ளாத அவர் முகத்திலும் ஒரு மலர்ச்சி. தளபதி மு.க.ஸ்டாலினைப் பாராட்டினார். புன்சிரிப்பால் என்னைத் தழுவினார். இயக்கத்தின்பால் நாம் கொண்டிருப்பது பற்றா? பிடிப்பா? காதலா? என்னையே பலமுறை நான் கேட்டுக் கொள்வது உண்டு. அதே நேரத்தில் பெரும்பாலும் எண்ணங்களில் நிறைந்திருப்பது கழகமும், தலைவரும் என்பதை உணர்ந்திருக்கிறேன். கழகப் பணி என்பது வாழ்வில் ஒரு பகுதி என்பதைவிட, அதுவே வாழ்வாகிப் போனது. இது தலைவர் கலைஞர் என் போன்றோருக்குத் தந்த அருட்கொடை.

ஓடுகின்ற குருதியிலே இருக்கின்ற உயிரணுக்களெல்லாம் முன்னேற்றக் கழகத்தின் முற்போக்கான கொள்கைகளைச் சுமந்ததாக, சிந்தனையெல்லாம் கலைஞருக்கு இந்த நாடு தரவேண்டிய அங்கீகாரத்தைப் பெற்றுத் தரவேண்டிய முயற்சியிலே ஈடுபட்டதாக, நெஞ்செல்லாம் நினைவெல்லாம் காதலும், வீரமும் இரு கண்ணெனப் போற்றி வாழ்ந்த தமிழரின் அழியாத வரலாறைக் குறித்ததாகவே இருக்கிறது.

என்ன கிடைக்கும்? என்று கேட்காமல், என்ன செய்ய வேண்டும்? என்று மட்டுமே கேட்டு இந்த இயக்கத்தின் - வளர்ச்சிக்கு உழைத்த - உழைக்கின்ற முன்னோடிகளின் பாதிப்பு என் போன்றோர்க்கு நிரம்ப உண்டு. இலட்சியத்தை வென்றெடுக்க வேண்டும் என்கிற வேகம் வாலிப வயதின் காரணமாக அதிகமாகவே உண்டு.

இதே உணர்வுள்ள இளைஞர்கள் பலரை அண்மைக் காலமாக பல இடங்களில் சந்திக்கின்ற வாய்ப்பு கிடைத்த போது இலட்சியத்தை

வென்றெடுப்பதற்கான பலம் கூடியிருக்கிறதென்ற நம்பிக்கை வலுப்பட்டது.

இவைகளுக்கெல்லாம் சிகரமாக இந்த இரண்டு நாட்கள் பயிற்சிப் பாசறையில் 300 புதிய தோழர்கள் முறையான பயிற்சி பெற்று, பட்டாளத்தின் முதல் வரிசையில் நின்று, எதிரியை சந்திக்கின்ற வலிமை பெற்றவர்களாய் உருவாகி நின்றது உணர்ச்சிப் பிரவாகமாய் இருந்தது.

சராசரி மனிதனாக இருந்துவிடாமல், இந்த சமுதாயத்திற்குப் பாடுபடுகின்ற உணர்வினை எங்களுக்கு ஊட்டியமைக்காக தலைவர் கலைஞருக்கும், பொதுச் செயலாளர் பேராசிரியருக்கும் வைரத்தாலே கிரீடம் சூட்டி, பொன்னாலான ஆபரணங்கள் அணிவித்து, ஊரைக் கூட்டி நிறுத்தி, புரவிகள் பூட்டிய தேரில் ஊர்வலமாக அழைத்துச் சென்று நன்றியைக் காட்டிட வேண்டும் என்ற ஆசை உண்டு.

ஆனால் - ஆசைகளுக்கேற்ற வசதி இல்லையே!

மாறாக இளமைப் பருவந்தொட்டு அவர்கள் நெஞ்சிலே கனன்று கொண்டிருக்கிற இலட்சியக் கனவுகளை ஈடேற்றுவதே அவர்களுக்குக் காட்டக் கூடிய நன்றி. அது எங்களால் இயலும்.

அதை செயல்படுத்துவோம் என்கிற உறுதியினை காவிரி மண்ணிலே சூளுரையாக ஏற்றோம். திராவிட முன்னேற்றக் கழகத்தின் இளந்தோழர்கள் கடமையிலே கருத்தோடு இருப்பார்கள்; அதை கண்ணியங்கெடாமல் ஆற்றுவார்கள், கட்டுப்பாட்டை கண்ணெனக் காப்பார்கள் என்கிற உண்மை இந்த இரண்டு நாள் நிகழ்ச்சிகள் மூலம் வரலாற்றுக் குறிப்பில் பதிவானது.

இந்த நிகழ்ச்சிகளின் முத்தாய்ப்பாக குற்றால அருவியென ஒன்றரை மணி நேரம் பேராசிரியர் அவர்களின் கருத்து மழை பொழிந்தது. சர் பிட்டி தியாகராயர், டாக்டர் நாயர் நடேசர், பனகல் அரசர், திரு.வி.க., பாவேந்தர் பாரதிதாசன், தந்தை பெரியார், பேறிஞர் அண்ணா தலைவர் கலைஞர் உள்ளடங்கிய ஒரு நீண்ட நெடிய வரலாற்றை ஆற்றொழுக்கான நடையில் அனைவருக்கும் உரிய அழகு தமிழில் எடுத்துரைத்து இன்றைய இளைய தலைமுறையினரிடம் அவருக்கிருக்கின்ற நம்பிக்கையினை தெரிவித்து உடல்நலம் குன்றிய நிலையில் உணர்ச்சிமிகு உரையை முடித்தார்.

இன்றைய தமிழினத்தின், தமிழ் மொழியின், தமிழ்நாட்டின் அச்சாணி தலைவர் கலைஞர் என அவருடைய உரையின் மையக் கருத்தாக இருந்து இளைஞர்களின் நெஞ்சில் பதிந்தது.

நிகழ்ச்சி நிறைவுற்றதும் கிளம்பவே மனமில்லாமல் கிளம்பினோம். அந்தச் சின்னஞ்சிறு கிராமத்திலிருந்து தொலைவில் உள்ள கரூர் நகரத்திற்கு அந்த நள்ளிரவு நேரத்தில் தோழர்கள் கூட்டம் கூட்டமாக பேசிக்கொண்டு நிகழ்ச்சிகளை அசை போட்டுக்கொண்டு நடைபயணமாகவே சென்ற காட்சி அவர்கள் பெற்ற உணர்ச்சிகளின் அடையாளமாகத் திகழ்ந்தது.

கண்ணுக்குத் தெரியாத இந்த ஆரோக்கியமான வளர்ச்சி, இயக்கத்தின் உன்னதமான வளர்ச்சி, அவசியமான வளர்ச்சி,

கொள்கையிலே தெளிவு
தீர்க்கமான சிந்தனை
உறுதியான பயணம்
தகுதியான தலைமை
சுடர் முகந் தூக்கி
இலட்சிய முகட்டை நோக்கி
இதோ புறப்பட்டு விட்டது புதியதோர் பட்டாளப் போர்ப் பரணி பாடி
வெற்றி - இதோ தொட்டுவிடும் தூரத்தில்!
நாளை நமதே!
கலைஞர் வாழ்க! கழகம் வெல்க!
இதுவே நம் முழக்கம்!
இதற்கு உழைப்பதே நமது நோக்கம்!

04.08.1995

8

வரலாற்று மாற்றத்திற்கு முன்னுரை எழுதவிருக்கும் மலைக்கோட்டை

மதிப்பிற்கும் மரியாதைக்குமுரிய தலைவர் அவர்களுக்கு,

அதிகாலை நேரத்தில் துயில் கலைந்து புள்ளினங்கள் எழுப்பும் இனிய ஒலி, தொடரப்போகும் அன்றைய நாளின் கடமைகளுக்கு பல்லவியாக அமைவது போல, மாநாட்டுப் பணிகளுக்கான தொடக்க, வேலைகள் மெல்ல மெல்ல சூடேறத் துவங்கிவிட்டன.

நாட்கள், மான்குட்டிகளைவிட வேகமாக, மாடப் புறாக்களை விட வேகமாகப் பறக்கும். எத்தனை அற்புதமான உவமை. எங்கள் தலைவருக்கே உரிய தனி பாணி. நினைவு வரும் போதெல்லாம் மனதில் ஒரு மகிழ்ச்சி! முகத்திலே ஒரு புன்முறுவல்.

தேனீக்கள் பறப்பது தெரியும். ஆனால் தேனை சேர்ப்பது தெரியாது. தேனடை நிரம்பிக் கசிகிறபோதுதான் தெரியும்.

எங்கள் பணிகளின் முழுமை உங்களுக்குப் பூரிப்பையும், உலகத்திற்கு வியப்பையும் தரவேண்டும் என்கிற துடிப்பு மனது நிறைய.

மூன்று முழு நாட்கள் நீங்கள் எங்களோடு இருக்கப் போகிறீர்கள், காவிரிக்கரையோரத்தில் என்கிற களிப்பு; நாடு முழுவதும் நாம் சென்று சந்தித்த கழகத் தோழர்கள் நம்முடைய ஊருக்கு வர இருக்கிறார்கள் என்கிற பரவசம்; அறியாத பருவத்தில் நடந்தேறிய வரலாற்று நிகழ்ச்சிகளைப் படித்து, நீங்கள் சொல்லக் கேட்டு, கனவுலக கற்பனை இன்பமாகக் கருதியவை விபரந்தெரிந்த இந்தக் காலத்தில், கடமையாற்றும் வீரனாய் தங்கள் படை வரிசையில் வீறு கொண்டு நிற்கும் நாட்களில் மீண்டும் ஒருமுறை தங்கள் தலைமையிலேயே நடந்தேற இருக்கின்றன.

எத்தனை கொடுத்து வைத்தவர்கள் நாங்கள். மூத்தவராக மட்டுமல்லாமல், கடந்த கால வரலாற்றின் நிகழ்கால நிஜமாக, நடமாடுகின்ற அனுபவங்களின் தொகுப்பாக, உணர்வுகளின் ஊற்றுக்கண்ணாக, தன்மான உணர்ச்சிகளின் உறைவிடமாக, வாழுகின்ற

தங்களிடம் நேரடியாகப் பயிற்சி பெறும் வாய்ப்பு இந்தத் தலைமுறையிலே வாழுகின்ற எங்களுக்கு என்று எண்ணுகிறபோது, புரிந்து கொள்கிற போது புளகாங்கிதம் பிரவாகமெடுக்கிறது.

ஆசைகளை நிறைவேற்றிக் கொள்ள வாழும் அற்ப மனிதனாக, அளவில்லாத ஐஸ்வர்யங்களை ஆண்டிட வேண்டும் என்கிற கனவு மானிடனாக, தேவைகளின் நிறைவோடு திருப்தியடையும் சராசரிக் குடிமகனாக இல்லாமல்,

மானம் அவன் கேட்ட தாலாட்டு
மரணம் அவன் ஆடிடும் விளையாட்டு

என்று தடைகளை தகர்த்தெறிந்து இலட்சியங்களை வென்றெடுக்க நினைக்கிற பெருமைமிக்க இளைஞர்களாக எங்களைத் தயார் செய்து வைத்திருக்கும் தங்களுக்காக, எதிர்கால வரலாறு தன்னுடைய அழியாத பக்கங்களை பத்திரப்படுத்தி வைத்திருக்கிறது.

ஒவ்வொருவருக்கும் ஒரு கடமை மாநாடு வெற்றி பெற்றிட, தளபதி அண்ணன் ஸ்டாலின் வழக்கம்போல் தனக்கேயுரிய தனித்தன்மையோடு மாநாட்டுப் பேரணிகளை சிறப்புற வைக்கும் இளைஞர் அணி அடலேறுகளை வகைப்படுத்தும் பணியில் இறங்கிவிட்டார்கள்.

மதுரை மண்டல மாநாட்டுப் பேரணியில் தங்களின் கனிவான சிறப்புப் பாராட்டினைப் பெற்ற மாணவர் அணி, பெற்ற பெயரை தக்க வைத்துக் கொள்வதோடு நில்லாமல், மெருகேறியிருக்கிறது மேலும் என்கின்ற மேன்மையான பாராட்டுப் பத்திரத்தைப் பெற்றிட ஆசையுடன், ஊர் ஊராகச் சென்று உண்மையான மாணவர்களை இயக்கத்தின் பால் பற்று கொண்டு பணியாற்றிடும் அவர்களை முறைப்படுத்திடும் முயற்சியில் நானும்.

ஏனைய எல்லா அணிகளும் களத்தில்.

எங்களுக்குத் தெரியும் - உங்களுக்குப் படுத்தால் வருகின்ற கனவெல்லாம் மாநாட்டின் எழிற்கோலமும், எழுச்சியோடு தோழர்கள் கையிலே இருவண்ணக்கொடியேந்தி நடை போடுகிற பாங்கும், நினைவுச்சுடர்கள் ஏந்தி இளங்காளைகள் வியர்வை ஆறாகப் பெருக துள்ளியோடி வரும் காட்சியும் மட்டுமே என்று.

இந்நாட்டிலே உள்ள தற்குறிகள் பலருக்கு வருகிற கனவே கோட்டை நாற்காலியில் அமரும் கனவு மட்டுமே.

ஆனால் தகுதிகள் மிகுந்த, தங்களுக்கு நிகரில்லாத அனுபவமும் அறிவும் நிறைந்த தங்களுக்கு, தமிழகம் இழந்த நிலையை மீண்டும்

அடைந்திட வேண்டும் என்பதும், தமிழக மக்கள் நிலை உயர்ந்து, தலை நிமிர்ந்து நடைபோடும் அந்நாளைப் பற்றியதாக மட்டுமே இருக்கிறது.

பொறுப்புமிக்க தங்களின் இந்த நியாயமான ஆசையினை நிறைவேற்றி வைத்திட வேண்டிய கடமையை மட்டும் மனதிலே கொண்டிருக்கும் என் போன்றோர், அதனுடைய ஒரு கட்டமாக நடைபெற இருக்கும் வரலாற்று மாற்றத்திற்கு முன்னுரை எழுத இருக்கும் கழகத்தின் எட்டாவது மாநாட்டினை பாங்குடன் நடத்திடவேண்டியதுதான் என்பதை உணர்ந்து இதோ புறப்பட்டு விட்டோம்.

THE JOURNEY OF A THOUSAND MILES
BEGINS WITH A SINGLE FOOT

என்று சொல்வார்கள்.

எடுத்து வைக்கின்ற ஒவ்வொரு அடியும் லட்சியப் பயணத்தின் முன்னேற்றமே என்பதும்,

வெற்றி கண்ணுக்கெதிரே புலப்படத் தொடங்கிவிட்டது. அதை கைக்கொள்ள வேண்டிய நேரம் நெருங்கிவிட்டது என்பதும்,

நிஜம் மட்டுமல்ல; நிச்சயம் என்றும் புரிகிறது.

தமிழாய்ந்த தமிழ்மகன்தான் தமிழ்நாட்டின்
தலைமை அமைச்சராய் வருதல் வேண்டும்

என்னும் புரட்சிக்கவிஞரின் கனவு நிறைவேற மலைக்கோட்டை மாநகர் மாநாடு முடிவெடுக்கும்.

53ல்-இடப்போராட்டம் (கல்லக்குடி)

65-ல்-மொழிப்போராட்டம்

96ல்-இனப்போராட்டம்

கடந்த இரண்டு போராட்டத்திலும் வெற்றி நாயகனாகிய தாங்களே இந்தப் போராட்டத்தின் வெற்றியை நிர்ணயிக்க இருக்கிறீர்கள்.

வியூகம் வகுத்துத் தாருங்கள்!

கொள்கை வாளேந்தி களங் காணத் தயாராக நாங்கள் தமிழினத்துக் காளைகள் - உங்கள் வார்ப்படங்கள்!

வெற்றியெனும் விருது விரைவில் தங்கள் கரங்களில்.

11.12.1995

9
இலட்சிய கீதம் ஓய்வதில்லை!

தலைவர் கலைஞர் தன்னுடைய நெஞ்சுக்கு நீதியில் குறிப்பிடுவார்கள், "வேகமாக செல்லுகின்ற எக்ஸ்பிரஸ் ரயில் எல்லா நிலையங்களிலும் நிற்பதில்லை. ஆனால் அந்த ரயிலும் சில முக்கியமான சந்திப்புகளில் நின்று விட்டுத்தான் செல்லுகிறது." அதுபோல வாழ்க்கையிலே நடக்கிற எல்லா நிகழ்ச்சிகளும் மனதிலே நினைவாகத் தங்காவிட்டாலும், சில நிகழ்ச்சிகள் மறக்கமுடியாத நினைவாகின்றது. நெஞ்சிலே பதிந்து விடுகின்றது.

நிகழ்ச்சிகள் அத்தனையும் நினைவாக நிற்பதில்லை, நினைவாக நிற்பவை எல்லாம் வரலாறாக நிலைப்பதில்லை. மனிதர்களும் அப்படித்தான். வாழ்க்கையில் சந்திக்கிற பலபேர் மனதிலே பதியாமல் கூடச் சென்று விடுகிறார்கள். சிலபேர் சுவரிலே தீட்டிய ஓவியமாய், மிகச் சிலபேர் கல்லிலே செதுக்கிய சிற்பமாய் நிலைத்து நின்று விடுகிறார்கள்.

ஆண்டுகள் முப்பத்தி இரண்டுக்கும் மேல் உருண்டோடி விட்டன. நினைவுத்திரையில் படிந்திருந்த எத்தனையோ நிகழ்ச்சிகள் மங்கிப் போய்விட்டன. கடந்த காலத்தின் காயங்கள் ஆறியிருக்கலாம். ஆனால் 'வடுக்கள் காயம் பட்டதற்கான காரணங்களை நினைவுப்படுத்திக் கொண்டுதானிருக்கின்றன. மீண்டும் இதுபோன்ற காயம் ஏற்படக் கூடாது என்பதற்கு எச்சரிக்கையாய் உணர்த்திக் கொண்டிருக்கும் அடையாளங்கள் அவை! தீயின் நாக்குகள் தீண்டிய எதுவுமே அழிந்துதான் போகிறது தங்கத்தைத் தவிர.' ஆனால் தீக்கிரையான சில தேகங்கள் அழியாத தன்மையைப் பெற்றது 1965ஆம் ஆண்டில் தானே! 'தீ' அழகை சிதைத்தது, தேகத்தை அழித்தது, உயிரைப் பறித்தது, ஆனால் அந்த தேகங்களுக்கு உரியவர்கள் கொண்டிருந்த கொள்கையும் உள்வாங்கி வைத்திருந்த உணர்வுகளும் பட்டுப்போகவில்லை, மாறாக மேலும் வலுப்பெற்றன.

"செந்தமிழுக்கே தீங்கு வந்தபின்னும் - இந்த
தேகம் இருந்தொரு இலாபமுண்டோ?"

என வினாயெழுப்பி 1965-ல் அந்த தியாகச் சீலர்கள் உயிரை விலையாகத் தந்து தமிழைக் காக்க புதுப்பாதை கண்ட அந்த நாள் வரலாற்றில் ஒரு நாள். கொள்கை கீதம் புரட்சி கீதமாய் மாறிய நாள், வாழ்வின் தேவைகளுக்கும் வசதிகளுக்கும் தங்களை வளைத்து நெளித்து வாழ முயற்சிக்கும் கட்டத்திற்கு இடையில் அழியாப் புகழோடு நிலைத்திருக்கும் அவர்கள், பாடம் சொல்லிக் கொடுத்த நாள் மானங்காத்த நாள் - காலச்சக்கரத்தின் சுழற்சியால் எந்த மாற்றத்தையும் ஏற்படுத்த முடியாத தனித்தன்மை பெற்ற நாள் ஜனவரி 25.

குயிலனைய இனிமையும், குன்றனைய பெருமையும் கொண்ட தாய் மொழியாம் செந்தமிழுக்கு நிலையான காவல் அரண் எழுப்பிய தீரர்களுக்கு வீரவணக்கம் செலுத்தும் நாள்.

"ஓடி வந்த இந்திப் பெண்ணே கேள்-நீ
தேடி வந்த கோழையுள்ள நாடிதல்லவே"

என மொழி காக்கும் படையில் தன்னை இளைய வீரனாய் 1938இல் இணைத்துக் கொண்ட தலைவர் கலைஞர் காலச் சூழ்நிலையால், அதிகார அச்சுறுத்தலினால், அசுரப் பொறுப்புகளினால் மங்காத உணர்வோடு மானங்காக்கும், கடமையோடு, தாய்மொழியாம் தமிழ் மொழியின் பொறுப்புமிக்கத் தலைமகனாய், நம்மை வழி நடத்தும் 98-ஆம் ஆண்டு, பொருளும் சுகமும் வாழ்வில் வசதியும் போகும் வரும் இது நியதி. ஆனால் போனால் வராதது மானம். இழந்தால் மீட்க முடியாதது தாய்மொழியின் தனித்தன்மை.

இந்த உண்மைகளை, கடமைகளை நினைவுபடுத்திக்கொண்டு, தளராமல் தொடர்ந்து பாடுபட சூளுரை ஏற்றுக்கொள்ளும் நாள் ஜனவரி 25.

இது இறந்து போனவர்களுக்கு திவசம் கொடுக்கும் நினைவு நாள் அல்ல; கொள்கைகளை மறந்துவிட்டு ஆண்டுதோறும் கொடியேற்றிக் கொண்டாடும் சம்பிரதாயமும் அல்ல.

வசதியோடு சுகமாய் வாழ்பவராய் இருந்தாலும், வாழ்வின் தேவைகளுக்கு போராடுகிறவராய் இருந்தாலும், தங்களுக்கு முன்னிற்கும் தலையாய கடமையை மறந்து விடவில்லை என உலகிற்கு உரைக்கும் நாள்.

தமிழ்நாட்டைத் தவிர இந்திய துணைக் கண்டத்தின் எல்லா திசைகளிலும் இருந்து வருகிறவர்கள் ஆதரிக்கத் தயாராக இருந்தும்

இன்னமும் ஆட்சி மொழியாக முடியாமல் இந்திமொழி தத்தளிப்பதற்குக் காரணமான நாள் ஜனவரி 25.

இருண்டு கிடந்த தமிழகத்திற்கு நல்லாட்சி மூலம் ஒளி தந்திருக்கும் தமிழக முதல்வர் கலைஞர் இந்தி எதிர்ப்பு உணர்வை அணையவிடாமல் தமிழ்மொழி காக்கும் இலட்சியப் போரின் தளநாயகளாய் விளங்கும் தலைவர் கலைஞர் அவர்கள் மானங்காக்கும் மறத்தமிழர் வரிசைக்கு வலிமை சேர்க்க மாணவர் படையினருக்கு மங்காத வீரத்தைப் போதிக்க வீரவணக்க நாள் கூட்டங்களை ஆண்டுதோறும் நடத்திடும் கடமையினை கழக மாணவர் அணிக்கு தந்து பெருமைப்படுத்தி இருக்கும் மாண்புக்கு தலைவணங்கி நன்றி செலுத்த நாம் கடமைப்பட்டிருக்கிறோம்.

தன் வாழ்க்கைக்குத் தேவையானதை தேடிக் கொள்வதிலே மட்டும் சில பேருடைய காலம் கழிகிறது; சுகங்களைத் தேடித் தருவதில் சிலருடைய வாழ்வு; தன் தேவைக்காகப் பிறரை வாட்டுவதிலும் வதைப்பதிலும் வேறு சிலரின் வாழ்வு; சுயநல நோக்கத்திற்காக மனித சமுதாயத்தின் மாண்புகளை சிதைப்பதில் சிலருடைய வாழ்வு; இவர்களுக்கு இடையேதான் மிகச் சிலர் தன்னை; தன் வேலைகளை மறந்து ஆசைகளைத் துறந்து நாடு, மொழி, இனத்திற்காகப் பாடுபட்டு வழிகாட்டிகளாக வாழ்ந்து வரலாறாய் நிற்கிறார்கள்.

ஒரு கொள்கையைக் காக்கவோ, சமுதாயத்தில் நியாயத்தை நிலைநிறுத்தவோ, அநீதிக்கு எதிராக நீதியைப் பாதுகாக்கவோ, பாதிக்கப்பட்ட ஓர் இனத்தை மீட்பதற்காகவோ மற்றவர்கள் இழக்கத் துணியாததை, இழக்க முடியாததை இழந்து பாடுபடுகின்ற, போராடுகின்ற உணர்வு எல்லோருக்கும் இருப்பதில்லை; இருப்பது சாத்தியமும் இல்லை. ஆனால் இப்படிப்பட்ட உணர்வு உள்ளவர்களால் தான் மாறி வரும் உலகில் - வளர்ந்து வரும் நாகரீகத்தில் சமூக நீதியும், மனிதநேயமும் அழியாமல் பாதுகாக்கப்படுகின்றன.

வரலாற்றில் எத்தனையோ பேர் இப்படி நாட்டுக்காக, மொழிக்காக, மக்களுக்காக தங்கள் வாழ்வின் பெரும் பகுதியை அர்ப்பணித்திருக்கிறார்கள். ஆனால் வாழ்வையே அர்ப்பணித்த வரிசை ஒன்று உருவானது. மனித குலம் மறுக்கக்கூடாத கதை. கதையா அது. ஆம்! கற்பனை கலவாதது, ஆனால் நம்ப முடியாதது.

உலக சரித்திரத்திலேயே முதன்முதலாக வியட்நாமில் புத்த பிட்சுகள் தங்களின் நியாயமான எண்ணங்களை வலியுறுத்துவதற்காக நட்ட நடு சாலையிலே சம்மணமிட்டு அமர்ந்து தீக்குளித்து உயிர்த்

தியாகம் செய்ததை உலகம் வியப்போடு பார்த்தது. புலன்களை அடக்கி மனித வாழ்வின் சராசரி ஆசைகளைத் துறந்து தேவைகளுக்குக்கூட தங்களை பழக்கிக்கொள்ளாமல் வாழுகின்ற பயிற்சி பெற்ற கடின சித்தம் கொண்ட அவர்களின் இந்தத் தியாக வரலாற்றின் அழியாத அத்தியாயமாகப் பதிந்தது. அதற்குப் பின்னால் உலகத்தின் இன்னொரு பகுதியான இந்தியத் துணைக் கண்டத்தின் உறுதியான கால்களான தமிழகத்தில் இன்னொரு சரித்திரம் நிகழ்ந்தது. வியட்னாமின் புத்த பிட்சுகளின் தியாகம் வரலாற்றின் ஒரு அத்தியாயமாக மட்டுமே இடம் பெற்றது. ஆனால் தமிழகத்திலே நடைபெற்ற நிகழ்ச்சி வரலாறாகவே மாறியது.

ஏற்றி வைக்கிற தீபம் எதுவாக இருந்தாலும் குறிப்பிட்ட நேரத்திற்குப் பின்னால் அணைந்து போகும். ஆனால் லட்சிய தீபம் அணைவதில்லை.

இசைக்கப்படுகின்ற கீதம் எதுவாக இருந்தாலும் அதன் ஒலி காற்றோடு கலந்து கரைந்து ஓயும். ஆனால் இலட்சிய கீதம் ஓய்வதில்லை. **1965**ஆம் ஆண்டு மொழி காக்கும் போரில் பெற்ற தாய்க்கும் தந்தைக்கும் ஆற்ற வேண்டிய கடனை புறந்தள்ளி, கட்டிய மனைவி பெற்ற பிள்ளைகள் இவர்களுக்கு செய்ய வேண்டிய கடமையை துறந்து இகபரசுகங்களை வெறுத்து மனதிலே கொழுந்து விட்டு எரிந்த இலட்சியத்தீயை தங்கள் தேகத்திற்கு தாங்களே மூட்டிக் கொண்டு சித்தம் கலங்காமல் பதறிக் கதறாமல் உறுதி குலையாமல் நின்ற நிலையிலேயே "உடல் மண்ணுக்கு உயிர் தமிழுக்கு" என்று தங்களைத் தீய்த்துக்கொண்டும், நஞ்சருந்தி மாண்டும் தொடரும் தமிழ்த் தலைமுறைக்கு புதுப்பாதை காட்டினார்களே கீழப்பழூர் சின்னசாமி, கோடம்பாக்கம் சிவலிங்கம், மாயவரம் சாரங்கபாணி, விராலிமலை சண்முகம், ஆசிரியர் வீரப்பன், சத்தியமங்கலம் முத்து, கீரனூர் முத்து, விருகம்பாக்கம் அரங்கநாதன் இவர்களோடு மனசாட்சியே இல்லாத மனித மிருகங்கள் தாங்கி இருந்த துப்பாக்கியிலிருந்து சீறி வந்த தோட்டாக்களுக்கு தன் இளமார்பை காட்டி வீழ்ந்த அண்ணாமலைப் பல்கலைக்கழக மாணவர் சிவகங்கை இ.ராஜேந்திரன் இவர்கள் உயிரைத் தந்து உருவாக்கிய உணர்வு காலத்தால் பட்டுப் போகாது காலமாற்றங்களால் சிதைந்து போகாது. ஏற்றி வைத்த கொள்கை தீபம் சூறாவளிக் காற்றாலும் அணையாது, கலைஞரின் கரங்கள் காக்கின்ற காரணத்தால்.

1938-ல் தாளமுத்து, நடராஜனால் தமிழ்மண்ணில் காற்றோடு கலந்து தமிழர்களின் உயிரோடு உறைந்துவிட்ட உயிரைக் கொடுத்தும்

தமிழைக் காப்போம் எனும் இலட்சிய கீதம் அழியாது, எவராலும் அழிக்க முடியாது.

இந்த மண்ணிலே விதையாய் வீழ்ந்த மொழிப்போர் தியாகிகளுக்கு வீர வணக்கம் செலுத்தும் இந்நாளில் பிரிவால் ஏற்படும் கண்ணீரைத் துடைத்தெறிந்து, கொண்ட கொள்கை காக்க உறுதி மேற்கொள்வோம். குன்றனைய பெருமை கொண்ட கொள்கை தமிழ் இனத்தின் புகழ் சிதைக்கும் குலப்பகைவர்களை வேரறுப்போம்!

கழகக்கோட்டை காக்கும் காவலர்களாய் கருப்பு, சிவப்பு கொடி கையிலேந்தி, தலைவர் கலைஞரின் படைவரிசை சிப்பாய்களாய் விழிப்புணர்வோடு கண்துஞ்சாது இனமானங் காப்போம்.

சென்னை மூலக் கொத்தளத்திலே தாளமுத்து, நடராசன் தியாகிகளின் நினைவிடத்தில் தளபதி, மேயர் மு.க.ஸ்டாலின் வீரவணக்கம் செலுத்துகிறார். நாடெங்கும் வாழும் வளமிக்க தமிழ்நாட்டின் வளரும் இளைய தலைமுறை மங்காத உணர்வோடு, மொழிப்போர் தியாகிகளை நினைவுகூர்ந்து, ஆற்ற வேண்டிய கடமை அதிகம் உள்ளது என்கிற பொறுப்புணர்ச்சியோடு சூளுரை ஏற்கும் நாள்! கலைஞர் உழைக்கிறார்; கழகம் காக்கிறார்; நாம் வாழ்கிறோம்; நாடு உயர்கிறது; எங்கும் தமிழ்; எதிலும் தமிழ்; இந்திக்கு இங்கில்லை ஆதிக்கம் என்னும் நிலை; இன்பநிலை; இனிய நிலை; உயர்ந்த நிலை உருவாக தமிழும் இந்திய துணைக்கண்டத்தின் ஆட்சிமொழி என்றும் உரிமை பெற்றிட உழைப்போம்; பாடுபடுவோம்.

இதுவே மொழிப்போர் தியாகிகளுக்கு நாம் காட்டும் உண்மையான நன்றி.

25.01.1998

10
சிந்தையெல்லாம் சிலிர்க்கிறது!

சிறப்புமிகு கழகத்தின் பொன்விழா ஆண்டு ஈடுஇணையற்ற இயக்கத்தின் பதினோராவது பொதுத் தேர்தல் நடக்க இருக்கிறது.

தேர்தல் ஆணையத்தின் நிர்ப்பந்தத்தினால் உள்கட்சி தேர்தல்களை நடத்துவதாக தோற்றம் காட்டிக் கொண்டு இருக்கும் கட்சிகள் ஏராளம். ஆனால் இந்திய துணைக் கண்டத்திலேயே தொடக்க நாளிலிருந்தே இதுபோன்ற சட்டங்கள் வகுக்கப்படுவதற்கு முன்பிருந்தே முறையாக அமைப்புத் தேர்தல்கள் நடத்திக் கொண்டிருக்கும் பேரியக்கம் நம்முடைய திராவிட முன்னேற்றக் கழகம்.

கழகத்தினுடைய தலைவர் கடைக்கோடி தொண்டனால் தேர்ந்தெடுக்கப்படுகிறார் என்கிற வகையில் சங்கிலித் தொடரான அமைப்பு முறை.

நம் நாட்டில் சில அரசியல் கட்சிகள் உண்டு. பாரம்பரியமிக்க திராவிடப் பேரியக்கத்தின் பரிணாம வளர்ச்சியின் இன்றைய பிரதிநிதி நான் என்று பீற்றிக்கொண்டு அம்மணி தலைமையிலான 'அனைத்திந்திய அம்மா திராவிட முன்னேற்றக் கழகத்தில்' பொதுச் செயலாளரை தேர்ந்தெடுத்ததற்குப் பின்னால் கீழ் அமைப்புத் தேர்தல்கள் நடைபெறும் விசித்திரம்.

இன்னொரு அகில இந்திய கட்சியில் கிளைகளோ, தொண்டர்களோ இல்லாமல் பதினைந்து பொதுச் செயலாளர்கள். இருபது துணைத் தலைவர்கள், யாரால் எப்படி தேர்ந்தெடுக்கப்படுகிறார்கள் என்பது அவர்களுக்கும் தெரியாது. யாருக்கும் புரியாது.

இன்ஸ்டண்ட் காபி, இன்ஸ்டண்ட் இட்லிமாவு என்றெல்லாம் கடைகளில் கிடைக்கும். இன்ஸ்டெண்ட் உறுப்பினர் அட்டை வழங்கும் கட்சி! சாலையிலே ஒருவரை சந்தித்து அவரிடம் கையெழுத்து பெற்றுக் கொண்டு உடனடியாக அந்த இடத்திலேயே அவருக்கு உறுப்பினர் அட்டை வழங்கப்படும். தலைமைக்குச் செல்லாமல், முறையாக பதியாமல் அவருடைய சேர்க்கை கணக்கில் கொள்ளப்படும்.

இப்படி விசித்திரமான கட்சிகள் உலவும் நம் நாட்டிலேதான், உறுப்பினர் சேர்க்கைக்கு தேதியை அறிவித்து, காலக்கெடு நிர்ணயித்து இன்ன தேதிக்குள் சேர்ந்தால்தான் என்று நிபந்தனை விதித்து அந்தக் காலக் கெடுவிற்குள் உறுப்பினர் படிவத்தில் பெயர்களைப் பதிந்து, அந்தப் படிவங்கள் தலைமைக் கழகத்தால் அறிவிக்கப்படும் தகுதியுள்ளவர்களால் பரிந்துரைக்கப்பட்டு, அவை தலைமைக் கழகத்தில் சேர்ந்து, பரிசீலிக்கப்பட்டு உரியவை அங்கீகரிக்கப்பட்டு, அனைத்து விபரங்களும் கணிப்பொறியில் பதிவுசெய்யப்பட்டு, பின்னர் உறுப்பினர் அட்டைகள் கழகத் தலைவர், பொதுச் செயலாளர் ஆகியோருடைய கையெழுத்துக்களுடன் தயாராகின்றன. இந்தியாவிலேயே கணிப்பொறியில் கட்சி உறுப்பினர்களின் விபரங்களை பதிவுசெய்து இயங்கும் ஒரே இயக்கம் தலைவர் கலைஞர் தலைமையில் இயங்கும் கழகம் மட்டுமே.

தான் நாடாளுமன்ற உறுப்பினராக இருந்த காலத்தில், ஒரு குழுவின் பணி நிமித்தமாக சென்னை வந்திருந்த மாநிலங்களவை உறுப்பினர் திரு.மல்காணி அவர்களை அண்ணா அறிவாலயம் அழைத்து வந்து தலைவர் கலைஞரைச் சந்திக்க வைத்து, கழகத்தின் நிர்வாக முறைகளை நான் விளக்கியபோது, விரிந்த விழிகளோடு, வியப்பு நிறைந்த பார்வையோடு, "அகில இந்திய கட்சியாகிய நாங்கள்கூட இவ்வளவு சீரிய முறையில், திட்டமிட்டு, செயல்படுவது கிடையாதே" எனப் பாராட்டி கழகத்தின் சட்டதிட்ட புத்தகத்தின் பிரதிகளை பெற்றுச் சென்றது என் நினைவுக்கு வருகிறது.

அமைகின்ற கிளைக் கழகங்கள், தேர்ந்தெடுக்கப்படும் அதன் நிர்வாகியினால் தேர்ந்தெடுக்கப்படும் ஒன்றிய, நகர நிர்வாகிகள், மாவட்டப் பிரதிநிதிகள், அவர்களால் தேர்ந்தெடுக்கப்படும் மாவட்டச் செயலாளர்கள், பொதுக் குழு - செயற்குழு உறுப்பினர்கள், இவர்களால் தேர்ந்தெடுக்கப்படும் கழகத் தலைவர், பொதுச் செயலாளர், பொருளாளர், இவர்களால் நியமிக்கப்படும் துணை பொதுச் செயலாளர், தலைமைக் கழக நிர்வாகிகள்.

எத்துணை சீர்மிகு அமைப்பு, கடந்து சென்ற நாட்கள், நடைபெற்ற நிகழ்ச்சிகள், இவைகளால் பெற்ற அனுபவங்கள், அனுபவங்களினால் அடையும் முதிர்ச்சி, இதன் விளைவாக ஈடுபடுகின்ற காரியங்களில் செம்மை பெற்றிடும் வளர்ச்சி, இது கழகத் தலைவர் அவர்கள் கற்று, கடைப்பிடித்து, கற்றுத் தரும் கோட்பாடு.

போலி உறுப்பினர்கள் இல்லை. அதனால் போலி அமைப்புகளுக்கும் வாய்ப்பு இல்லை. உறுப்பினர் அட்டைகள் உரியவரிடம் சென்று, சேர வேண்டும். தடுப்பவரோ, தடையோ இருந்திடக் கூடாது. இது தலைவர் கலைஞரின் எண்ணம், விருப்பம்.

ஒவ்வொரு முறையும், ஒரு புதுக் கோணம். கழக அமைப்புத் தேர்தலை எவரும் குறை காணாத அளவிற்கு, யாவரும் பின்பற்றக்கூடிய அளவிற்கு முறைப்படுத்தப்படுகிறது.

தலைமைக் கழகமே இம்முறை பிரதிநிதிகளை நேரடியாக ஒவ்வொரு மாவட்டத்திற்கும் அனுப்பி, உறுப்பினர்களிடமே அட்டைகளை சேர்ப்பிக்கும் முறை. கழகத்தின் இந்தப் பொன்விழா ஆண்டில் காஞ்சிபுரம் மாவட்டத்திற்கு நான் செல்ல வேண்டும் என தலைமைக் கழகச் செயலாளர் அண்ணன் மிசா கணேசன் அவர்கள் தொலைபேசியில் தெரிவித்தார்கள். உடன் இசைந்தேன். தலைமைக் கழகப் பணி, அத்தோடு அறிஞர் அண்ணா பிறந்த மண்ணில் வாழும் கழகத் தோழர்களுக்கு உறுப்பினர் அட்டைகள் வழங்கிடும் உயர்ந்த வாய்ப்பு. அமைப்புச் செயலாளர் அண்ணன் விடுதலை விரும்பியும், தலைமைக் கழகச் செயலாளர்களில் ஒருவரைப் போலவே செயல்படும் மேலாளர் பத்மநாபனும் ஆற்ற வேண்டிய பணிகள் குறித்து விளக்கினார்கள்.

கழக அமைப்புகளின் செயல்முறைகளை அவ்வப்போது ஆராய்ந்து உரிய நடவடிக்கை மேற்கொள்ளும் அக்கறையான, அவசியமான பணியினை கழகத் தலைமை தேவையான நேரங்களில் மேற்கொண்டிருக்கிறது. இதுபோல ஒரு ஆய்வுப் பணிக்காக 1984-ஆம் ஆண்டு, மறைந்த அண்ணன் மைனர் மோசஸ் அவர்களும் நானும் இணைந்து மறைந்த அண்ணன் சத்யேந்திரன் அவர்கள் மாவட்டச் செயலாளராக இருந்த ராமநாதபுரம் மாவட்டம் சென்றிருக்கிறோம்.

1991-ஆம் ஆண்டு இன்றைய அமைச்சர் திரு.பிச்சாண்டி அவர்கள் மாவட்டச் செயலாளராக இருக்கும் திருவண்ணாமலை மாவட்டத்திற்கு சென்று இருக்கிறேன். உடன் முன்னாள் மேயர் பட்டுராசன்.

ஆனால் இம்முறை வித்தியாசமான பொறுப்புமிக்க பணி. கழகத் தோழர்கள் தங்கள் உயிருக்கு ஈடாகக் கருதும் உறுப்பினர் அட்டைகளை பாதுகாத்து, ஒன்றுகூட தவறவிடாமல், ஒன்றுகூட தவறி வேறு இடம் சென்று விடாமல் உரியவரிடம் மட்டுமே சேர்ப்பிக்கும் கடமை.

சங்க காலத்திலேயே தமிழர்கள் தேர்தல் மூலம் நிர்வாகப் பொறுப்பிற்கு ஆட்களைத் தேர்ந்தெடுத்து இருக்கிறார்கள் என்பதோடு தேர்தலில் போட்டியிடுகிறவர்களுக்கு தகுதிகளை நிர்ணயித்து இருந்தார்கள் என்பதும், பொதுச் சொத்தை களவாடியவன் மட்டுமல்ல; அவனைச் சார்ந்தவர்கள் எவருமே போட்டியிட முடியாது என்கிற அளவிற்கு கடுமையான நிபந்தனைகளைப் பின்பற்றி உள்ளார்கள். இதுபோன்ற வரலாற்று உண்மைகளை உலகிற்கு அறிவிக்கின்ற கல்வெட்டுக்கள் கண்டெடுக்கப்பட்ட உத்திரமேரூர் பகுதியைச் சார்ந்த தோழர்களுக்கு காஞ்சியில் கலைஞர் பவளவிழா மாளிகையில் உறுப்பினர் அட்டை வழங்கிடும் பொருத்தமான சூழ்நிலை.

நான்கு நாட்களில் இரண்டு நாட்கள் செங்கற்பட்டை மையமாகக் கொண்டு அச்சிருப்பாக்கம், சித்தாமூர், இலத்தூர், மதுராந்தகம் ஒன்றியம், நகரம், செங்கற்பட்டு நகரம், திருக்கழுக்குன்றம், மாமல்லபுரம் நகரியம் பகுதிகளுக்கு வழங்கிவிட்டு மூன்றாம் நாள் கூடுவாஞ்சேரி, பல்லாவரம், ஆலந்தூர், தாம்பரம் நகரங்கள், காட்டாங்கொளத்தூர், திருப்போரூர், தாமஸ் மலை ஒன்றியப் பகுதிகளுக்கு வழங்குவதற்காக அக்டோபர் 29-ஆம் தேதி காலை 10 மணிக்கு தொடங்கிய பணி மறுநாள் காலை 7 மணிக்குதான் முடிவடைந்தது.

சொன்னால் யாரும் நம்பமாட்டார்கள். கழகத்தில் நடக்காததை நடந்ததாக எழுதி, இல்லாததை இட்டுக் கட்டி சிறு பிரச்சினைகளை பெரிய பூசல்களாகச் சித்தரித்துக் காட்டும் பத்திரிகைகள் பெருகியிருக்கும் காலம், நல்லதைக் காணவும், நாலு பேரிடம் சொல்லவும் தான் எப்பொழுதும் ஆள் பஞ்சமாயிற்றே. உண்மையைச் சொல்ல வேண்டு மென்றால் பொதுத்தேர்தல் நேரங்களில் தேர்தலில் போட்டியிட, வாய்ப்பு கேட்டு, அண்ணா அறிவாலயத்தில் திரண்டு நிற்கும் கூட்டம் இதைவிடக் குறைவுதான். இது மிகைப்படுத்தப்பட்ட காட்சி அல்ல.

மதிய உணவு மாலை 4.30 மணிக்கு. இரவு உணவு அதிகாலை 2 மணிக்கு. ஆர்வம் - ஆர்வம் இதைத் தவிர வேறு எதையும் காணவில்லை. இரண்டு நிகழ்ச்சிகள் குறிப்பிடத்தக்கவை.

இரவு 1 மணிக்கு, காத்திருந்த காட்டாங்குளத்தூர் ஒன்றியத்தைச் சார்ந்த ஆசிரியர் சரவணன் என்பவர்- வயது முதிர்ந்தவர். சுமார் 5000 உறுப்பினர்களுக்கு பணம் கட்டியிருந்தார். அட்டைகளை அவர் பெற்றுக்கொண்டபோது "என்ன இவ்வளவு பேருக்கு வாங்கிச் செல்கிறீர்களே? ஒன்றியப் பொறுப்பு எதற்கும் போட்டியிடுகிறார்களா அய்யா?" என்று என் உடனிருந்த தம்பி செந்தமிழ் கேட்டபோது அவர்

சொன்ன பதில், "இல்லை. நான் 1949லிருந்தே உறுப்பினர். இயக்கத்திற்கு உறுப்பினர்கள் சேர்ப்பது என் கடமை!" என்ற போது இளைஞர்களாகிய எங்களுக்கு அந்த நள்ளிரவு நேரத்தில் இருந்த கொஞ்ச களைப்பும் பறந்துபோனது.

அதேபோல 11 மணி அளவில் தயங்கித் தயங்கி ஒரு வயதான பெண்மணி வந்தார். உதவி எதுவும் கேட்டு வருகிறாரோ எனக் கருதி "என்ன வேண்டும்?" என்று கேட்ட போது, 25 உறுப்பினர்களுக்கு பணம் கட்டிய ரசீது ஒன்றை நீட்டினார். "கொஞ்சம் கூட்டம் அதிகமாக இருந்தது. குறையட்டும் என்று பக்கத்து கட்டிடத்தில் காத்திருந்தேன்" என்று சொன்னபோது, ஒருமுறை தலைவர் கலைஞர் இருக்கும் திசை நோக்கி தொழுதேன். இத்தனை வீரியமிக்க, உறுதி மிகுந்த தன்னலம் கருதாத இயக்கம்போல் தொண்டர்களை தன்னகத்தே வைத்திருக்கும் தன்னேரில்லா தலைவரை தமிழகமும், நாமும் பெற்றிருக்கிறோமே என்கிற பூரிப்பு.

கட்டுக்கடங்காத கூட்டம், ஆனால் கரை உடைக்காத கூட்டம், கண்ணியத்தை காத்து கட்டுப்பாட்டுடன் நடந்துகொண்ட கூட்டம்.

காஞ்சியில் அண்ணன் பிறந்த மண்ணில் அவர். "திராவிட நாடு" அலுவலகம் வைத்திருந்த இடத்தில் இன்று உருவாகி உயர்ந்து நிற்கும் "திராவிடநாடு அலுவலகம்", "கலைஞர் பவள விழா மாளிகையில்" நடைபெறும் முதல் நிகழ்ச்சி. காஞ்சிபுரம் நகரம் ஒன்றியம், உத்திரமேரூர், வாலாஜாபாத் ஒன்றியம். திருப்பெரும்புதூர் மற்றும் குன்றத்தூர் ஒன்றியப் பகுதி தோழர்களுக்கு உறுப்பினர் அட்டைகள் வழங்கிடும் நிகழ்ச்சி, அது மாணவர் அணியினர் ஆகிய நாங்கள் பொறுப்பேற்று நிறைவேற்றிடும் செம்மாந்த நிகழ்ச்சி.

தியேட்டர் வாசலில் தோரணங்கள் கட்டி, நடிகர்களின் பொம்மைகளுக்கு மாலை அணிவித்து, சுட்டெரிக்கும் வெயிலில் மெத்த கடமையுணர்ச்சியோடு, மதிய நேர சினிமாவுக்கு வரிசையில் காத்து நிற்கும் கூட்டத்திலிருந்து விலகி நாடு காக்கும் நல்ல தலைவராம் கலைஞர் தலைமையில் இயங்கும் கழகப் பட்டாளத்தின் சிப்பாய்களாய் என்னோடு மாணவர் அணித் தோழர்கள் செந்தமிழ்ச்செல்வன், தனசேகரன், ஜெயகுமார், கமலக்கண்ணன், காகாமலை விஜய், மண்ணச்சநல்லூர் கே.சி.மோகன், பன்னீர்செல்வம், சரவணன், சட்டக் கல்லூரி மாணவர்கள் சுரேஷ், செந்தில் உள்ளிட்ட இன்னும் பல தோழர்கள். இவர்கள் ஆற்றிய பணி போற்றத்தக்கது. தலைவரிடம் கற்ற பாடம், பசிக்காது, கண் துஞ்சாது, கருமமே கண்ணாயினோம்

என்பதை கடைப்பிடித்தோம். கண்ணியமாக பணியாற்றினோம். கழகத் தோழர்கள் நிறைவுடன் சென்றார்கள். பையிலே காசு இருந்ததோ இல்லையோ, கையில் உறுப்பினர் அட்டை; கம்பீரமாக நடந்தார்கள்.

தலைநகர் திரும்பினோம், ஊர் இயங்கிக் கொண்டு இருந்தது. வழக்கம்போல் இயந்திரமாய் மனிதர்கள். அண்ணா அறிவாலய வாசலில் காற்றில் அசைந்து பறந்து கொண்டிருக்கும் கறுப்பு சிவப்புக் கொடி, வரவேற்பளிப்பதைப்போல் இருந்தது.

உள்ளே,

வீசுகின்ற தென்றலின் மென்மையோடு, தொண்டர்களையும், வியாபித்து நிற்கும் விந்தியமலையின் உறுதியோடு கழகத்தையும் நடத்திச் செல்லும் வரலாற்றுத் தலைவர் கலைஞர்.

தமிழனாகப் பிறந்தது சிறப்பு!
கழகத்தில் பணியாற்றுவது பெருமை!
கலைஞரின் தொண்டனாய் வாழ்வது பேறு!
ஜனநாயகக் கோட்பாடுகளைப் போற்றும் கழகம்!
மனிதநேயம் நிறைந்த தலைவர் கலைஞர்!
இலட்சியப் பாசறை உயர்த்திப் பிடித்த இருவண்ணக் கொடி!
தொய்வில்லா தொடர் பயணம்!
இப்படை தோற்கின் எப்படை வெல்லும்?

06.11.1998

11
கலைஞர் ஆட்சியில் தலைநிமிரும் தமிழகம்!

ஐந்து ஆண்டுகளுக்கு ஒருமுறை தேர்தல், நாடாள்வோரை மக்களே நேரடியாகத் தேர்ந்தெடுக்கும் உரிமை, தேர்ந்தெடுக்கப் படுவோர் சட்டத்தின் துணையோடு, அதிகார வர்க்கத்தின் உதவியோடு மக்களிடம் இருந்து வரி மூலமாகவும், தொழில்களை வளர்த்தும், உற்பத்தியைப் பெருக்கியும் கிடைக்கிற நிதி ஆதாரங்களின் மூலம் ஆக்கபூர்வமான திட்டங்களைத் தீட்டி மக்கள் பிரச்சினைகளை தீர்த்தும், நாட்டு வளத்தை உயர்த்தியும் அரசு நடத்திட வேண்டும்.

இவை ஜனநாயக நாட்டின் ஆட்சி முறைக்கான இலக்கணங்களுள் சில. அர்த்த சாஸ்திரத்தில் அரசியல் சாணக்யன் கௌடில்யன் கூறுகிறான்.

மலரைக் காயப்படுத்தாமல் வண்டு தேன் எடுப்பது போல மக்களிடமிருந்து ஓர் அரசு வரி வசூலித்திட வேண்டும்.

மக்களாட்சியின் மாண்பு, மகத்துவம், குடியாட்சியின் சிறப்பு, உயர்வு இவைகளை உணராதோர் கூட சில நேரங்களில் அரசாளுகின்ற விபரீதங்கள் நிகழ்ந்ததற்கு சரித்திரத்தில் நிறைய உதாரணங்கள் உண்டு.

மூன்று ஆண்டுகளுக்கு முன்பு தமிழகத்தில் கூட இப்படி ஒரு வேதனையான நிகழ்வு நடந்து முடிந்தது.

தகுதியானவர்கள் என்றும் நிலைத்து நிற்பர்; தகுதியற்றோர் கால வெள்ளத்தின் வேகத்தில் புரட்டி அடித்துச் செல்லப்படுவர். இது நியதி. ஏற்றுக்கொள்ளப்பட ஒத்துக் கொள்ளப்பட வேண்டிய தத்துவம்.

வாழ்ந்தது, தாழ்ந்தது, பின் மீண்டு எழுந்தது என்கிற தனித்துவம் பெற்ற தமிழகம் உலகின் பல நாடுகளுக்கும் உதாரணமாகத் திகழும் தகுதி பெற்ற பூபாளம்.

வாழ்ந்ததும் தெரியாமல், வீழ்ந்ததையும் உணராமல், மீண்டும் எழ வேண்டும் என்கிற எண்ணமும் இல்லாமல் வாழ்ந்த தமிழனுக்கு

உணர்த்துவது உரம் தந்து, உயர்த்திவிட்ட பெருமைக்குரிய இயக்கம் திராவிட முன்னேற்றக் கழகம்.

சமுதாயம், பொருளாதாரம், அரசியல் இம்மூன்றிலும் இருந்த ஏற்றத்தாழ்வுகளைப் போக்க முடிவெடுத்து, கொள்கை கண்டு குறிக்கோள் கொண்டு இலட்சிய முகட்டை நோக்கி பீடுநடை போடும் இப்பேரியக்கத்தின் பெருந்தலைவன், கம்பீரமாய் நிற்கும் இமயம் ஆழங்காண முடியாத அலைகடல், சூறாவளி காற்றுக்குப் பின்னும் நிமிர்ந்து நிற்கும் நாணல்.

அரசியல் நடத்துவோர்க்கு இலக்கணப் புத்தகம். வெயிலில் துடிப்பவர்க்கு நிழல். குளிரில் வாடுவோர்க்குப் போர்வை. பசித்தவனுக்கு உணவு. வயதானோர்க்கு பிள்ளை, வளர்வோர்க்கு தந்தை, புரியாதவர்க்குப் புதிர்.

வாழ்ந்த தமிழினத்தின் வாழ்கின்ற பிரதிநிதி தலைவர் கலைஞர் சீர்மிகு தமிழகத்தின் ஆட்சிப் பொறுப்பேற்று நாட்டுக்குத் தந்திருக்கும் 12வது நிதிநிலை அறிக்கை.

நாட்டின் நிலையுணர்ந்து, உலகின் போக்குணர்ந்து, மக்களின் வாழ்க்கைத் தரமறிந்து 60 ஆண்டு கால அனுபவத்தின் துணையோடு தயாரித்து அளித்திருக்கும் நிதிநிலை.

எதிர்க்க வேண்டும், எதைச் செய்தாலும் என சத்தியப் பிரமாணம் செய்திருந்தோர்கூட குறை கூற முடியாமல் குமுறுவதை காண முடிகிறது. வெறும் முனகல் ஒலி.

காரணம். இது வேண்டும் எனக் கேட்பதற்கு முன்பே தீர்த்து வைக்கும் ஆற்றல்: "தாயினும் சாலப் பரிந்து" தமிழகத்தில் வாழும் அனைத்து தரப்பினரையும் அரவணைத்து கவலை தீர்க்கும் அத்துறை கவனம், பொறுப்பு, பழமை என்னும் மண்ணில் கால் ஊன்றி புதுமை என்னும் வானத்தில் கைகளை விரித்து வியக்க வைக்கச் செய்யும் விந்தைகள்.

சரித்திரத்திற்கு முந்தைய காலத்திலிருந்து தொடங்கி, இக்காலம் வரையிலான தமிழக வரலாற்றைத் தொகுத்து அமைக்கப்பட இருக்கும் கண்காட்சி.

இசை மேதைகள் அருணாச்சல கவிராயர், முத்து தாண்டவர் மாரிமுத்து பிள்ளைக்கு சீர்காழியில் சிலைகளுடன் கூடிய மணிமண்டபங்கள். தமிழ்த் துறவி குன்றக்குடி அடிகளார், தவத்திரு

தெய்வசிகாமணி, அருணாச்சல தேசிகர் இவர்களுக்கும் மணி மண்டபங்கள்.

தியாகிகள் மணி மண்டப முகப்பில் தமிழ்நாடு பெயர் மாற்ற உயிர் நீத்த சங்கரலிங்கனார், சென்னைக் கோட்டையில் தேசியக் கொடியேற்றிய பாஷ்யம் ஆகியோரின் சிலைகள்.

பழைமையின் சிறப்பும் கெடாது சரித்திரத்தின் தொன்மை காத்து சிறந்தோரின் நினைவினைப் போற்றும் உறுதியான கொள்கை.

கால்கள் நிலத்தினைப் பற்றியிருப்பது போல் வளர்ந்து வரும் உலகின் விஞ்ஞான வேகத்திற்கு ஈடுகொடுக்கும் ஓட்டத்தில் இந்திய துணைக் கண்டத்தின் முதல் இடத்தில் இன்று தமிழகம்.

இணையத்தில் தமிழ். இது பெருமை, கௌரவம், கம்பீரம், இதைப் போற்றும் வகையில் உலகத் தமிழ் இணையப் பல்கலைக்கழகம் அமைக்க முடிவு, தமிழகமெங்கும் 1200 மேல்நிலைப் பள்ளிகளில் தனி விருப்பப் பாடம்.

தொலைத் தொடர்பு வழி மருத்துவ வசதி மாநிலத்தில் அறிமுகம்.

இது வானத்தை நோக்கி கைகளை விரித்து நிற்பது போல்.

பழமையை மட்டும் போற்றுவோர் உண்டு.புதுமையை மட்டும் நாடுவோர் உண்டு. பழமை கெடுக்காமல் புதுமையை புகுத்தும் புதுக்கலை கலைஞரிடம் மட்டுமே கற்றுக்கொள்ள வேண்டிய பாடம்.

எல்லாவற்றிற்கும் மேலாக அலைச்சல்களிலிருந்தும், மன உளைச்சல்களில் இருந்தும் மாணவர் சமுதாயத்தை மீட்ட, பெருமை காலமெல்லாம் நிலைத்து நிற்கும்.

சாதிச் சான்றிதழ், வருமானச் சான்றிதழ், இருப்பிடச் சான்றிதழ் வேண்டி அலைந்து திரிந்தோர்க்கு மட்டுமே அதன் அல்லல் தெரியும். பல இடங்களில் படிந்து நிற்கும் அசிரத்தை, ஈடுபாடு இல்லாத அணுகுமுறை அலைக்கழிக்க வைக்கும் அக்கறையற்ற போக்கு ஜெயலலிதா அரசின் பாதிப்பினால் ஊறிவிட்ட ஊழல்குளம், இந்தக் கொடுமைகளைச் சான்றிதழ் பெற அலையும் நேரங்களில், படிக்கும் பருவத்தைச் சார்ந்த இளைஞர்கள் பார்த்து பாதிக்கப்பட்டு, நொந்து திரிந்த அவலம். இனி தேவையில்லை எனப் பள்ளி நிர்வாகமே படிக்கும் காலத்தில் பொறுப்புடன் இவைகளை நிறைவேற்றி படிப்பை முடித்து வெளிச் செல்லும் போது கையோடு கொடுத்தனுப்பும் திட்டம். எவர்க்கு வரும் இந்தச் சிந்தனை? இவர்களைச் சந்திக்கும்போது

புலம்பிச் செல்வதோடு முடிந்தது பலரின் கடமை. கண்டன அறிக்கை விடுவதோடு முடிந்தது சிலரின் வேலை. இப்படியொரு வேதனை நிலவி வருகிறது என்பதை உணராதோர் கைகளில் அதிகாரம் இருந்த கொடுமையும் உண்டு. சமுதாயத்தில் பரவி நிற்கும், பெரும் முயற்சிக்குப் பின் போற்றிட வேண்டிய நிர்வாக நோய்களின் பாதிப்பு படிக்கிற பிள்ளைகளையும் பாதித்திடக் கூடாது என்கிற சீரிய சிந்தனை சிலருக்கு மட்டுமே.

சிதைந்து போய் இருக்கும் தேசத்தின் பொருளாதாரம், தேங்கி நிற்கும் தொழில் வளர்ச்சி, வளர்ந்து நிற்கும் மன, மத வேறுபாடுகள் இவைகளுக்கிடையில் தலைவர் கலைஞரின் பார்வை எதைத் தவற விட்டது. எந்தப் பிரிவினை சார்ந்தவரை? எந்தத் துறையை? மடியில் தவழும் மழலை, பள்ளி செல்லும் பாலகர், கல்லூரியில் பயிலும் காளை, மண வாழ்வு காணும் மங்கை, வேலை தேடுவோர், வாழ்விழந்தோர், அரசு ஊழியர், ஆசிரியர், அந்த வாய்ப்பு கிடைக்கப் பெறாமல் கூலிக்குப் பணிபுரிவோர், வசதி தேடும் கிராமங்கள், பராமரிப்பு தேவையான நகரங்கள் ஆகியவற்றோர், அனாதையாய் கைவிடப் பட்டோர், குடிசையில் வாழ்வோர், அதுவுமின்றி அவதிப்படுவோர், இவர்களுக்காக தேவைகளை நிறைவேற்றித் திட்டங்கள் நிரந்தரத் தீர்விற்கு வழிகாண தொழிற்சாலைகள் உற்பத்திப் பெருக்கம், வேலை வாய்ப்பு கோடையிலும் தடையில்லை மின்சார விநியோகம் எனும் நிலை.

பாலைவனமாய் பட்டொளிய இருந்தது பழமையும் பெருமையும் மிகுந்த இந்தத் தமிழகம். ஆட்சி முறை இலக்கணம் அறியாதோர், அரசாள நேர்ந்த காரணத்தால், குப்பத்து குழந்தைகளாய் மரபுகள் மண்ணில் புரண்டன. சட்டமன்ற உறுப்பினரல்லாத ஒருவர் துணை சபாநாயகர் இடத்தில் அமர்ந்த அத்துமீறிய அடாவடித்தனங்கள், குற்றவாளியென சட்டரீதியாக உறுதிசெய்யப்பட்டோர் மாலை மரியாதைகளோடு மாநிலங்கள் அவைக்கு அனுப்பி வைக்கப்பட்ட மமதை.

பொருளாதாரம் சீரழிந்தது. புகழ்மிக்க தமிழ் மண்ணின் மரியாதை சீர்குலைந்தது. ஆடம்பரம், அதிகாரம், ஆணவம் தமிழ்நாட்டை ஆண்டது. மூன்று தலைமுறைகளுக்கு முன்பு அல்ல மூன்று ஆண்டுகளுக்கு முன்பு.

ஆனால், இன்றோ இவைகளெல்லாம் நினைவுபடுத்தப்பட வேண்டிய நிலையில் செம்மைப்படுத்தப்பட்ட தமிழகம். இரண்டாம்

உலக யுத்தத்தில் அழிவை சந்தித்தது எனச் சொல்ல இயலா நிலையில் உயர்ந்து நிற்கும் ஜப்பான் தேசத்தைப் போல, கலைஞரின் ஆட்சியால் அவரின் அனுபவ அறிவால், நிர்வாகத் திறமையால் நிறைவான நிகழ்காலம் வளமான வருங்காலம் எழில்மிகு ஏற்றமிகு தமிழகம் வடபுலத்தார் வாய்பிளந்து நின்று வேடிக்கை பார்க்கும் அளவு நிமிர்ந்து நிற்கும் தமிழகம்.

"காரிருள்தான் சூரியனை மறைப்பதுண்டோ?
கரைசேற்றால் தாமரையின் வாசம் போமோ?
பேரெதிர்ப்பால் உண்மைதான் இன்மையாமோ?
பிறர் சூழ்ச்சி செந்தமிழை அழிப்பதுண்டோ?"
கலைஞர் ஆளும் தமிழகத்திற்கு தாழ்வுதான் உண்டோ?
கலைஞர் வாழ்கிறார் நாம் வாழ்வதற்காக
கலைஞர் உழைக்கிறார் கழகம் வளர்வதற்காக
கலைஞர் ஆள்கிறார் தமிழகம் உயர்வதற்காக"

29.03.1999

12
எந்நிலை நம் நிலை?

உயர் குணங்கள், பண்பு நலன்கள் என்கிற பெயரால் நம்முடைய வாழ்வில் கடைப்பிடித்து வந்த பல சிறந்த பெருமைப்படத்தக்க, மனிதநேயம், இரக்க குணம், பெருந்தன்மை, மரியாதை, பணிவு, அடக்கம் போன்றவை இனி சொற்களஞ்சியங்களிலும், அகராதியிலும் மட்டுமே இடம் பெறக்கூடிய சொற்களாகிவிடுமோ என்னும் நிலை உருவாகி வேரூன்ற ஆரம்பித்துவிட்டது.

போர்க்காலங்களில் வலிமை வாய்ந்த எதிரியின் கழுத்துக்கு நேரே கத்தி செல்லுகிற தருணத்தில் பொழுது சாய்ந்து சூரியன் மறைந்து விட்டால், அன்றைய போரை நிறுத்திக் கொண்டு மறுநாள் தொடர்ந்து யுத்தம் நடத்திய நெறிமுறைகள் இந்த மண்ணுக்குச் சொந்தமான குணங்களே.

இதைவிட சிறந்த வாய்ப்பு இன்னொருமுறை கிடைக்குமா என்கிற சந்தேகத்தினால் கிடைத்த சந்தர்ப்பத்தை நழுவ விடாமல் எதிரியைக் கொல்லுகிற குறுகிய புத்தி இல்லாமல் இருந்திருக்கிறது.

வாள் ஏந்தி எதிரே நிற்கிற எதிரியைக்கூட கண்ணியமாக நடத்துகின்ற உயர்ந்த குணம். இங்கேதான் இதே மண்ணில் தான் கடைப்பிடிக்கப்பட்டிருக்கிறது. ஆனால் இன்றோ இருகட்சிகளைச் சார்ந்தவர்கள் பொது இடத்தில் சந்திக்க நேர்கிறபோது எல்லைக் கோட்டிற்கு அந்தப் பக்கமும், இந்தப் பக்கமும் நிற்கும் பாகிஸ்தான் இந்திய வீரர்களைப்போல முகத்தைத் திருப்பிக் கொண்டு செல்லும் அநாகரிகமான போக்கு அதிகரித்து விட்டது. இது குறைந்த பட்சமே பெரிய பொறுப்பிற்கு வருகின்ற வாய்ப்புப் பெற்றவர்கள் கூட அந்தப் பொறுப்பிற்கு வந்ததற்குப் பின்னாலும் கண்ணியம் மறந்து வம்புச் சண்டைக்கு இழுத்துக் கட்டி உருளத் தயாராக இருப்பது வேதனைக்குரியது.

மாநிலங்களவை உறுப்பினராகத் தேர்ந்தெடுக்கப்பட்டதற்கான அத்தாட்சிப் பத்திரம் பெறச் சென்ற இடத்தில் எஸ்.எஸ்.சந்திரன், சட்டமன்ற உறுப்பினர் உசேன் அவர்களிடம் நடந்து கொண்ட முறை ஒரு உதாரணம்.

விவாதங்கள் நடத்தி முடிவுகள் எடுக்கப்பட வேண்டிய இடங்களில் பொறுப்புணர்ச்சியோடு மக்கள் பிரச்சினைகள் பேச வேண்டிய மன்றங்களில் நாற்காலிகளைத் தூக்கி வீசுகின்ற வல்லமை பெற்றவர்களை தொலைக்காட்சியிலும் "வெளியே வாடா வெட்டிப்புடுவேன்"கிற கருத்தாழமிக்க வசனங்களைப் பேசியதாக பத்திரிகையிலும் படிக்கிறோம். எங்கே போகிறது நாடு? என்ன நடக்கிறது நம்மைச் சுற்றி? யார் இவர்கள்? எப்படி இந்த இடங்களுக்கு வர நேர்ந்தது 'யார் நிறுத்தியது' யார் தேர்ந்தெடுத்தது? எல்லாவற்றையும் எல்லோரும் சிந்திக்க வேண்டிய நேரம் இதுவே.

செங்கிஸ்கான், தைமூர், ஹிட்லர், முசோலினி, இடிஅமீன் என மனிதத்தன்மையே இல்லாமல் மிருகவெறி என்பது சாதாரண வீரியமில்லாத சொல் எனத்தக்க அளவிற்கு இலட்சக்கணக்கான தலைகளை வெட்டிச்சாய்த்த கொடுங்கோலர்களைப் பற்றி படித்திருக்கிறோம். வெறும் செய்தியாக அல்லது தகவல்களாக மட்டுமே ஒரு சிறிது நேரம் அந்தக் காலகட்டத்தில் அந்த மனிதக் கூட்டத்தில் வாழும் மனிதர்களாக இருந்திருந்தால் நம்முடைய மன நிலை எப்படி இருந்திருக்கும் என யாராவது எண்ணிப் பார்ப்பதுண்டா? உணர்வுகள் கூட இல்லாமல் அதிகார வெறிக்கு அஞ்சி வாழ்ந்த அந்த பேதைக் கூட்டத்தில் ஒருவராக இருந்திருந்தால் எப்படி இருந்திருப்போம்? ஏற்பட்டிருக்கக்கூடிய உணர்ச்சிகள் என்னவாக இருந்திருக்கும்?

இவைகளைப் படித்துத் தெரிந்து கொள்வதன் மூலம், உணர்வது என்னவாக இருக்க வேண்டும்; தைமூரைப் போல நாம் ஆகக்கூடாது இன்னொருவர் ஆக அனுமதிக்கக் கூடாது என்பதாகத்தானே.

எது நிரந்தரம்? பதவியா? அதிகாரமா? செல்வமா? ஏன் வாழ்க்கையா? ஏதுவுமே இல்லை. யாருக்குமே இல்லை.

நேற்று இருந்த மனிதன் இன்று இல்லை. இன்று அதிகாரத்தில் இருப்பவர் நாளை இருக்கப் போவது இல்லை. இதை உணர்ந்தாலே போதும் நிச்சயமாக நிதானம் இருக்கும். தோன்றியதை சக்தி முழுவதையும் பிரயோகித்து செய்வது, பின்னர் செய்ததை சரியானதென சாதிப்பது, மறுப்பு யாரும் இன்று சொல்லாமல் இருக்கலாம். மனிதர்கள் மௌனம் சாதிக்கலாம். ஆனால் காலம் சொல்லுமல்லவா? காலத்தேர்ச்சக்கரம் சுழல்கிற போது அழுத்தமான சுவடுகளை மட்டும் அடையாளமாக பதித்துவிட்டுச் செல்வதில்லை. பலவற்றை அடையாளம் தெரியாமல் அழித்து விட்டும் தான் செல்கிறது.

ஒருமாத காலமாக தமிழகத்தில் நடக்கிற நிகழ்ச்சிகள் எந்த வகையிலும் ஆரோக்கியமானதாகத் தெரியவில்லை. இது அரசியல்

அல்ல. எதிர்காலப் போக்கிற்கு ஒரு முன்னோட்டம். நடுநிலையாளர்கள், சீரிய சிந்தனையாளர்கள், எழுத்தாளர்கள், களத்திற்கு வந்து கருத்துக்களை உருவாக்க வேண்டிய மாற்றங்களை ஏற்படுத்த வேண்டிய நிகழ்வுகள்.

சில நாட்களுக்கு முன் தினமணியில் பெருந்துறை, தி.ஜெயபிரகாஷ் நாராயணன் என்ற வாசகர் எழுதியிருந்த மொழியாக்க கவிதை மீண்டும் ஒருமுறை நினைவுகூட்டிப் படிக்க வேண்டும்.

"முதலில் கம்யூனிஸ்ட்டுகளைப் பிடித்துப் போக வந்தனர்.
நான் வாயைத் திறக்கவில்லை.
ஏனெனில் நான் கம்யூனிஸ்ட்டு அல்ல
பிறகு அவர்கள் யூதர்களைப் பிடித்துப் போக வந்தனர்
நான் எதுவும் பேசவில்லை.
ஏனெனில் நான் யூதன் அல்ல.
பிறகு அவர்கள் தொழிற்சங்கவாதியை தேடிக்கொண்டு வந்தனர்.
நான் எதுவும் பேசவில்லை.
ஏனெனில் நான் தொழிற்சங்கவாதி அல்ல
பிறகு அவர்கள் கத்தோலிக்கரைத் தேடிக் கொண்டு வந்தனர்.
நான் ஒரு புராட்டஸ்டன்ட்.
எனவே நான் எதுவும் பேசவில்லை
பிறகு அவர்கள் என்னைப் பிடிக்க வந்தனர்
அப்போது எனக்காக பேசுவதற்கு யாருமே இல்லை."

ஜூன் 29, 30-ஆம் தேதிய நிகழ்ச்சிகள் வழக்கின் தன்மையை இப்பொழுது ஆராய வேண்டாம். வயது முதிர்ந்த, உடல் நலிந்த, ஒரு மூத்த தலைவர் நேற்று வரை முதலமைச்சராக இருந்தவர் நடத்தப்பட்ட விதம்; உடன் ஒருவர் இருந்து சேவை செய்ய வேண்டிய நிலையில் அர்த்த ஜாமத்தில் மத்திய அமைச்சர் என்னும் உயர் பொறுப்பில் இருக்கும் ஒருவர் கூட உடன் இருக்க அனுமதிக்கப்படாமல் முக்காடு மட்டும் போடாமல் ஒரு தீவிரவாதியைப் போல தனிமைப்படுத்தி இழுத்துச்சென்ற கொடுமையை மேலும் மேலும் நியாயப்படுத்த அரசு எடுத்துக்கொள்ளும் முயற்சி எதைக் காட்டுகிறது? அடிமனதின் வக்கிரத் தனத்தைத் தானே.

உடன் வர முயன்ற மத்திய அமைச்சர் முரசொலி மாறனை மனிதாபிமான அடிப்படையில் ஒரு உறவினர் என்கிற முறையில் அனுமதித்திருந்தால்கூட பல விரும்பத்தகாத வேதனையான, நெருடலான, தொடர்நிகழ்ச்சிகள் தவிர்க்கப்பட்டிருக்கலாம். கொடூரமான வெளிநாட்டுத் தலைவர்கள் வருகிறபோது சேரிப்

பகுதிகளை திரை கொண்டு மறைப்பது போல விருந்தினர்கள் வருகிறபோது அழுக்குத் துணிகளையும், ஓட்டை உடைசலையும் ஒரு போர்வைகொண்டு மூடி மறைப்பது போல சென்னை மாநகரில் தவிக்கும் குடிநீர் பிரச்சினை, மூடப்பட்ட ஆலைத் தொழிலாளிகளின் அவல நிலை, வேலை இழந்த மக்கள் நலப் பணியாளர்களின் குடும்ப நிலை, தற்கொலை செய்து கொண்ட குடும்பங்கள், வாழ வழியற்றோர் விரக்தியின் விளிம்பில், நின்று வாடும் வேதனையான நிலை, இவர்களின் அழுகுரல், எழும் விம்மல் இத்தனையும் அடக்குமுறை என்னும் பிரம்பின் அசைவால் முனகலாகக்கூட வெளிவர முடியாத நிலையில் தமிழகம்.

அந்தக் காலத்தில் வெற்றி பெற்ற தோல்வியுற்றவனின் நாட்டை சூறையாடி அரசன் எல்லாவற்றையும் அடித்து தொட்டிலில் தவழும் பிள்ளையைக் கூட, வளர்ந்தால் வம்சம் தழைக்குமே என்று வாளால் வெட்டிக் கூறு போட்டதைப் போல இன்றைய ஜனநாயக நாட்டில் எதிரி வீட்டு தோட்டத்தில் இன்றைய புல் கூட முளைக்கக் கூடாது என்கின்ற மனநிலையோடு செயல்படும் ஒரேயொரு போக்கினை மட்டும் தான் காணமுடிகிறது.

தற்கொலை செய்து கொண்ட ஒரு குடும்பத்தின் சோகத்திற்கான காரணத்தை பிரேதப் பரிசோதனை முடிவு வரும் வரைகூட காத்திருக்கும் பொறுமை இல்லாமல் கருத்துக்கூற முற்படும் கட்டவிழ்த்து விடப்பட்டிருக்கும் காவல் துறை. தவறு செய்ததாக அத்துமீறியதாக பொறுப்பு மிக்க முன்னாள் முதல்வரால் அடையாளம் காட்டப்படும் போலீஸ் அதிகாரிகளின் மீது நடவடிக்கைக்குப் பதிலாக பாராட்டுத் தெரிவிக்கும் வகையில் பல வகையிலும் ஊக்கம். இது எந்த வகையில் நியாயம்? மானத்தோடு வாழ முடியாது என முடிவெடுத்து போலீசாரின் அடக்குமுறைக்கு அஞ்சி தற்கொலை செய்து கொண்ட அண்ணாநகர் ரமேஷ் குடும்பத்தைப் போல வேறு நிகழ்ச்சிகள் தொடராமல் தடுப்பது யார் கடமை?

இது மத்திய அரசு, மாநில அரசு, அரசியல் கட்சிகள் அதன் தலைவர்கள், தொண்டர்கள் தொடர்புடையது மட்டும் அல்ல.

பெரிய அளவில் பொறுப்பில் இருந்தவர்களுக்கும், இருப்பவர்களுக்குமே இதுதான் நிலை என்றால் எந்தவிதமான பின்பலமும் இல்லாதவர்கள் நிலை என்ன? ஒதுங்கிச் செல்வதா? ஒடுங்கி நிற்பதா? அடங்கிப் பணிவதா?

இன்றைய இந்த அரசியலில் இரத்த ஆறு மட்டுமே ஆட்சியாளர்களால் பெருகி ஓடவில்லை. மற்ற அனைத்தும் சர்வாதிகார நாட்டின் இலக்கணப்படியே நடைபெறுகின்றன.

"விதியே! விதியே!! தமிழச்சாதியை
என் செய்ய நினைத்தாய்!"

என்று மகாகவி பாரதி பாடினார்.

என் தாய்த் தமிழகமே என் நிலை உன்நிலை?
கவலையோடு கேட்கிறது வளரும் தலைமுறை
மூடிவைத்திருக்கிற பேனாக்கள் எழுதத் தொடங்கட்டும்
தவறுகளின் முடிவுகளுக்கு முன்னுரை எழுதட்டும்
நன்னெறியாளர்களின் நா அசையட்டும்!
நாடு தழைக்க சிறை வைக்கப்பட்டிருக்கும் உயர் தனி
குணங்கள் விடுதலை செய்யப்படட்டும்
"மேலோர்கள் வெஞ்சிறையில் வீழ்ந்து கிடப்பதுவும்
நூலோர்கள் செக்கடியில் நோவதும் காண்கிலையோ?
எண்ணற்ற நல்லோர் இதயம் புழுங்கியிரு
கண்ணற்ற சேய்போல் கலங்குவதும் காண்கிலையோ?"

இந்த நிலையினை இன்றைய சுதந்திரத்தைத் திருநாட்டிலும் காண வேண்டியது அவசியம்தானா?

கிரேக்கநாட்டில் ஒரு சாக்ரடீஸினால் உண்டான விழிப்புணர்ச்சி அதைத் தொடர்ந்து ஏற்பட்ட ஒரு முதிர்ச்சி பெற்ற அரசியல் தொடர்ச்சி

இத்தாலியில் ஒரு மாஜினி
பிரான்ஸ் நாட்டில் வால்டரும், ரூசோவும்

இவர்களே ஒரு மோசமான காலத்தில் பெரும் மாற்றத்திற்குக் காரணமாக இருந்திருக்கிறார்கள்.

"சோறும் துணியும் மட்டுமா வாழ்க்கை?
வசதியும் உல்லாசமும் மட்டுமா நோக்கம்?
தனிமனிதனுக்கு மானமும் மரியாதையும்
நாட்டு மக்களுக்கு நிம்மதியும் பாதுகாப்பும்"

தொலைந்து கொண்டு இருக்கும் இவைகளை மீட்டெடுக்க தமிழ் நாட்டின் இன்றைய உடனடித் தேவை பொறுப்புமிக்க நாட்டின் நலன் கருதும் எதிர்காலத் தலைமுறையின் மேன்மை கருதும் சாக்ரடீசும், ரூசோவும் மட்டுமல்ல, இதைப் புரிந்து உணர்ந்து மாற்றங்களை செயல்படுத்த புறப்பட வேண்டிய இளைஞர்களே!

28.07.2001

13
கலங்காதே! கண்ணகித் தாயே! நாங்கள் இருக்கிறோம்!

தமிழினத்திற்கு எத்தனையோ சிறப்புகள் உண்டு. தொன்மையான எண்ணற்ற மொழிகள் கால ஓட்டத்தில் சிதிலமடைந்து போயிருக்கின்றன. கிரேக்கம், இலத்தீன், சமஸ்கிருதம் போன்ற சில மொழிகள் செம்மொழி என்னும் பாதுகாப்பு வளையத்திற்குள் இருந்து கொண்டு அரசாங்கத்தின் அன்பான பராமரிப்பில் ஜீவித்துக் கொண்டிருக்கின்றன. ஆனால் தமிழ் மொழியும், தமிழினமும் மட்டுமே மொழி ஆதிக்கம் இனக்கலாச்சார படையெடுப்பு இவைகளை பல நூறு ஆண்டுகளாக, பல வடிவத்தில் சந்தித்திருந்தாலும் அவைகளையெல்லாம் வென்று கடந்து இன்னும் அதே வளத்தோடும் இளமையோடும் திகழ்கிறது என்பதே எதிர்ப்பவர் கூட ஏற்றுக்கொளும் உண்மை.

இவையெல்லாம் வெளிநாட்டிலிருந்து வேற்று இனத்திலிருந்து வந்த எதிர்ப்புகளை வென்று நின்ற வரலாறு. ஆனால் இன்றோ, சொந்த நாட்டிலேயே, சொந்த மக்களின் ஏகோபித்த ஆதரவோடு இந்த மண்ணை ஆளும் அரசே கலாச்சாரப் பெருமையை சிதைக்க முற்படுவதும், அதற்குத் துணையாக இத்தனைக் காலம் பதுங்கிக் கிடந்த பகைக்கூட்டமும், பிழைப்புக்காக எதையும் செய்யும் கூட்டமும் ஒன்று சேர்ந்து இந்தக் கொடுமைக்குத் துணை நிற்க துடிப்பதும் புதுமையான ஆனால் அபாயகரமான சூழ்நிலை. பாதகத்தைக் கண்டு பதைக்கும் உணர்வும், இயல்பான ஆவேசமும், சொந்த சகோதரர்கள் சொரணை மறந்து திரிவதால் விளையும் வேதனையும், கலாச்சாரப் பெருமையைக் காக்கும் பொறுப்பும், தானாடாவிட்டாலும் தன் சதை ஆடும் என்பதைப் போல் தலைவர் கலைஞர் ஒருவருக்குத்தானே தலையெடுத்து நிற்கிறது.

அந்த 78வயது மூத்த சிங்கத்தின் கர்ஜனை மட்டுந்தானே இன்று தமிழகத்தில் எதிரொலித்துக் கொண்டிருக்கிறது. பேசும் நாவும், எழுதும் பேனாவும் கூலிக்காக என்கிற நிலை வந்து விட்ட காரணத்தால், பொறுப்பில் உள்ளோரை குளிர வைத்தால்

பொறுக்குவதற்கு ஏதும் கிடைக்காதா என்னும் எண்ணம் மலிந்து விட்ட காரணத்தால், கண்ணகியின் சிலம்பு கிடந்த காலைத் தொட்டு வணங்கத் தகுதியற்றவர்களெல்லாம் கண்ணகியையே நிந்திக்க, விமர்சிக்க துணிந்து விட்ட பாதகம் இன்று தமிழகத்தில்.

பெரியாரால் அடையாளங்காட்டப்பட்டு அகற்றப்பட்டவர்கள் இன்று அவரை துணைக்கழைக்கிறார்கள். தந்தை பெரியார் எல்லோரையும் விமர்சித்தார், எல்லாவற்றையும் விமர்சித்தார். ஆராய்ச்சிப் பார்வையும், தர்க்க ரீதியான அணுகுமுறையும் உண்மையை உணர்த்த சாதக பாதகங்களை விளக்கிப் பேசிய அவர் இறுதியாக எரிக்கச் சொன்னது இராமாயணத்தை; பகிஷ்கரிக்கச் சொன்னது பாரதத்தை; பண்புகளை சொல்லித்தரவில்லை என்ற காரணத்தால் பொய்யும் புனைந்துரையும் புனலாய் பெருகி ஓடியது என்கிற காரணத்தால் ஒழுக்கத்தை ஒட்டு மொத்தமாக சிதைக்கிறது என்கிற காரணத்தால்,

"ஆண்ட இனத்தால் மீண்டும் முற்றுகை
மாண்டிடும் புழுவே மகுடம் கழற்று"

என்றும்,

"பாராட்டிப் போற்றிவந்த பழமைலோகம்
ஈரோட்டுப் பூகம்பத்தால் இடியுது பார்"

என்றும், கலைஞர் என்னும் புயல்காற்று தமிழகத்தில் வீசத் தொடங்கியதற்குப் பின்னால்தானே மடமை மருண்டது. மௌடீகம் ஓடி ஒளிந்தது. கடந்த கால வீர வரலாறு புது மெருகோடு தமிழ்நாட்டில் தலைநிமிர்ந்து வலம்வரத் தொடங்கியது. மறக்க முடியுமா, நன்றியுள்ள நெஞ்சம் இருந்தால்?

அண்ணன் தம்பி பாசத்திற்கு கற்பனை பாத்திரமாம் இராமனோடு காடேகிய இலக்குவணனா உதாரணம்? இல்லை அண்ணனுக்கு உரிய சிம்மாசனம் அவனுக்கே கிடைக்க நிமித்திகனின் கூற்றைப் பொய்யாக்க, இளவயதில் துறவறம் பூண்ட இளங்கோவடிகள் உதாரணம் இல்லையா? என்ற கேள்வி சிந்திக்க வைத்தது தமிழனை.

கவசகுண்டலத்தோடு பிறந்து வாரி வழங்கிய வள்ளல் கர்ணன் என்று உதாரணத்தை கதையாக சொன்ன பாரதக்கதையின் கற்பனைக்கு காது கொடுத்துக் கொண்டிருந்த தமிழனை; முல்லைக்குத் தேர் ஈந்த - இந்த மண்ணில் பிறந்த உன் முன்னோரில் ஒருவர் பாரியே உண்மை

வள்ளல். இது வரலாறு என்றுரைத்த அந்த நாட்கள் விழிகளைத் திறக்கவில்லையா?

பிரம்மாஸ்திரம், நாகாஸ்திரம் என்று தவமிருந்து பெற்ற நம்ப இயலாத மந்திரங்களை உச்சரித்து ஆயிரம் பேர் தலையைக் கொய்த அர்ச்சுனனா வீரன். அல்ல? உன் இனத்திலே பிறந்து வாள் வலிமையால், தோள் வலிமையால் பகைவர் வென்று இமயத்தில் இலச்சினை பொறித்த சேரன் செங்குட்டுவனே வீரன் என்று வலிமையான வாதத்தோடு, பகைவரால் புதைத்து வைக்கப்பட்ட வரலாற்றுக்கு உயிர் கொடுத்த தலைவர் இன்னமும் உரக்கக் குரலெழுப்பிக் கொண்டுள்ளார்.

யாருக்காக? அவருக்காகவா? எதிர்காலத்தில் எதையாவது பெறவேண்டுமென்றா? அவர் புதிதாகப் பெறுவதற்கு எதுவும் இனி தமிழகத்தில் இல்லை; ஒன்றைத்தவிர, தமிழன் இழந்துவிட்ட உணர்வையும், உரிமையையும் மீண்டும் பெற்று தமிழினம் தன்னிலை அடைவது மட்டுமே.

என்ன நேர்ந்தது தமிழகத்திற்கு? இந்த மௌனத்திற்கு பெயர் என்ன? நிதானமா? பொறுமையா? சகிப்புத்தன்மையா? இல்லை, பொறுப்பற்றதனமா? மலட்டுத்தன்மையா? எதுவாக இருந்தால் என்ன! பாதகத்தின் உச்சநிலை இது. காரணகர்த்தாக்கள் எங்கோ, ஒய்யாரமாக, உல்லாசமாக, எவராலும் சாதிக்கமுடியாததை தான் சாதித்த பூரிப்போடு, கூலிப்பிழைப்பு நடத்தும் அடிமைகளைப் பேசவைத்தும், எழுத வைத்தும் ரசித்துக் கொண்டு இருக்கும் நிலை தொடர்வது நியாயமா?

எழுத்தும் பேச்சும் நிமிரவைத்த காலம் ஒன்று! இன்றோ கலைஞரின் எழுதுகோல் மட்டுமே நிமிர்ந்து நிற்பதைப்போல எழுத்துக்களும், எண்ணங்களும் நிமர்ந்து நிற்கின்றன. தமிழர் வரலாற்றின் பெருமைகளின் ஒன்றாய், பொறுமை பூமியை ஆளும் என்னும் உண்மையை உணர்த்திய கண்ணகித்தாயின் சிலை இருந்த இடம் இன்று தார்ச்சாலையாய் அந்தப் பொட்டலுக்கு காவலாய் பத்து காவலர்கள் (எல்லாம் தமிழர்கள்), வெள்ளையன் இந்த மண்ணை ஆண்டபோது அவனுக்குத் துபாஷாய் பணியாற்றிய இந்தியனை காறி உமிழ்ந்த உணர்ச்சியுள்ளவர்களாய் சுதந்திரப்போராட்ட வீரர்களை ஒரு திரைப்படத்தில் பார்த்த நினைவு வருகிறது. அன்று பாண்டியன் அவையில் நீதிகேட்டு நின்ற கண்ணகியை சிறை வைக்க மதுரை

அரசு துணியவில்லை. இன்றோ கண்ணகியின் சிலை சென்னையில் அருங்காட்சியகச் சிறையில் தமிழர்களால் தேர்ந்தெடுக்கப்பட்ட அரசின் கைங்கரியத்தால் நினைக்கவே நெஞ்சு நடுங்குகிறது. தோழர்களே கடற்கரையில் அண்ணன் துயிலுமிடத்தில் சூரியக்கதிர்களை இந்த அரசு அகற்றியது அமைதியாக இருந்தோம். துணிவு கொண்டார்கள். நம் உயிராம் தலைவர் கலைஞரை நள்ளிரவில் துயிலெழுப்பி இரக்கமின்றி இழுத்துச் சென்றார்கள். பொங்கி எழுவில்லை தமிழகம், ஆணவம் அதிகரித்தது. தமிழினக் கலாச்சாரத்தின் பிரதிநிதியாம் கழகத்தின் சின்னத்தை, கழகத்தின் தலைவரை தொட்டு முடித்து விட்டோம். இனி என்ன? கலாச்சார அடையாளங்களை அழித்தொழிப்போம் எனத் தமிழகத் தலிபான் அரசு தலைப்பட்டிருக்கிறது என்றால் இனியும் பொறுமை தேவைதானா? இந்தக் கேள்வி தமிழகம் முழுவதும் எதிரொலிக்க வேண்டும்.

"பாதகம் செய்பவரைக் கண்டால்
நீ பயங்கொள்ளலாகாது பாப்பா
மோதி மிதித்து விடு பாப்பா
அவர் முகத்தில் உமிழ்ந்துவிடு பாப்பா"

இது மகாகவி பாரதி.

"பூட்டிய இரும்புக் கூட்டின் கதவு திறக்கப்பட்டது
சிறுத்தையே வெளியில் வா
எலியென உன்னை இகழ்ந்தவர் ஒடுங்க
புலியென செயல் செய்யப்புறப்படு!"

இது பாவேந்தர் பாரதிதாசன்.

கி.பி. 2ம் நூற்றாண்டில் சிங்களவரைக் கைதியாய் கொணர்ந்து கல்லணையைக் கட்டினான் கரிகாலன். தமிழரை இகழ்ந்தார் கனக விசயர் எனக் காதில் விழுந்தவுடன் படையெடுத்துச் சென்று அவர் முடி நெறித்து அவர்கள் தலையிலேயே இமயத்திலிருந்து எடுத்த கல்லை சுமக்கச் செய்து கொணர்ந்து பத்தினித்தாய் கண்ணகிக்கு சிலை அமைத்தான் சேரன் செங்குட்டுவன். களங்கம் துடைத்தான் சேரன் அன்று, களங்கம் சுமக்கப் போகிறார்களாம் இன்று. முடியாது முடியவே முடியாது.

"மானம் அவன் கேட்ட தாலாட்டு
மரணம் அவன் ஆடிடும் விளையாட்டு"

என்று நம் உதிரத்தில் வீரம் விளைவித்த தலைவர் கலைஞர் இன்னும் வழிகாட்டிக் கொண்டிருக்கும்போது இந்தக் கொடுமையா? இந்த இனத்திற்கு இந்த அவமானமா? அண்ணன் தந்த அறிவை, தமிழன் காத்த பெருமையை, கலைஞர் ஊட்டிய உணர்வை இழந்தது இந்தக் காலத்தில்தான் என்கிற கறையை, களங்கத்தை இந்தத் தலைமுறை சுமக்கக்கூடாது என்கிற உணர்விருந்தால் ஓடுகிற குருதியில் துடிப்பிருந்தால், தாய் ஊட்டிய பாலில் தமிழோடு வீரமும் சேர்ந்திருந்தால் கூடிடுவோம், ஜன 5ம் தேதி சென்னை கடற்கரை சீரணி அரங்கத்தில் தலைவரின் வீர உரை கேட்டெழுவோம்!

கண்ணகித்தாயே! கலங்காதே கலைஞர் இருக்கிறார்! அவர் தம்பிகள் நாங்கள் இருக்கிறோம், மீண்டும் கடற்கரையில் அதே இடத்தில் கம்பீரத்தோடு உன் சிலை இருக்கும்.

05.01.2002

14
தலைவர் கலைஞரின் ஏழு கட்டளைகள்

காலத்தால் கரைந்துபோன கொள்கைகளை, காணாமல் போன தலைவர்களை, சிதைந்துபோன தத்துவங்களை சரித்திரம் கண்டிருக்கிறது.

ஆனால், நாட்கள் செல்லச்செல்ல தமிழைப் போல் பொலிவோடும், வலிவோடும், மிளிர்ந்து நிற்பது தி.மு.கழகத்தின் கொள்கை, குறிக்கோள், கோட்பாடுகளே என்பதை என்றும் நிலைநிறுத்துவது தலைவர் கலைஞரின் கருத்துக்கள், எழுத்துக்கள் செயல்பாடுகள் மட்டுமே.

காலவெள்ளம் எல்லாவற்றையுமா அடித்துச் செல்கிறது? முடியாது என்பதற்கு திருக்குறள் நிலைத்த ஓர் உதாரணம். காலத்தை வெல்லும் சக்தி சிலவற்றிற்கு உண்டு; சிலருக்கு மட்டுமே உண்டு என்பதற்கு அடையாளம் கழகமும், கலைஞரும்.

எதற்காக வந்தோம்? எங்கு செல்கிறோம்? எப்படி, என்ன செய்யவேண்டும் என்பது புரியாமலே பலர் உலா வருவதை பார்க்கிறோம். எதுவுமே தெரியாமல், தெரிந்து கொள்ள விழையாமல், எல்லாவற்றையும் தனதாக்கிக் கொள்ள முனைவோர் எண்ணிக்கை அதிகமாகி வருவதையும் காண்கிறோம். இவர்கள் பல கூடாரங்களில், பல அணிகளாக, சில நேரங்களில் பலமுள்ளவர்களாக தோற்றம் காட்டி வருவதும் உண்மை.

ஆனால், நிதானமான, அழுத்தமான அடிகளோடு நிலைத்த கொள்கையோடு, உறுதியான பயணம் மேற்கொள்ளும் இலட்சியப் பாசறையாம் கழகத்தின் தலைவர் கலைஞர் நாளொரு பாடம், பொழுதொரு பயிற்சி என்று தன் இயக்கத் தொண்டர்களை கொள்கை வழி நிற்கும் இலட்சிய சிப்பாய்களாய் வடித்தெடுக்கும் கடமையில் மட்டும் தவறுவதேயில்லை.

அணுவைத் துளைத்து அகிலத்தை புகுத்தியது போல், எல்லா சித்தாந்தங்களையும் எளிமைப்படுத்தி, இலக்கு எது என்பதை மிகத்தெளிவாக விளக்கிச் சொல்லி கழகத் தொண்டனை கம்பீரமாக நடைபோட வைப்பது.

'எந்த ஒரு மனிதனும் இன்னொரு மனிதனுக்கு அடிமையில்லை' என்ற தளத்தின் மேல், மொழிப்பற்று, பொருளாதார மேம்பாடு. ஒன்றுபட்டு வாழும் உயர்ந்த நோக்கு, அவற்றை அடைய அண்ணா வழி; என்றுமே அமைதி வழி என்பதை அகிலத்திற்கு உணர்த்திய அற்புதத் தலைவர் கலைஞர்.

1938இல் 'ஓடிவந்த இந்திப் பெண்ணே கேள்! நீ தேடி வந்த கோழையுள்ள நாடிதல்லவே' என தாய்மொழி காக்கும் களத்தில், அன்று இறங்கிய அதே உறுதியோடு, வீரத்தோடு, குழப்பமில்லாத சிந்தனையோடு திட்டமிட்ட செயல்களோடு, தெளிவான குறிக்கோள்களோடு நடைபோடும் தலைவரின் தொண்டர்கள் நாம் என்பதே நமக்குரிய பெருமையும் சிறப்பும்.

நாட்கள் நகர்கின்றன; ஏற்றமும் இறக்கமும் வந்து போகின்றன; சூறாவளிக் காற்றும், சுடுநெருப்பும் அலைக்கழித்து ஆட்டிச் செல்கின்றன. பதவியும், பட்டமும் ஏறி இறங்குகின்றன. ஆனால் கலைஞர் மட்டும் எப்பொழுதும் போல் மாறாமல் மலையைப் போல் நிலையாக; அவரைப் போலவே கழகமும்.

பரிணாம வளர்ச்சியின் அடையாளமாக 1971இல் திருச்சி மாநாட்டில் கொடியேற்றும் தொண்டன் குழப்பத்தின் உறைவிடமாக இருக்கக்கூடாது என்று, எதிர்கொள்பவரை தெளிவுபடுத்தும் கொள்கை புரிந்த வீரனாய் திகழ்ந்திட வேண்டும் என்று தந்த ஐம்பெரும் முழக்கங்கள்.

"அண்ணா வழியில் அயராது உழைப்போம்"
"ஆதிக்கமற்ற சமுதாயம் அமைத்தே தீருவோம்"
"இந்தித் திணிப்பை என்றும் எதிர்ப்போம்"
"வன்முறை தவிர்த்து வறுமையை வெல்வோம்"
"மாநில சுயாட்சி, மத்தியில் கூட்டாட்சி"

திசையெங்கும் ஒலித்தது கொள்கை மறவர்கள் குன்றேறி நின்றார்கள். இதுதான் கழகம் என்பது எல்லோர்க்கும் எளிதாய் புரிந்தது. இந்த இயக்கம்தான் நம் தளை அறுக்கும், நம்மை வாழ வைக்கும், கவலை தீர்க்கும், உயர்வு தரும் என்று உணர்ந்தோர்;

இந்தத் தலைவனால் நம் குறை தீர்ந்தது, வாழ்வு வளமானது, சமுதாயத்திலே ஓர் அங்கமாய் அங்கீகாரம் பெற்றோம் என்பதை புரிந்தோர் எண்ணிக்கை அதிகமானது. வெறும் எண்ணிக்கையாய், கும்பலாய், கூட்டமாய் அல்ல;

தலைவரின் வார்த்தைகளில்,

"கூடிக்கலையும் காகங்களாய் இல்லாமல்
கூடிப்பொழியும் மேகங்களாய்" திரண்டார்கள்.

உலகம் விஞ்ஞான மயம். அசுர வேகம். அபார வளர்ச்சி. எல்லாமே அவசரம். ஆனால், தாய்ப்பாசம் என்கிற உணர்வு மாறுமா? என்றாவது? எப்போதாவது? எந்தக் காரணத்தை முன்னிட்டாவது? முடியாது: முடியவே முடியாது.

அதுபோலவேதான் எந்தக் காரணத்தாலும் நிறம் மாறாத, குணம் மாறாத, கொள்கை மாறாத ஒன்றாக கழகம் இருக்கும் என்பதை வளரும் தலைமுறைக்கு, வாலிபப் பட்டாளத்திற்கு, வருங்காலத்தை வழங்க இருக்கும் சிற்பிகளுக்கு தலைவர் கலைஞர் இன்று தந்திருக்கும் ஏழு கட்டளைகள்:

★ "தாய் மொழி காப்பது
★ பிறமொழி ஆதிக்கம் அகற்றுவது
★ சாதிபேதமற்ற சமுதாயம் அமைப்பது
★ மனிதநேயம் போற்றி, மதநல்லிணக்கம் காண்பது
★ பகுத்தறிவு வழி நடப்பது
★ வன்முறை தவிர்த்து வறுமையை வெல்வது
★ தன்னாட்சி பெற்ற தமிழகம் காண மாநில சுயாட்சி மத்தியில் கூட்டாட்சி"

இவையே இனி தாரக மந்திரங்கள், ஊர்கள்தோறும் ஒலிக்கப்பட வேண்டியவை. நடைமுறையில் செயல்படுத்தப்பட வேண்டியவை. உயிருக்கு நிகராகப் போற்றப்பட வேண்டியவை.

இதைத் தந்திருக்கும் தலைவர் கலைஞர் சராசரியான ஓர் அரசியல் கட்சியின் தலைவர் அல்ல.

சந்தர்ப்பம் தந்த பதவியால் கொலுமண்டபத்தில் அமர்ந்து அங்கீகாரம் தேடிக் கொண்ட ஆர்ப்பாட்ட அரிதாரி அல்ல.

இன உணர்வால், மொழிப் பற்றால், தியாகத்தின் அடித்தளத்தில், ஓயாத உழைப்பின் உறுதுணையோடு நாளும் தமிழ்ச் சமுதாயத்தை முன்னேற்ற சிந்தித்து, எழுதி, பேசி, வரலாறு படைக்கும் வாராது வந்த மாமணி.

பிறப்பால், குலத்தால், பணத்தால் அல்ல உயர்வுகொண்ட தலைவனாலும், பற்றிய கொள்கையாலும் மட்டுமே என்பதை உணர்ந்தவர்களின் கரங்களில் இருப்பது கறுப்பு சிவப்பு கொடி மட்டுமே.

"அடுத்த தேர்தலைப் பற்றி சிந்திப்பவன் அரசியல்வாதி. அடுத்த தலைமுறையைப் பற்றி சிந்திப்பவன் அரசியல்ஞானி."

காலங்களை வென்று நிற்கப் போகும் அரசியல் ஞானி தலைவர் கலைஞர்.

உலகின் ஏதோ ஒரு மூலையில் எப்போதாவது தோன்றும் அபூர்வமான, அற்புதமான தலைவர்களில் ஒருவர் கலைஞர்.

அவரால் வளர்வது கழகம்: அவரால் வாழ்கிறோம் நாம்,

அவரால் மட்டுமே உயரப் போவது தமிழ்ச் சமுதாயம்.

எங்கும் எதிரொலிக்கும் இனி ஏழு கட்டளைகள்.

08.01.2003

15

சொன்னால் தவறில்லை

தலைவர் கலைஞர் அவர்கள் தன்னுடைய "நெஞ்சுக்கு நீதி நூல் ஓரிடத்தில், வேகமாகச் செல்லும் எக்ஸ்பிரஸ் ரயில் எல்லா நிலையங்களிலும் நிற்பதில்லை என்றாலும் சில ஜங்க்ஷன்களில் நின்றுதான் செல்கிறது. அதைப்போல இந்த வேகமான வாழ்க்கையில் நடைபெறும் எல்லா நிகழ்ச்சிகளும் நினைவிலே தங்குவதில்லை என்றாலும் சில நிகழ்ச்சிகள் மறக்க முடியாமல் நிலைத்து மனதிலே தங்கிவிடுகிறது" என்று குறிப்பிடுவார்கள்.

'வேலையில்லாத மூளை சைத்தானின் தொழிற்சாலை' என்று ஆங்கிலத்தில் ஒரு பழமொழி சொல்லும். ஆனால் தனிமையும், அமைதியும் நினைவுகளின் நெகிழ்ச்சியில் நடந்து முடிந்த சிலவற்றை மீண்டும் மீண்டும் அசைபோட வைக்கும். அதுபோன்ற நேரங்களில் பிரிந்து போனவர்களை பிரிய நேர்ந்தவர்களை நெஞ்சு தேடும். ஒரு வேளை இப்போது அவர்கள் எதிரே வர நேர்ந்தால் எல்லாவற்றையும், கசப்பான கடந்துபோன எல்லாவற்றையும் மறந்துவிட்டு கண்கலங்க மீண்டும் முன்புபோல இருக்கலாமே என்றெல்லாம் தோன்றும். பழகியவர்களின் தன்மையைப் பொறுத்து இந்தத் தேடுதல், நெருடல், வேதனை அல்லது மகிழ்ச்சி கூடும் அல்லது குறையும். இனிமையான நிகழ்வுகள் பசுமையான நினைவுகளையும் கசப்பான நிகழ்வுகள், விலை மதிப்பில்லாத அனுபவத்தையும் தங்கள் பதிவுகளாக விட்டுச் செல்கின்றன.

பயண நேரங்களும், வெளியூரில் தங்கும் விடுதியின் தனிமையும், சிறைவாசமும் நினைவுகளை அசைபோட வைக்கும் அற்புதமான இடங்கள். குறிப்பாக நீண்டகால சிறைவாசத்தின் தனிமை அனுபவம் நிறைந்த கடந்த காலத்தை உடையவர்களுக்கும், எதையாவது சாதிக்கத் துடிப்பவர்களுக்கும் சிந்தனைவளம் நிரம்பியவர்களுக்கும் தண்டனைக் காலம் என்பது பழைய நினைவுகளில் அமிழ்வதற்கான நல்ல சந்தர்ப்பமாகவே அமைந்துவிடும் என்பதே உண்மை.

முரசொலியில் மறுபதிப்பாகியிருந்த வைகோ அவர்களின் கட்டுரை இதை உணர வைத்தது. இன்று எனக்குத் திருப்பூரில் பொதுக்

கூட்டம். திருச்சியிலிருந்து வரும் வழியில் படித்த இந்தக் கட்டுரை, உலகக் கோப்பை கிரிக்கெட் போட்டியில் இந்தியா விளையாடிய மோசமான ஆட்டத்தால் மேலும் சலனமுற்று, மதிய நேர ஓய்வில் மனம் செல்லாமல் நினைவலைகள் அடுக்கடுக்காக கடல் அலைகள் போல் ஓயாமல் ஒன்றன்பின் ஒன்றாக வந்து கொண்டேயிருந்தது. திரும்பிப் பார்த்துப் பிரமிக்கக்கூடிய கடந்த காலம் எல்லோருக்கும் கிடைக்காது. ஆனால் பரவசப்படக்கூடிய மனிதர்களும், சிலிர்த்துக் கொள்ளக்கூடிய நிகழ்வுகளும் எல்லோர் வாழ்விலும் உண்டு. எண்ணிக்கை கூடலாம்; குறையலாம். வைகோ அவர்களின் நினைவுத் தேரோட்டத்தில் வலம் வந்த டெல்லி மாநகர், தலைவர் கலைஞர் அவர்களின் நெஞ்சுறுதி, அண்ணன் முரசொலி மாறன் நாடாளுமன்றத்தின் நீண்ட நெடிய வளாகத்தில் காலை உறுதியாக ஊன்றி, கைகளை வீசி நடக்கும் அவரின் நடையழகு என் நெஞ்சில் பதிந்த ஒன்று, அதை ரசிப்பதற்காகவே கொஞ்சம் இடைவெளி விட்டு அவருக்குப் பின்னால் நான் நடந்து செல்வேன்.

அண்ணன் கோ.சி.மணி, மிசா கொட்டடியில் மாதுளை மர நிழலில், சாய்வு நாற்காலியில் உட்கார்ந்துகொண்டு பழைய நினைவுகளை என் போன்றோரோடு பகிர்ந்துகொண்ட நாட்கள்.

குடந்தை பழைய பேருந்து நிலையம், யானை கோவிந்தராசன் கடை, கலைஞர் அச்சகம் அங்கு பொழுது முழுவதும் உட்கார்ந்து இயக்கம் வளர்த்த அன்பு உள்ளங்கள். அண்ணன் பத்மனாபன். அண்ணன் துரை, கழகப் பறவைகளின் வேடந்தாங்கல் சரணாலயமாய் விளங்கிய கொல்லுமாங்குடி வரதகோபால கிருஷ்ணன். அங்கே வந்து ஓய்வெடுக்கும் அண்ணன் மன்னை; மன்னார்குடி கூட்டத்திற்குச் சென்றால் அவரின் விருந்தோம்பல் எல்லாம் வரிசையாய் நினைவுக்கு வந்தது.

இரவு நேரத்தில் கார்ப்பயணம் வேண்டாம் என்பது தலைவர் கலைஞர் தவிர்க்கச் சொல்லும் ஓர் அறிவுரை. அண்மையில் சென்னையில் வீரவணக்க நாள் கூட்டம் முடிந்து, தலைவரை வீட்டில் விட்டுவிட்டுக் கிளம்பும்போது, எப்போது ஊருக்கு? என்றார். "இன்று இரவே" என்று சொன்னேன். நின்று திரும்பி "காரிலா?" என்று கேட்டார். பதில் சொல்லத் தடுமாறினேன். "சொன்னால் கேளுங்கய்யா, கார் என்றால் காலையில் போ, இரவுப் பயணம் வேண்டாம்" சொல்லிவிட்டு களைப்புடன் மெதுவாக மாடி நோக்கிச் சென்றார். இந்தக் கனிவுதானே, இந்தக் கரிசனம் தானே, இந்த அக்கறை

தானே அதிகாரத்திற்கு அஞ்சாமல் காசு பணம் கருதாமல் இலட்சக் கணக்கானோரை அவர் பின்னால் நடக்க வைக்கிறது என்று எண்ணிக் கொண்டு கிளம்பினேன். அண்ணன் மன்னையும், அப்படியே; கூட்டம் முடிந்து தங்கச் சொல்வார். மறுத்தால் காலையில் "உனக்குப் பிடித்த சிற்றுண்டி, வீட்டில் வந்து சாப்பிட்டு விட்டுப் பின்னர் போ" என்று சொல்லும் அந்த அன்பு.

சிறைச்சாலை தந்த தனிமையில் கடந்த கால நினைவுகளின் தாக்கத்தில் நெகிழ்ச்சியோடு அண்ணன் வைகோ அவர்கள் நிறைய நிகழ்ச்சிகளையும், தொடர்புடையோரின் பெயர்களையும் குறிப்பிட்டுக் கொண்டே வந்தவர் மெத்தவும் ஜாக்கிரதையாக தெரிந்தே ஓரிடத்தில் ஒரு பெயரைத் தவிர்த்திருந்தார். அது நல்ல உள்ளத்தோடு, நாகரீகம் கருதி என நான் எண்ணுகிறேன்.

84-ஆம் ஆண்டு இடைத் தேர்தல் நான்கு தொகுதிகளில். அண்ணா நகர், மயிலாடுதுறை, தஞ்சை, உப்பிலியாபுரம். மயிலாடுதுறையில் நடைபெற்ற நிகழ்ச்சிகள், இன்றைக்கு வழக்குகளால் உருமாறி அவரை அலைக்கழித்துக் கொண்டிருக்கிறது. உப்பிலியாபுரம் பிரச்சாரத்திற்கு தலைவர் வருகை தந்த வழியில் இளைஞர் ஒருவர் வழிமறித்துச் சொன்ன வார்த்தைகளையும், தலைவரின் சீற்றத்தையும் விவரித்த அவர் அந்த இளைஞர் யார் என்று குறிப்பிடவில்லை. தலைவரின் முழு வார்த்தைகளையும் சொல்லி இருந்தால் கூட எவரும் எளிதில் அந்த இளைஞனை அடையாளங் கண்டு, அந்த நிகழ்ச்சியைக் கூட யாராவது வேறு மாதிரி பேசிவிடக்கூடாது என்று தவிர்த்திருப்பார் என்றே கருதுகிறேன்.

ஆர்வத்தோடு காரியம் ஆற்ற முனைவதும், அந்த ஈடுபாட்டில் சில நேரங்களில் தவறு நிகழ்வதும், அதைத் தகுதியும், உரிமையும் உள்ள தலைவர் சுட்டிக்காட்டுகிறபோது புரிந்து திருத்திக் கொள்வதும் பெருமைக்குரிய ஒன்றுதான். சிற்பியின் உளிபடுகிற கல்லே சிலையாய் மாறுகிறது.

வைகோ அவர்கள் குறிப்பிட்ட அந்த இளைஞன் நான்தான். அவர் சொல்லாமல் தவிர்த்ததை நான் சொன்னால் தவறில்லை என்றே இதை எழுதுகிறேன். எனக்கு இன்னும் அந்த நிகழ்ச்சி நடந்த இடம் அழுத்தமாக மனதில் பதிந்திருக்கிறது. அடிக்கடி நண்பர்களிடம் நிகழ்ச்சி பற்றி விரித்துப் பேசியிருக்கிறேன். ஒரு செய்தியை எப்படிச் சொல்ல வேண்டும் என அன்றுதான் நான் கற்றுக் கொண்டேன்.

'கண்டேன் சீதையை' என்ற கம்பனின் வார்த்தைகள் உணர்த்தும் ஆழமான செய்தியை நடைமுறையில் உணர்ந்த நாள்.

உப்பிலியாபுரத்தில் அன்றைய ஆளும் கட்சி இன்றைய முதல்வருக்காக செய்திருந்த ஏற்பாடுகளையும், அதனால் விளையக்கூடிய தொடர் விபரீதங்களையும் உணர்ந்து, பெரிய அளவில் தலைவர்கள் உடன் இல்லாத சூழலில், அங்கு இருந்த முன்னோடிகளின் துணையோடு மாற்று ஏற்பாடுகளை செய்துவிட்டு தலைவரிடம் விபரம் தெரிவிக்க புலிவலம் தாண்டி காத்திருந்தோம். தலைவரின் கார் வேகமாக வந்து எங்களைக் கண்டதும் நின்றது. மாற்று ஏற்பாடுகள் தயார் என முதலில் சொல்ல வேண்டியதை மறந்து, மற்றதையெல்லாம் நான் விவரிக்கத் தொடங்க கோபமான தலைவர், "போய்யா, போ-வீரமரபில் வந்தவனா நீ? - போய் மீசையை எடுத்து விடு. உனக்கு தாடி வேறு" என்று சொல்லிவிட்டு கிளம்பி விட்டார்கள். அடடா! நாம் சொல்ல வேண்டியதை சொல்ல முடியாமல் போனதே என்பதோடு, தலைவரின் கோபமும், அவர் கார் சீறிச் சென்றதும், அந்த அதிர்ச்சியிலிருந்து நான் விடுபட வெகு நேரமாயிற்று.

தலைவரின் சுற்றுப் பயணம் விபரீதம் ஏதும் இல்லாமல் இனிதே நடந்து முடிந்து, நான்கைந்து நாட்கள் கடந்து, பிரச்சாரம் முடிவுற்ற அன்று மாலை, அ.தி.மு.க.வின் அன்றைய அமைச்சர்கள் பக்கத்து பயணியர் விடுதியில் தங்கி பணப் பட்டுவாடா செய்கிறார்கள் என்கிற தகவல் எங்களுக்குக் கிட்டுகிறது. எப்படி அவர்களை எதிர்கொள்ளலாம் என்று திட்டமிட்டுக் கொண்டிருந்தபோதே, தலைவர் கலைஞர் சுற்றுப் பயண நிகழ்ச்சியில் நடந்தது நினைவுக்கு வர, நாமாக எதுவும் செய்து அது தவறாகப் போய்விடக்கூடாதே என்கிற பயத்தில், தலைமைக் கழக ஆலோசனையைப் பெற்று செயல்படலாம் என நான் கூற மற்றவர்களும் அதற்கு இசைந்தார்கள்.

கட்சி அலுவலகம் அரசினர் தோட்டத்தில் இருந்த நாட்கள் அவை. அப்போதெல்லாம் தொலைபேசிக்கு அருகில் எப்பொழுதும் அண்ணன் குப்புசாமி அவர்கள்தான் இருப்பார். இல்லாவிடில் மறைந்த அண்ணன் கந்தப்பன் இருப்பார். எஸ்டிடி வசதி இல்லாத அந்த நாளில் ட்ரங்க்கால் பதிவு செய்துவிட்டு காத்திருந்தேன். இணைப்பு கிடைத்தது. ஒலித்த குரல் எதிர்பார்த்ததற்கு மாறாக தலைவருடைய குரல். ஒரு நிமிடம் கை காலெல்லாம் ஆடி அடங்கி, பின்னர் மெதுவாக துணிச்சலை வரவழைத்துக் கொண்டு நிலைமையை விளக்கிச் சொன்னேன்.

நிதானமாக தலைவர் வழிகாட்டுகிறார். தொலைபேசியில் அவருடைய அந்தக் கரகரத்த குரல் ஏதோ மந்திர உச்சாடனம் போல ஒலிக்கிறது. "இடைத்தேர்தல்களில் பிரச்சாரம் முடிந்ததற்குப் பின்னால் அமைச்சர்கள் தொகுதிக்குள் தங்கக் கூடாது என்பது ஒரு மரபு. அண்ணா அவர்கள் முதல்வராக இருந்த காலத்தில் நாங்கள் அப்படித்தான் செயல்பட்டிருக்கிறோம். ஆனால், இந்த ஆட்சியில் மரபுகளுக்கு மரியாதை கிடையாது. நீங்கள் என்ன செய்யப் போவதாக உத்தேசம்?" என்று வினவினார்கள். "அதிகார துஷ்பிரயோகம் நடக்க வாய்ப்பு உண்டு என்பதனால் மறியல் செய்து அவர்களை தொகுதியை விட்டு வெளியேற்ற திட்டமிட்டிருக்கிறோம்" என்று சொன்னேன். "அப்படி பைத்தியக்காரத்தனமாக எதுவும் செய்து வைக்க வேண்டாம். மறியல் செய்கின்ற உங்களையெல்லாம் கைது செய்து உள்ளே வைத்துவிட்டு தேர்தல் நாளன்று களப் பணியாற்ற யாரும் இல்லாமல் செய்து விடுவார்கள். எனவே. வலியுறுத்துங்கள் - வேறு மாதிரி காரியங்களில் ஈடுபடுவது புத்திசாலித்தனமில்லை" என்று சொல்லிவிட்டு, தொலைபேசி தொடர்பை துண்டிப்பதற்கு முன்பாக, சிரித்துக் கொண்டே "என்ன, தாடி, மீசையெல்லாம் இருக்கிறதா, எடுத்து விட்டாயா?" என்று கேட்டார்கள்.

அடக்க முடியாத சிரிப்பு எனக்கு. "இருக்கிறது. எடுக்கவில்லை" என்றேன். "சரி, நன்றாகப் பணியாற்றுங்கள். கொஞ்சம் சாதகமில்லாத தொகுதி. கவனம் அதிகம் தேவை" என்று கூறிவிட்டு வைத்துவிட்டார்.

அந்தத் தேர்தலில் இரண்டு தொகுதிகள், அண்ணாநகர், மயிலாடுதுறையில் நமக்கு வெற்றியும், தலைவரின் கணிப்பிற்கேற்ப உப்பிலியாபுரம், தஞ்சை இரண்டிலும் ஆளுங்கட்சி கூட்டணி வெற்றி பெற்றது. பரபரப்பான ஒரு இடைத்தேர்தல் சுற்றுப்பயணத்தில், நெடுஞ்சாலையில் ஓரிடத்தில் ஒரு இளைஞனை கோபத்தில் தான் பேசிய வார்த்தைகளைக் கூட மறக்காமல், மீண்டும் பேசுகிறபோது, அந்தக் கோபம் இப்பொழுது இல்லை என்பதன் அடையாளமாக, அதையே ஞாபகம் வைத்துக் கேட்டது. நியாயமான தன்னுடைய கோபம்கூட தன் தொண்டர்களின் மனதைக் காயப்படுத்திவிடக் கூடாது என்கிற இந்தத் தலைவனின் அக்கறை, பாசம், கரிசனம், கருணை, இன்னும் எந்த வார்த்தை வேண்டுமானாலும் பயன்படுத்திக் கொள்ளலாம். கோடி கொடுத்தாலும் கிடைக்காது.

ஆட்சி, பதவி, அதிகாரம் யாருக்கு வேண்டுமானாலும் ஜனநாயக நாட்டில் கிடைக்கலாம். தலைவர் கலைஞரின் கீழ் பணியாற்றும் பேறும் அவருடைய செயல்பாடுகளின் மூலமாகப் பயிற்சி பெறும்

வாய்ப்பும், அவர் கோபத்தின் மூலமாகப் பக்குவம் அடைவதும், அவர் அன்பின் மூலமாகப் பலம் பெறுவதும் எல்லோருக்கும் கிடைக்கக்கூடியதல்ல.

தமிழ்நாட்டினுடைய ஒரு 50 ஆண்டுகால வரலாற்றை அறிந்து கொள்ள முனையும் ஓர் ஆராய்ச்சி மாணவன் தலைவரின் வாழ்க்கையைப் படித்தால் போதும் அந்த அளவிற்கு அரை நூற்றாண்டு காலத்திற்கும் மேலான இந்த மாநிலத்தின் எல்லா மாற்றங்களிலும் அவர் இருந்திருக்கிறார். அவருடைய அடியொற்றி நடக்கும் நம் போன்றோர்க்கு கழகமே வாழ்க்கையாக, அதன் ஏற்றத்தாழ்வுகளே நம் வாழ்வின் மாற்றமாக, கலைஞரே இந்தப் பெருங்குடும்பத்தின் தலைவராக என ஆகிவிட்டது.

உறவினர் வீட்டிற்குச் சென்று தங்கி ஒருவேளை கூட உணவருந்தியதாக நினைவில்லை. ஆனால், ஊருக்கு ஊர் உறவினருக்கும் மேலாகப் பாவித்து, பாசத்தோடு, பரிந்து பசியாற்றும் கழகத் தோழர்களே நமக்கு உறவினர்களாக ஆகி நினைவில் நிற்கிறார்கள்.

'அற்றைத் திங்கள் அவ்வெண்ணிலவில்' நினைவுக்கு வருகிறது. இந்த இலட்சியப் பயணத்தில் உடன்வந்த பலர் இன்று இல்லை. இயற்கையின் கொடுங்கரத்தால் சிலரும் செயற்கைச் சீரழிவுகளால் சிலரும் இன்று நம்மோடும் இல்லை. இதமாய், கதகதப்பாய். வெப்பமாய், இந்தப் பிரபஞ்சத்தை இயக்கும் சூரியக் கதிர்போல, நம்மை எல்லாம் அரவணைத்து, வாழவைத்து, வழிநடத்தி, லட்சிய முகட்டிற்கு சுயமரியாதைக்கு பங்கமில்லாமல், இட்டுச் செல்லும் தலைவர் கலைஞரின் இது போன்ற எத்தனையோ பரிமாணங்கள்.

நினைவலைகளின் புரளலில் இதுபோன்ற நெகிழ்ச்சியான நிகழ்வுகளை நினைவுகூட்ட காரணமான அண்ணன் வைகோ அவர்களுக்கு நன்றி!

காந்தம் இருக்கும் பக்கம் இரும்பு ஈர்க்கப்படுவது இயற்கைதான். அதைக் காண்பதும் ஒரு சுகம்தான். இந்த இயற்கைச் செயலை புரிந்து கொள்வது என்பதும் ஒரு புதிர்தான்.

19.02.2003

16

பழமையும் எளிமையும் புதுமையும் கலைஞரே!

பள்ளிக்கூடத்தில் மனப்பாடப்பகுதியில் இடம்பெற்று, பரீட்சைக்காக மட்டுமே மாணவர்களால் படிக்கப்பட்டு வந்த திருக்குறளை, தமிழர் மானம் தலைநிமிர்ந்து நிற்பதற்கான பொதுமறை நூல் என்பதை உலகிற்கு உணர்த்திய பெருமை நம் இயக்கத்தையே சாரும். அக்குறள் நூலை எளிமைப்படுத்தி எழுதியோர் ஏராளம். ஆனால் முதன் முதலாக அதற்கு சுவைகூட்டி இனிமைப்படுத்தித் தந்த பெருமை தலைவர் கலைஞரையே சாரும்.

முழுக்கைச் சட்டையும், முறையாக மடித்துத் தோளில் போட்ட துண்டும், முறுவலித்துப் பார்க்கும் பார்வையும் உடைய தமிழாசிரியர்களும், புலவர்களும் மட்டுமே மேற்கோள் காட்டி உரை நிகழ்த்தி வந்த சங்கத் தமிழை, ஒவ்வொரு தமிழனின் நெஞ்சிலும் 'தங்க'த் தமிழாக தந்து பழமை இலக்கியத்தை புதுமைப்படுத்தி அழியும் இலக்கியத்திற்கு அழகூட்டி நிரந்தரத்தின் மார்பில் பதிய வைத்த கலைஞர், தமிழைப் போலவே வாழ்வார் என்று வையம் வாழ்த்துகிறது.

படிக்கின்ற நாட்களில், தமிழ் இலக்கண வகுப்பு ஒன்றாலே எட்டியாய் கசந்ததை ஒத்துக்கொண்டேயாக வேண்டும். கல்லூரிக் காலத்தில், தமிழ் இலக்கியம் பயின்ற நண்பன், தொல்காப்பியத்தில் தனக்குள்ள ஈடுபாட்டை எங்களுக்கு விளக்க முற்படுகிறான் என்பதற்காகவே. அவன் வரும்போது மரத்துக்குப் பின்னால் பதுங்கிக் கொண்டதும் நினைவுக்கு வருகிறது. கொடுக்கிற கை கொடுத்தால் கசப்பான பொருள்கூட கசக்காது. சில நேரங்களில் இனிக்கவும் செய்யும். எதிரே நின்று பேசுகிற மனிதர் பயன்படுத்துகின்ற வார்த்தைகளில், சொல்லுகிற முறையில் கடின சித்தமும் கரைந்து இளக வாய்ப்புண்டு. (ஆங்கிலப்படம் "ரோம்போ" இதற்கு ஓர் உதாரணம்).

அதே போலத்தான் கலைஞரின் கைபட்டால் கரடு முரடான கல்லைப் போன்ற இலக்கணமும் கனியாக மாறி கைகளில் தவழும்

என்பதற்கு தொல்காப்பியப் பூங்கா நிலைத்த சான்று தலைவர் எழுதியதாயிற்றே என்பதற்காகத்தான் படிக்கத் தொடங்கியது. ஆனால் இப்போது அதன் மீது ஓர் ஈடுபாடு உருவாகி வளர்ந்து ஒரு தாக்கத்தையும் ஏற்படுத்தி தொல்காப்பியத்தைப் படிக்க வைக்க, எனக்குப் புரிய வைக்க தலையால் தண்ணீர் குடித்து என்னிடம் தோற்றுப் போனவர்களை எண்ணிப் பார்க்கிறேன்.

கலைஞர் வெற்றியைத் தவிர வேறெதையும் காணாதவர். அடங்காத காளைகளும், படியாத மாடுகளும் அவரிடம் அடங்கி ஒடுங்கிச் செல்லும் என்பதுதானே வரலாறு.

திணைகள் - அவற்றின் விளக்கங்கள், நிலங்கள் - அவற்றின் தன்மைகள், பழந்தமிழர் பண்பாட்டின் அடிப்படை இலக்கணமான வீரம், மானம், காதல் - இவை குறித்த விரிவான பார்வை, பிரமிப்பு மட்டுமே மிஞ்சுகிறது. எத்தனை முறை பார்த்தாலும் சலிக்காத பரந்த கடலைப் போல.

காதலியை எப்படியும் அடைய வேண்டுமென்று ஆண்கள் மடலேறுவார்கள் அந்தக் காலத்தில் என்று படித்திருக்கிறோம். காதலனை அடைய நினைக்கும் பெண்கள் அப்படிச் செய்வதில்லை. காரணம் தமிழ்க்குலப் பெண்களின் ஒழுக்கம். இத்தோடு முடியும் விளக்கம் தலைவரின் கற்பனையும், கைவண்ணமும் சேர்ந்து நீள்கிறது சுவையாக. பெண்களின் காதல் நிறைவேற வேண்டுமென்றால் மடலேறத் தேவையில்லை. மடல் எழுதினாலே போதும்.

"காட்டிலே புலி மானைக் கொல்லும். நாட்டிலே மான் புலியை வெல்லும்" என்று எழுதிய தலைவர்தானே!

சில சொற்கள், சில நேரங்களில் ஒரு சொல், நிலை தடுமாறச் செய்யும்; அசைய முடியாமல் கட்டி நிறுத்தும்; கண் கலங்கி செயல் மறந்து சிலிர்க்க வைக்கும்; ஆழ்ந்த சிந்தனைக்கு இட்டுச் செல்லும்.

"தமிழன் பிறக்க ஒரு நாடு - பிழைக்க ஒரு நாடு.
நான் மட்டும் என்ன விதிவிலக்கா?" - பராசக்தி குணசேகரன்.

"**அண்ணா! நீ நாடாள வேண்டும்.**" மனோகரா படத்தின் கடைசிக் காட்சியில் இறக்கும் நேரத்தில் வசந்தன் மனோகரிடம் கூறும் வார்த்தைகள், தணிக்கைத்துறை கடுமையாக இருந்த நாட்களில் சாதுர்யமாக அரசியலை அழகாகப் புரிய வைத்த நான்கே சொற்கள்.

"நாதியற்றுப் போகவில்லையடா நாடாண்ட பரம்பரை"

வீரம் கொப்பளிக்கும் ரோஷமான சொற்கள்.

இப்படி ஏராளம், தெரிந்த ஒன்றைப் புதிய கோணத்தில் சொல்வது ஒரு கலை.

பொழுது விடிந்தது - இதை பாவேந்தர் பாரதிதாசன் தன்னுடைய குடும்பவிளக்கு நூலில் சொல்வார்.

"இளங்கதிர் கிழக்கில் இன்னும் எழவில்லை
இரவு போர்த்த இருள் நீங்கவில்லை
ஆயினும் கேள்வியால் அகலும் மடமைபோல்
நள்ளிரவு மெதுவாய் நடந்து கொண்டிருந்தது"

அழகான அற்புதமான சொல்லோவியம்.

ஆங்கிலக் கவிஞன் ஜான் கீட்ஸ், பட்டுக்கோட்டையைப் போல் மிக இள வயதில் மரணத்தைத் தழுவிக்கொண்ட மகாகவி.

ஒரு கவிதையில் குறிப்பிடுவான்.

PILLOWED UPON HER RIPENING BREAST
AND SO LIVE EVER OR ELSE
SWOON TO DEATH

இதன் பொருள்: "அவள் மார்பை தலையணையாக வைத்து காலமெல்லாம் வாழ வேண்டும். இல்லையெனில் மயங்கி வீழ்ந்து சாக வேண்டும்", சொல்லப்பட்ட இந்தக் கருத்தில் புதுமை உண்டோ, இல்லையோ, பயன்படுத்திய ஒரே ஒரு சொல் ஓராயிரம் எண்ணங்களை உசுப்பி விடும் RIPENED என்கிற வார்த்தை - அந்தப் பெண்ணின் பருவத்தை உணர்த்தும்.

RIPENED என்றாலோ UNRIPENED என்றாலோ மிக வயதான அல்லது வயதே ஆகாத ஒரு பெண்ணைக் குறித்திருக்கும். RIPENING என்கிற இந்த ஒரு வார்த்தையே விமர்சகர்களால் பெரிதும் சிலாகித்துப் பேசப்பட்டது.

தொல்காப்பியப் பூங்கா இலக்கண நூலுக்கு உரைநூல்தான். ஆனால் அதிலும் தலைவரின் இயல்பான, என்றும் புதுமையான அணுகுமுறை, மணக்கும் இனிப்பு கேசரி மீது அழகாக விழிக்கும் திராட்சைகளைப் போல் தூவப்பட்டிருக்கிறதா அல்லது பாலுடன் கலந்த சர்க்கரையைப் போல் விரவியிருக்கிறதா என்கிற வியப்பூட்டும் வினாவிற்கு விடைதான் கிடைக்கவில்லை.

உடம்படு மெய் பற்றி விளக்க வருகிறவர், அதிலும் வரும் பெண் கதாபாத்திரத்தைப் பற்றிச் சொல்லும் போது,

"கனவில் வந்து ஆடக்கூடிய கட்டழகி!
மொட்டவிழ்ந்த பருவமும்,
மொட்டவிழா உருவமும் கொண்டவள்"

என்கிறார். பூங்காவை சுற்றிப் பார்க்கக் கிளம்பிய புது வண்டின் பரவசம் எனக்கு.

இதுபோன்ற ஒரு சொல் பிரயோகத்தை ஷேக்ஸ்பியரால் மட்டுமே முடியுமென்று பாராட்டி அவனை, கடந்த ஆயிரமாண்டின் சிறந்த மனிதன் (Man of the millennium) என்று இங்கிலாந்து நாடு தேர்ந்தெடுத்திருக்கிறது. கலைஞரை இப்படி எதிர்காலம் தேர்வு செய்யும்.

இளங்கவி கீட்ஸ் தோற்றான். ஷெல்லியும், கோல்ரிட்ஜூம் தள்ளியே நிற்க வேண்டும். கம்பனைப் பார்த்து நாம் கர்வங்கொண்டு கேட்கலாம். "எங்கள் கலைஞரின் கற்பனையைக் கண்டாயா?" என்று.

விரிந்து படர்ந்த கடலும், விண்ணைத் தொடும் திருவள்ளுவரின் சிலையும், குறளோவியமும், சங்கத்தமிழும், தொல்காப்பியப் பூங்காவும், தமிழும் அழியாதவை. எங்கள் தலைவரின் பெருமையும், புகழும் நிலையானவை - என்றும் குன்றாதவை!

09.03.2003

17
ஓய்வின்றி உழைத்து வரும் கலைஞருக்கு தோல்வியில்லை

"தென்றல் சுடுவதில்லை!
தீந்தமிழும் கசப்பதில்லை!
சூரியனைச் சுற்றி வரும்
பூமிப் பந்தும் நிற்பதில்லை!
காரிருளைக் கிழித்து வரும்
கதிரவனும் களைப்பதில்லை!
தலைவருக்குப் பின் நடக்கும்
தடந்தோள் தம்பியர்க்கும்
தலை கவிழும் நிலை என்றும்
தவறியும் வந்ததில்லை!
கழகத்தை நம்பி நிற்கும்
கன்னித் தமிழ் நாட்டினிற்கும்
சூழ்ந்து நிற்கும் வேதனைகள்
தொலைந்திடும் நாள் தொலைவில் இல்லை
சோர்வின்றி சுழன்று வந்து
தமிழினத்தை வாழவைக்க
ஓய்வின்றி உழைத்து வரும்
சொக்கத் தங்கம் கலைஞருக்கும்
ஒரு நாளும் தோல்வியில்லை!"

13.08.2003

18
ஆக.17; வழிமீது விழி வைத்து...!

கிராமங்களில் திருவிழாக் காலங்களைப்போல நகரங்களில் பண்டிகைக் காலங்களைப்போல, களை கட்டத் தொடங்கிவிட்டது திருச்சி மாநகரம். எங்கும், எல்லோரிடத்திலும் ஒரு பரபரப்பு தென்படுகிறது.

எப்பொழுதும் இருப்பதைவிட கொஞ்சம் அதிகப்படியான சுறுசுறுப்பு தெரிகிறது தி.மு.க. செயல்வீரர்களிடம்!

பொறுப்பிலே உள்ள நிர்வாகிகள் சிட்டாய்ப் பறந்து கொண்டிருக்கிறார்கள். எதிர்ப்படுபவர்கள் எல்லாம், "என்ன, 17ந் தேதிதானே?" என்று உறுதிப்படுத்திக் கொள்கிறார்கள்.

ஒரு பெரிய எதிர்பார்ப்பு.

ஊரெல்லாம் திருமண நிகழ்ச்சிகள் நடைபெறுகிறபோது அதிலே கலந்து கொள்கிறபோது ஏற்படாத ஓர் உணர்வு, அதிகமான அக்கறை, கவலை, பொறுப்பு, ஆர்வம் நம் வீட்டுத் திருமணத்திலே ஏற்படுமே, அதைப்போல எல்லாம் சரியாய், சிறப்பாய் நடக்க வேண்டும் என்கிற பொறுப்புணர்ச்சி எல்லோரிடமும். வேற்றுமை உணர்வு, வேறுபட்ட எண்ணம் எள்ளளவும் எங்கும் இல்லை.

என்ன இதெல்லாம்? எதனால் இந்தப் பரபரப்பு? எதற்காக இத்தனை சிரத்தை? எப்படி இதுமாதிரி பணியாற்றுகிறார்கள்? இந்தக் கேள்விகளுக்கெல்லாம் ஒரே விடை, 'அவர்' வருகிறார் ஆக.17. இரவு நேரத்தின் இருட்டில், இனம்புரியாத பயத்தில், தனித்துத் தவிக்கும் குழந்தை ஒன்றுக்கு எங்கோ கதவிடுக்கில் கசியும் ஒளிக்கீற்று ஒரு தைரியத்தைத் தருமே அதைப்போல;

வீசிய புயலில் திசை தவறி கரையைக் காணாமல் கடலில் தவிக்கும் கலத்தில் கலங்கி நிற்பவனுக்குக் கலங்கரை விளக்கம் கண்ணில் தெரிந்தால் ஏற்படும் களிப்பு.

இத்தனை நாள் பட்ட துயரம், விடிவே கிடையாதோ என்று துடித்த வேதனை. நம்பிக்கையை நகர்த்திவிட்டு அந்த இடத்தைப்

பற்றிக் கொண்ட விரக்தி, இவையெல்லாம் மறைந்து இருள் விலக்கி மெல்லப் பரவும் சூரியக்கதிர் போல நம்பிக்கைச் சுடர் மனதில் ஒளிருமே அதைப்போல-

பாதிக்கப்பட்டோர், பரிதாபத்திற்குரியோர், நலிவடைந்தோர், நம்பிக்கை இழந்தோர், எதிர்காலம் இருண்டுவிட்டது என எண்ணியிருந்தோர், இருந்ததைத் தொலைத்தோமே என்று கலங்கியிருந்தோர், இன்னலை விலைகொடுத்து வாங்கினோமே என்று துடித்திருந்தோர் என எல்லோரும் எதிர்பார்த்துக் காத்திருக்கிறார்கள்.

ஆகஸ்டு 17.

கவலை பெருகியவன் கடவுளிடம் செல்வான்.

கதியேதும் இல்லையென கலங்கி அழுவான்.

வேதனை தீர்ந்து விடிவு பிறக்கும் என நம்பித் திரும்புவான்!

தீர்ந்ததா? இல்லையா? இதுகுறித்த ஆராய்ச்சி இப்போது இல்லை.

ஆனால் கவலை பெருகியவன் கலங்கித் தவிக்கிறபோது இவர் அவனைத் தேடி வருவார். கண்ணீரைத் துடைப்பார். கலக்கத்தைப் போக்குவார், களிப்புடன் வாழ வழியும் காணுவார்.

அவர் வருகிறார் ஆகஸ்டு 17.

சிலர் பார்க்கிறபோது பரவசமூட்டுவார்கள். கேட்கிற போது சிலிர்ப்பூட்டுவார்கள். நெருங்கிப் பழகுகிறபோது நெருஞ்சியாய்க் குத்துவார்கள்.

இவரோ இதற்கு முன்பும் வந்திருக்கிறார் பலநூறு தடவை. போராட்ட வீரனாய், போர்க்களத்து சிப்பாயாய், படையமைக்கும் தளகர்த்தனாய், அழுகின்ற பிள்ளையை அரவணைக்கும் அன்னையாய், வாழத்துடிக்கும் வாலிபர்க்கு அண்ணனாய், தெள்ளுதமிழ் நாட்டிற்கு நல்லதொரு புதல்வனாய், காவியம் எழுதும் புலவனாய், நாடாளும் தலைவனாய், எத்தனை முறை? எவ்வளவு உரை? எல்லாம் ஊருக்காக, ஊர் மக்களின் உயர்வுக்காக, உயிரனைய மொழிக்கு ஒரு தீங்கும் நேராமல் காப்பதற்காக, வளருகின்ற தலைமுறைக்கு வாழ்க்கையை வகுப்பதற்காக, வஞ்சிக்கப்படுவோரின் வாழ்வை வதைப்போரின் பிடியிலிருந்து மீட்பதற்காக, அடிமை உணர்வைப் போக்குவதற்காக, ஆதிக்க சக்தியை வீழ்த்துவதற்காக! இப்போதும் அப்படியொரு நிலைதான்!

அநீதி ஓங்குகிறபோது, அதர்மம் பெருகுகிறபோது, அவதாரம் ஒன்று வந்து அனைவரையும் வாழவைக்கும் என்பார் சிலர்.

ஆனால் அதிகாரம் எல்லை மீறிச் செல்கிறபோது, அடக்குமுறை கட்டவிழ்த்துவிடப்பட்டு காளையைப் போல் பாய்கிற போது, அவதாரம் வரட்டும் என்று காத்திருக்கவா முடியும்?

"பூட்டிய இருப்புக்கூட்டின் கதவு
திறக்கப்பட்டது! சிறுத்தையே வெளியில் வா!
எலிஎன உன்னை இகழ்ந்தவர் நடுங்கப்
புலிஎன செயல்செய்யப் புறப்படு வெளியில்!"

என சிலிர்த்து நிற்கும் சிங்கமாய் செந்தமிழ்நாட்டு மக்களின் சிந்தை நிறைந்த தலைவர் கலைஞர், தீரர்கள் கூட்டமாம் திருச்சிக்கு வரும் நாள் ஆகஸ்ட் 17.

பகை வென்று வாகை சூடி வாழ்ந்த இனத்தின் வரலாற்றை வாழவைக்க சூளுரை ஏற்கும் நாள் ஆக.17.

மாவட்டக் கழகம் தொடங்கி கிளைக்கழகம் வரை எனும் நிலையிலிருந்து, பண்டிதனிலிருந்து பாமரன் வரை மாளிகையிலிருந்து மண்குடிசை வரை என்று எல்லோர் எண்ணமும் நிலைத்திருப்பது ஆக.17.

வெளியிலே அதிகமாக அடையாளம் தெரியாத கழகத் தோழர்களின் உழைப்பு. சுவர்களில் உணர்ச்சிமிக்க வரிகளாக உருவெடுத்திருக்கின்றன.

"கொடி பிடிப்போம்!
கொள்கை முழங்குவோம்!
கூடி உழைப்போம்!
கோட்டையைப் பற்றுவோம்!"

"தவித்திடும் தாயகத்தின் தளையறுக்க
முன்னேற்றக் கழகத்தின் முரசொலி கேட்குது
சிங்கநிகர் இளைஞனே! சிலிர்த்து எழு!
தங்கநிகர் தலைவனின் சங்கநாதம் ஒலிக்குது."

"ஆழியில் துரும்பாய்
அனலிடைப் புழுவாய்
புழுதியில் பூவாய்

துடித்திடும் தமிழனின்
துயர் துடைக்க சூரியக்கதிரே! வருக!”

“இடர் சூழ்ந்த தமிழர் வாழ்வின்
இருள்நீக்கி இன்னல் தீர்க்க
கதிரவனின் சுடரொளியே! வருக!”

“தாழ்ந்த தமிழகம் தலைநிமிர்வது எந்நாள்?
வீழ்ந்த தமிழினம் வீறுகொண்டெழும் அந்நாள்!
அது தலைவர் கலைஞர் முழங்கும் நாள்
அணி திரள்வீர்! ஆகஸ்டு 17”

என எங்கு நோக்கினும் வீர வரிகள்.

‘நகரம் விழாக் கோலம் பூணுகிறது எல்லா சாலைகளும் திருச்சியை நோக்கி என்பதாக மாறுகிறது.’

இரை தேடப்போன தாயை எதிர்நோக்கிக் கூட்டிற்குள் காத்திருக்கும் குருவிக்குஞ்சுகளாய் நாங்களும் காத்திருக்கிறோம் ஆகஸ்டு 17க்காக.

அந்தநாள் எங்கள் ஆருயிர் அண்ணன் முரசொலிமாறன் அவர்களின் பிறந்தநாளுங்கூட!

14.08.2003

19

வாழ்க நீ எம்மான்;
இவ்வையகம் பாலித்திடவே!

நான் ரெயிலில் பயணம் செய்தபோது ஏற்பட்ட நிகழ்வு ஒன்றை குறிப்பிட்டு தலைவர் கலைஞர் அவர்களுக்கு எழுதியுள்ள கடிதம் வருமாறு:-

நெஞ்சில் நிறைந்த தலைவர் அவர்களுக்கு,

வணக்கம், ஒவ்வொரு முறையும் சென்னை வந்து திரும்பும் போது, வேறு வேலைகளின் நிமித்தமாகவோ, சென்னையில் செலவு அதிகம் என்பதாலோ, பரபரப்பாக பார்ப்பதற்கு வேறு வேலை அங்கு இல்லை என்பதாலோ மட்டும்தான் திரும்புகிறோமே தவிர, மனது உங்களையும், அறிவாலயத்தையும் விட்டுக் கிளம்ப மறுக்கிறது. பரபரப்பான அண்ணா சாலையும், பரந்து விரிந்த மெரினா கடலழகும், பகட்டான மனிதர்களைப் பார்க்கும் பரவசமுமா அதற்குக் காரணம்? இல்லை. கார் ஏறுவதற்கு முன்னால் ஒரு கணம் நின்று திரும்பிப் பார்த்து 'வரட்டுமா?' என்று நீங்கள் கேட்கும்போது எல்லாவற்றையும் இழக்கிறோம். மறக்கிறோம். நீங்கள் கிளம்பிச் சென்ற கொஞ்சம் நேரம் வரை உடன் நிற்பவர்களோடு பேசுகிறோம். ஆனால் மனம் மட்டும் உங்களுக்குப் பின்னாலேயே போய்க் கொண்டிருக்கிறது.

இரயிலுக்கு இன்னும் நேரம் இருக்கிறபடியால், பெரும்பாலான நாட்களில் கடற்கரைக்குச் சென்று தனிமையில் உட்கார்ந்து அலைகள் புரள்வது போல நினைவுகள் புரள கொஞ்சம் நேரம் உட்கார்ந்து, அந்த நாள் அரசியல் நிகழ்வுகள் மாறிய இன்றைய உலகம், மனிதர்கள், எதிர்கால இலட்சியங்கள், நிகழ்கால பிரச்சினைகள், எல்லாம் வரிசையாக அலைமோத, இவற்றை எல்லாம் கடந்த நிலையில் இந்த இனத்திற்கு நீங்கள் இருக்கிறீர்கள் என்கிற ஒரு தெம்பு கடைசியாய் முந்தி நிற்க ஊர் திரும்புவது வாடிக்கை. என் மனதின் ஆழம் எனக்கே தெரியும்.

பேசாத வார்த்தைகளும், சுமக்கின்ற எண்ணங்களும், பொங்கி வரும் உணர்வுகளும், வளர்ந்து நிற்கின்ற இலட்சிய வேட்கையும், இவற்றோடு புரிந்து கொள்ளாத மனிதர்களும் நம்மோடு இருப்பவை.

உங்களையும், தளபதியையும் சந்திக்க புத்துணர்ச்சியோடு நேற்று இரயிலேறினேன். வழக்கம்போல் என் கையில் புத்தகங்கள். அறிவைத் தெளிவாக்க மட்டுமல்ல; அவசியமில்லா பேச்சுக்களில் அநாவசியமாக அடுத்தவர்களோடு ஈடுபடுவதைத் தவிர்க்கவும் பெரிதும் பயன்படுபவை; எல்லோரும் அந்த வகையினரல்ல. சிலரோடு பேசுவது அனுபவம். சிலரோடு பேசுவது அவசியம். சிலரோடு பேசுவது பாக்கியம்.

எனக்கு எதிரே பிராமண இனத்தைச் சார்ந்த ஒரு தம்பதி. என்னை அடையாளங்கண்டு அவர் பேச ஆரம்பித்தார். வைதீகத்தில் ஊறிய குடும்பம் என்பது பேச்சில் தெரிந்தது. வேதங்கள் சொல்லும் வேதாந்தங்களை விளக்கிக்கொண்டு வந்தார். சில கருத்துப் பரிமாற்றங்கள். கசப்பு உணர்வு தலைதூக்கிவிடாமல் நம்முடைய உணர்வுகளை நான் வெளிப்படுத்தினேன். இன்றைய அரசியலின் பக்கம் பேச்சு திரும்பியது. நல்ல வசதியான நிலையிலும், கௌரவமான உத்தியோகத்திலும் இருக்கக்கூடியவர் அவர். அரசியலில் உலக அளவில், தேசிய அளவில் உள்ள பிரச்சினைகளைப் பேசவே அவர் பெரிதும் விரும்பினார்.

இவற்றுக்கிடையில் அந்த அம்மையார் மெல்லப் பேசத் தலைப்பட்டார். இசையில் அதிகம் நாட்டமுடையவராக அதைப் பற்றிப் பேசிய அவர் திடீரென்று, எது எப்படியோ, எங்கள் ஓட்டு மட்டும் தி.மு.க.வுக்குத்தான் என்றார். எதிர்பாராத இந்த வார்த்தைகள் எனக்கு மகிழ்ச்சியையும், ஆச்சரியத்தையும் ஒருசேர ஏற்படுத்தியது. காரணம் தெரிந்துகொள்ள விரும்புவதைப் போல நிமிர்ந்து பார்த்தேன்.

அந்த அம்மையார் சொன்னார்: "நிகழ்கால அரசியல் நிகழ்வுகள், என் கணவர் பேசியதெல்லாம் ஒருபுறம். எங்களுடைய வீடுகளில் மாட்டுப் பொங்கலின் போது பெண்களாகிய நாங்களெல்லாம் ஊரில் இல்லாத, வெளியூரில் இருக்கும் எங்கள் சகோதரர்களுக்கு அவர்களுக்குப் பரிமாறுவதைப் போல ஒரு கவளம் தனியாக எடுத்து வைப்போம். என்னுடைய தாயார் அதுபோல எடுத்து வைக்கும்போது ஒரு கவளத்தை இது என் உடன் பிறந்தான் கருணாநிதிக்கு என்று வைப்பார்கள். காரணம் என்னுடைய தந்தை கணக்குப்பிள்ளையாக அந்த நாட்களில் வேலை பார்த்தவர். திடீரென்று ஒருநாள் இரவில்

அவருடைய, அவரைப் போன்றவர்களின் வேலையையெல்லாம் அன்றைய அ.தி.மு.க. ஆட்சி பறித்துவிட்டது. எதிர்பாராத இந்த அதிர்ச்சியாலும், அவமானத்தாலும் நிலைகுலைந்து போயிருந்தபோது உங்கள் தலைவர்தான் அதுபோன்ற குடும்பங்களுக்கு ஆயிரம் ரூபாய் உதவித்தொகையாக தர ஆரம்பித்தார். என் தாய் என் தந்தையிடம் சொல்வார்கள், "நீங்கள் சம்பளமாக வாங்கித் தந்தது 75 ரூபாய் தான். ஆனால் என் உடன்பிறந்தவனைப் போல கருணாநிதி தருவது 1000 ரூபாய்" என்று சொல்லிக் கொண்டேயிருப்பார். இந்த நன்றி உணர்வு எங்கள் குடும்பத்தில் எல்லோருக்கும். ஜாதி பார்க்காமல், நிகழ்கால திடீர் மாற்றங்கள். வளர்ச்சியினால் பாதிக்கப்படாமல் தொடர்கிறது. எங்கள் குடும்பத்தால் மறக்கப்பட முடியாதவர் கலைஞர்!" என்று சொல்லிவிட்டு உறங்கச் சென்று விட்டார்.

எனக்கு உறக்கம் பறந்து போனது. இதுபோல எத்தனை குடும்பங்கள் வெளியில் சொல்லாவிட்டாலும் உங்களால் வாழ்கிறது. பெரும்பாலும் நல்ல செயல்களின் விளைவும் வெளிப்பாடும் இப்படித் தான் அமைதியாக, ஆனால் வலிமையாக எங்காவது செயல்பட்டுக் கொண்டிருக்கும் என்கிற உண்மை புரிந்தது.

இவர்களைப் போன்றோரின் வாழ்த்தும், துணையும் உங்களுக்கு ஏராளம். உங்கள் கடந்த கால சாதனைகள் காலங்களைக் கடந்து நிற்கும். அறிவாலும், அன்பாலும் எங்களைக் கட்டிப் போட்டிருக்கும் நீங்கள் உற்ற நேரத்து உதவிகளால் ஊர் மக்களின் உள்ளங்களில் எல்லாம் உயர்ந்த, உன்னதமான இடத்தில் இருக்கிறீர்கள்.

ஊர் சென்று இறங்கியபோது, பணம் குறைவாக இருந்தது. மனம் நிறைவாக.

வாழ்க நீ எம்மான்! இவ்வையகம் பாலித்திடவே!

23.12.2003

20
அது நிலாக்காலம்!

மதுரையில் பொதுக்கூட்டத்திற்குச் சென்றிருந்தேன். தலைவரின் முத்துவிழா, நாடாளுமன்றத் தேர்தலில் வாக்களித்தோருக்கு நன்றி தெரிவிக்கும் விழா. மாவட்டச் செயலாளர் மூர்த்தியும், ஒன்றியச் செயலாளர் சித்திக் என்பவரும் இணைந்து ஏற்பாடு செய்த உணர்ச்சிபூர்வமான விழா. ஏராளமான பள்ளிப் பிள்ளைகளுக்கு ஒவ்வொருவருக்கும் அனைத்துப் பாடங்களுக்குமென ஐந்து நோட்டுப் புத்தகங்கள், தாய்மார்களுக்குத் தரமான சேலைகள், தோழர்களுக்கு கறுப்பு சிவப்பு வேட்டிகள் என வழங்கி நிகழ்ச்சியில் கலந்து கொண்டோருக்கும் களிப்பு தரும் வகையில் முழுமையாக, முறையாக, நிறைவாக நடந்தது.

விழாவின் சிறப்பு வாக்காளர்களுக்கு நன்றி தெரிவிக்க அந்தத் தொகுதியில் போட்டியிட்டு வெற்றி பெற்றிருக்கும் மார்க்சிஸ்ட் கட்சியைச் சார்ந்த தோழர் மோகன் அவர்கள் பங்கேற்றதுதான். சம்பிரதாயமாக நன்றி தெரிவித்து, நடைமுறை அரசியலைப் பேசிவிட்டு செல்லாமல் சில நுட்பமான விஷயங்களை விளக்கிப் பேசினார். அவர் அமைதியானவர், அடக்கமானவர், ஆழமானவர், கொள்கையில் உறுதியானவர்.

தலைவரின் பிறந்தநாள் விழா என்பதால் நம்முடைய இயக்க முன்னோடிகள் வாழ்த்திப் பேசினார்கள். தந்தைக்குத் தனயன் நன்றி சொல்வது போல, பிள்ளையைத் தாய் பாராட்டுவது போல, தமையனை தம்பி போற்றுவது போல, அவரவர் கோணத்தில் அவரவர் பாணியில், நாடாளுமன்ற உறுப்பினர் மோகன் பேசும்போது, ஒரு சாதாரணமான நிகழ்ச்சியை நினைவு கூர்ந்தார். அது எத்தனை அசாதாரணமானவர் தலைவர் கலைஞர் என்பதற்கு இன்னொரு சான்றாக அமைந்தது என்பதைவிட பின்னால் பேசிய என் உரையின் போக்கினையும், செய்திகளையும் புதிய கோணத்தில் அமைவதற்குப் பேருதவியாக இருந்தது.

அவர் சொன்னார்: "பொதுமக்களில் ஏதாவது ஒரு பிரிவினருக்கு பிரச்சினை ஏற்படும்போது அதைத் தீர்க்க முனைவது எங்களைப்

போன்ற மக்கள் பிரதிநிதிகளின் கடமை. ஆனால் எங்கள் முயற்சிகள் பயன் விளைவிப்பது யாரிடம் அதை எடுத்துச் செல்கிறோம் என்பதைப் பொருத்தே அமையும். சிலர் பொருட்படுத்துவதில்லை. சிலர் புரிந்து கொள்வதில்லை. சிலர் நடவடிக்கை எடுப்பதில்லை. ஆனால் கொண்டு வருவது யார் எனப் பாராமல் பிரச்சினையின் தீவிரத்தை உணர்ந்து பாதிக்கப்பட்டவர்களின் வேதனையை தீர்க்கிற மனப்பான்மை கலைஞருக்கு உண்டு என்பதற்கு உதாரணம் ஒன்று சொல்கிறேன்.

நான் சென்ற 1999 தேர்தலில் போட்டியிட்டு நாடாளுமன்றத்திற்கு தேர்ந்தெடுக்கப்பட்ட போது, தி.மு.க. கூட்டணிக்கு எதிரணியில் இருந்தேன். தமிழகத்தின் முதலமைச்சர் கலைஞர். அந்த சமயத்தில் மதுரையில் ஓர் உயர்நிலைப் பள்ளியில் பயிலும் நான்கு மாணவர்களும், அவர்களின் பெற்றோர்களும் என்னை நாடி வந்தார்கள். அந்த மாணவர்கள் 5ஆம் வகுப்பு வரை (Private) தனியாகப் பயின்று விட்டு 6ஆம் வகுப்பிலிருந்து முறையாகப் பள்ளியில் சேர்ந்து படித்து வந்தார்கள். 7, 8, 9ஆம் வகுப்பு வரை எந்தப் பிரச்சினையும் இல்லை. 10ஆம் வகுப்பு வந்து பொதுத் தேர்வு எழுதுவதற்கு இரண்டு நாட்களுக்கு முன்பாக ஐந்தாவது வரை படித்தது செல்லாது. எனவே பொதுத் தேர்வு எழுத அனுமதி மறுக்கப்படுகிறது என்று தகவல் வருகிறது. துடித்துப் போன மாணவர்களும், பெற்றோர்களும் அழுது அரற்றினார்கள். குறுகிய கால இடைவெளி. உடனடியாக ஏதும் செய்ய வழி தெரியாத காரணத்தால் ஒரே முயற்சியாக இது குறித்த விவரத்தை முதலமைச்சரின் தனிப்பிரிவிற்கு (cell) ஃபேக்ஸ் மூலம் அனுப்பினேன். நானே எதிர்பார்க்கவில்லை. பரீட்சைக்கு முதல் நாள் இந்த நான்கு மாணவர்களும் தேர்வு எழுத அனுமதிக்கப்படுகிறார்கள் என்று தலைமைச் செயலகத்திலிருந்து உத்தரவு வந்தது. 24 மணி நேரத்தில் இத்தனை துரிதமாக நான்கு மாணவர்களின் துயர் துடைக்க செயல்பட்ட முதலமைச்சர் கலைஞரைத் தவிர வேறு யாராகவும் இருக்க முடியாது" என்று அவர் குறிப்பிட்ட போது உடல் சிலிர்த்தது. கண்கள் பனித்தன. தனியொரு நபரின் துயரைக் கூடத் தனதாகக் கருதுகின்ற, அதைத் துடைக்க முயலுகின்ற மனம் படைத்தவன் தலைவன்.

ஒரு கூட்டத்தின், ஒரு பிரிவினரின், ஒரு அமைப்பின் ஒட்டு மொத்த, அதனால் விளையும் துயரங்களையும், பிரச்சினைகளையும்கூட புரிந்து கொள்ள மறுக்கிறவர்கள் காலச் சூழ்நிலைகளால் உயர் பொறுப்பிற்கு வந்துவிட்ட அவலத்தில் இன்றைய தமிழகம் இருப்பதை ஒப்பிட்டுப் பார்த்தேன்.

தலைவர் ஆட்சிக்காலம் தமிழகத்திற்கு நிலாக்காலம். இன்றைய அ.தி.மு.க. ஆட்சி நிற்க நிழல்கூட கிடைக்காமல் ஒருவர் நின்றால் மற்றொருவரின் நிழலில்தான் என்கிற கடும் கோடைக்காலம்.

தலைவர் ஆட்சிக்காலத்தில் சத்தமே இல்லாமல் ஆர்ப்பாட்டம் அடியோடு இல்லாமல் ஒரு அற்புதம் அரங்கேறியது.

முன்பெல்லாம் பிளஸ் 2 போன்ற பள்ளி பொதுத் தேர்வு முடிவுகள் வெளியான உடனேயே தொடர்ந்து இன்னொரு செய்தியும் பல்வேறு பகுதிகளிலிருந்து வரும்.

பரீட்சையில் தேர்ச்சி பெறாத மாணவன் இரயில் முன் பாய்ந்து தற்கொலை, மதிப்பெண்கள் எதிர்பார்த்த அளவு பெறாத மாணவி தற்கொலை முயற்சி என்றெல்லாம் செய்திகள் வரும். இப்பொழுதெல்லாம் அப்படிப்பட்ட செய்திகள் வருவது இல்லை. ஏன் வருவது இல்லை என்று யாரும் யோசிப்பது கிடையாது. பிரச்சினை வருகிறபோது குமுறி கொந்தளிப்போர் அது தீர்ந்ததற்குப் பின்னால் யாரால், எப்படித் தீர்ந்தது என்று எண்ணிப் பார்ப்பது மிகமிகக் குறைவு.

முன்பெல்லாம் பொதுத் தேர்வில் எதிர்பார்த்த மதிப்பெண்கள் எழுதிய அளவிற்கு ஏற்ற மதிப்பெண்கள் கிடைக்கப் பெறவில்லை என்று கருதுவோர், பள்ளித் தேர்வு ஆணையத்திற்கு குறிப்பிட்ட பணத்தைக் கட்டி விண்ணப்பித்தால் அவர்களின் விடைத்தாள்களை எடுத்து வேறொரு ஆசிரியரைக் கொண்டு, திருத்திப் போடப்பட்ட மதிப்பெண்களை மறுபடி கூட்டிப் பார்க்கச் சொல்வார்கள். அந்தக் கூட்டலில் ஏதாவது தவறு இருந்து மதிப்பெண்கள் விடுபட்டிருந்தால் அதை சேர்த்து அறிவிப்பார்கள். இதற்குப் பெயர் மறு கூட்டல் (RETOTALLING) என்பது.

ஆனால் தலைவர் சென்ற முறை முதல்வராக இருந்த போது இந்த முறையினை மாற்றியமைத்தார்கள். பாதிக்கப்பட்டதாகக் கூறி விண்ணப்பிப்போரின் திருத்தப்பட்ட விடைத் தாள்களை வேறொரு ஆசிரியரைக் கொண்டு மறுபடி திருத்தப்படும். இதற்குப் பெயர் (REVALUATION) என்பது.

இப்படி மறுதிருத்தம் செய்கிற ஆசிரியர் ஏற்கனவே ஓர் ஆசிரியர் திருத்தியதில் தவறுகள் நிகழ்ந்திருந்தால் அதைக் காட்டிக் கொடுக்க மனமில்லாமல் மறைக்க மாட்டார்களா? என்கிற ஐயம் எழாமல் தடுக்க திருத்தப்பட்ட விடைத்தாள்களை (XEROX) நகல் எடுத்து மாணவர்கள் கையிலேயே கொடுக்கப்படும். எழுதிய விடைத்தாள்களுக்கு

வழங்கப்பட்ட மதிப்பெண்கள் ஏற்றதா, இல்லையா என சரிபார்த்து, இல்லையெனில் இதை அடிப்படையாகக் கொண்டு நீதிமன்றம் செல்லவும் வாய்ப்பு மாணவர்களுக்குக் கிடைத்தது.

இந்தக் காரணத்தால் உண்மை தெரியாமல் பாதிக்கப் பட்டிருந்தால் அதற்குப் பரிகாரம் கிடைக்காமல், விபரீத முடிவுகளை எடுக்கும் மாணவர்களின் எண்ணிக்கை முடிவுக்கு வந்தது. இது தலைவர் ஆட்சியின் வெளியே தெரியாத சாதனைகளில் ஒன்று.

இலட்சக்கணக்கான மாணவர்களும், அவர் தம் பெற்றோரும் மனப்பாரம் இன்றி அவர்களின் மதிப்பீடுகள் வெளிப்படையாக (TRANSPARENT) நடப்பதால் மகிழ்ச்சியோடு நடக்கிறார்கள். ஆனால் இவர்களில் எத்தனை பேர் இது கலைஞர் ஆட்சியில் கண்ட சாதனை என்பதை எண்ணுகிறார்கள், உணர்கிறார்கள், பாராட்டுகிறார்கள் எனத் தெரியாது. காடு செழித்து, நாடு வளர்த்து. மக்களுக்குப் பயன் விளைவித்து, பலனை எதிர்பாராமல் ஓடும் நதியைப் போல தலைவர் கலைஞர்.

ஆனால் இன்றோ, அதே தமிழகத்தில் ஆட்சி மாற்றத்தால், அனுபவம் அற்றவர், மக்கள் நலனில் அக்கறை அற்றவர், அதிகாரத்தை கையிலே கொண்டிருப்பதால் அல்லது அவர் கையிலே கொடுக்கப் பட்டதால் பொறியியல், மருத்துவக் கல்லூரி அனுமதி வேண்டி இரவு, பகலாக உடலை வருத்திப் படித்து, பெற்றோர் தம் பொருள் செலவழித்து, ஆயிரக்கணக்கில் மதிப்பெண்கள் பெற்றும் அலைக்கழிக்கப்படும் மாணவர்கள் மனம் உழன்று துவண்டு கிடக்கும் கொடுமை.

நுழைவுத் தேர்வில் ஒரு விடை சரியாக எழுதாமல் 0.5 (½) மதிப்பெண்ணில் தொழில் கல்வியில் விரும்பிய துறை கிடைக்காமல் துடித்துப் போவார்கள் மாணவர்கள். அப்படிப்பட்ட தேர்வுக்கு தயார் செய்யப்பட்ட வினாத்தாளில் 22 கேள்விகள் தவறான முறையில் தயார் செய்யப்பட்டிருக்கின்றன என்றால்; அது தவறுதானே தவிர குற்றம் அல்ல என்று சப்பைக் கட்டு கட்டும் பல்கலைக்கழகத் துணைவேந்தர்களும் கல்வி நிபுணர்களும் இன்றைய மாணவர்களின் எதிர்காலத்தை நிர்ணயிக்கிறார்கள்.

புதிய பாடத்திட்டத்தை அறிமுகப்படுத்தும் கல்வி நிர்வாகம், அதற்குரிய புதிய பாடப் புத்தகங்களை மாணவர்களுக்குத் தருவதில் கவனம் செலுத்தவில்லை. படிக்கப் புத்தகங்களும், வீட்டுப்பாடம் செய்ய வேலையும் இல்லாத காரணத்தால் உபயோகமற்ற, பயனற்ற காரியங்களில் கவனம் செலுத்தும் மாணவர்கள், தேர்வு நேரத்தில்

பெரும் சுமையை சுமக்கப் போகும் அவலம். அவர்களின் தவறு ஏதுமில்லாமல் பாதிக்கப்படப் போகும் அபாயம். இத்தனையும் அருகதையற்றவர்கள் ஆட்சிக்கு வர நேர்ந்ததால்.

உயர்நிலைப் பள்ளியில் பயிலும் நான்கு மாணவர்களின் துயர் உணர்ந்து அதைத் துடைக்க துரிதமாக செயல்பட்ட கலைஞர் ஆட்சியும் - உயர் கல்வி பெற உழைத்துப் பெற்ற மதிப்பெண்களோடு ஆயிரக்கணக்கான மாணவர்கள் துயரத்தில் உழலும் ஜெயலலிதா ஆட்சியும்.

தேர்வு எழுதிய மாணவர்களின் மனக்குறை தீர்க்க மறு மதிப்பீட்டு முறை கொண்டு வந்து அவர்கள் வாழ்விற்கு ஒளி விளக்கேற்றிய மனிதாபிமான உணர்வு கொண்ட மகத்தான தலைவர் ஆட்சியும்.

தேர்வுக்குத் தயார் செய்ய பாடப் புத்தகங்கள் கூடத் தர முயற்சிக்காத பொறுப்பற்ற அக்கறையற்ற இரக்கமற்ற இன்றைய ஆட்சியும்.

மாற்றம் என்பது தவிர்க்க முடியாதது. ஆனால் அந்த மாற்றம் வளர்ச்சியின் அடையாளமாக இருக்க வேண்டுமே தவிர சிதைவின் சின்னமாக இருக்கக் கூடாது.

தலைவரின் ஆட்சிக் காலம் ஒரு நிலாக்காலம். சுகமான அந்த நினைவுகளோடு, அந்த நாட்களுக்காக ஏங்கி நிற்கிறது நாடு.

பாதிக்கப்பட்டோர் விழிப்புற்றால் உணர்ச்சி பெற்றால், செயல்பட்டால் மீண்டும் மாற்றம் ஏற்படும். மலரும் நல்லாட்சி. பரவும் எங்கும் புத்துணர்ச்சி. உழைப்பினால் உணராத உயர்வும் உண்டோ?

21.07.2004

21

பழி துடைப்போம்! பணி முடிப்போம்!

திருச்சியில் கழகத்தின் மூத்த முன்னோடி எஸ்.ஏ.ஜி.இராபி அவர்கள் - தலைவர் கலைஞர் அவர்களின் நெருங்கிய நண்பர்களில் ஒருவர் - இயற்கை எய்தி அதற்கான இரங்கல் கூட்டம் இரண்டு நாட்களுக்கு முன்பு மாவட்டச் செயலாளர் நேரு அவர்கள் தலைமையில் நடைபெற்றது.

அதில் உரையாற்றிய பொழுது, அவருடன் ஓராண்டு காலம் 'மிசா' சிறையிலும், பின்னர் இயக்க செயல்பாடுகளிலும் உடனிருந்த நாட்களின் நினைவோடும், அவரைப் போன்றோரின் பண்பு நலன்கள், உழைப்பு, எந்த நிலையிலும் கலைஞரையன்றி பிறிதொருவரை தலைவராக ஏற்காத உறுதி, வறுமையிலும் செம்மை என வாழ்ந்த நல்லவரின் பிரிவு தந்த துயராலும் "என் முந்தைய தலைமுறையின் மூத்தவர்களின் வரிசை மெல்ல தேய்ந்து கொண்டே வருகிறது. அது மட்டும் கவலை தருவதாக இல்லை, அவர்கள் காலத்து உயர்ந்த பண்புகளும் தேய்ந்துகொண்டே வருவது வேதனைக்குரியதாக இருக்கிறது" என்று குறிப்பிட்டேன்.

தமிழக அரசியலில் மட்டுமல்ல; இந்திய அரசியலில் இன்றைய, மூத்த தலைவர் கலைஞரை 'சிறுபிள்ளைத்தனமாக'ப் பேசுகிறார் என்று ஒரு பெரிய அவையில் கௌரவமான பொறுப்பிற்கு வர நேர்ந்தவர் குறிப்பிட, அதைவிட பெரிய பொறுப்பில் உள்ளவர் அதைத் தவறல்ல என்று நியாயப்படுத்தி வாதிட, சட்டப்பேரவையின் மாண்பை மரபை காத்து ஆளும் கட்சி வரிசை, எதிர்க்கட்சி வரிசை இரண்டையும் ஒன்றாகக் கருதி ஜனநாயகம் பேண வேண்டிய அவையின் தலைவர் அவைகளை அவைக்குறிப்பில் பதிவு செய்திட... எங்கே போகிறது நம் தமிழகம்? அதன் பாரம்பரியமான அரசியல் மேன்மைக் குணங்கள் என்ன ஆகிக் கொண்டிருக்கின்றன? என்பதன் வெளிப்பாடே அந்த வார்த்தைகள். அடிப்படை தகுதி பெறாதவர்கள், உயர்ந்த இடத்தில் உட்காரவைக்கப்பட்டதன் விளைவுதானா இத்தனையும்?

யாரை அனுப்புகிறோம்? எங்கே? அந்த இடத்தின் தன்மையறிந்து அதற்கேற்ப செயல்படக் கூடியவர்களா? அனுபவம் உண்டா?

அடக்கம் உண்டா? இருக்கும் தன்மையை அதன் சீரும் சிறப்பும் கெடாமல் பாதுகாப்பார்களா? இத்தனை கேள்விகளையும் தேர்தல் நேரத்தில் வாக்களிக்கும் எல்லோரும் கேட்கத்தான் வேண்டும். காரணம் இது நாட்டின் ஐந்தாண்டுகால எதிர்காலம். பேச்சு, நடத்தையில் முதிர்ச்சி இல்லாத ஒருவரை நாடாளும் நிலைக்கு உயர்த்த, 'முன் ஏர் வழியே பின் ஏர் செல்ல' உடன் இருக்கும் அமைச்சர்கள் அவரை உற்சாகப்படுத்த தரம் தாழ்ந்து, மக்கள் மதிக்கும், போற்றும் ஒரு தலைவரை தாழ்த்தி, பேரவையின் மாண்பை தாழ்த்தி, இவைகளை மீட்டெடுக்க முடியுமா என்னும் கவலையை நல்லோர் மனதிலெல்லாம் ஏற்படுத்தியிருக்கிறது.

இந்தக் கவலை ஒரு நல்ல அறிகுறி, காரணம். கவலை, தீர்வைக் குறித்து யோசிக்கும், தீர்வுக்கான வழிகாண முயற்சிக்கும், வழி தெரிந்தவுடன் திட்டம் தீட்டி செயல்பட முனையும். அது இந்த வேதனைக்கு முடிவு கட்டும்.

வடபுலத்தில் வன்முறை அரசியல் வலிமை பெற்றுவிட்டது என்பது இந்திய அரசியலில் விரைந்து கவனித்து சரி செய்யப்பட வேண்டிய சரிவு.

தென்னகத்தில் குறிப்பாக தமிழகத்தில் அநாகரிக அரசியல் அடித்தளம் இல்லாதோரால் அடுக்குமாடிக் கட்டிடமாக உருவாகி வருவது தனிமனித வாழ்க்கையில் மரியாதை தேடுவோர் கவனிக்க வேண்டிய ஒன்று. இது சரிவு அல்ல சிதைவு.

அவரைத்தானே பே(ஏ)சினார்கள் எனக்கென்ன என்று கருதுவோர் சிலருண்டு, அவர்கள், 'அவர்களின்' கூட்டம்.

எவரைத்தான் பேசினால் எனக்கென்ன என்ற ஒரு பெருங் கூட்டம் இன்று வளர்ந்திருக்கிறது. எது குறித்தும் கவலை கொள்வதில்லை. அவர்கள் உணர வேண்டியது, இவருக்கே இந்நிலை என்றால் நம் நிலை என்ன என்பதுதான்.

சட்டப்பேரவை நிகழ்வுகள் அரசியல் கட்சிகள் தொடர்பானவை என்று கருதும் அறிவாளிகளும், ஆளும் கட்சியின் முதல் வரிசையில் அமருவோரெல்லாம், அது நிரந்தரம் என்றும், அதைத் தன் தனித்தகுதி என்று கருதுவதும், அங்கிருந்து எதை வேண்டுமென்றாலும், யாரை வேண்டுமென்றாலும் பேசலாம் என்று துணிவதும், அதை ஊக்கப் படுத்தும் தலைமையை ரசிப்பவர்களும் ஒன்றை மறந்து வருகிறார்கள்.

கலைஞர் ஒரு அமைப்பின் ஓர் அரசியல் கட்சியின் தலைவர் மட்டுமல்ல; ஒரு இனத்தின் தலைவர் என்பதையும் கடந்து, தமிழ்ச் சமுதாயத்தின் ஒரு நூற்றாண்டு வளர்ச்சியின் ஆணிவேர், அடித்தளம் என்பதை உணராதது எப்படி? மறப்பது எங்ஙனம்.

வாழ்ந்தது தெரிந்திருந்தால், வதைபட்டது நினைவிருந்தால், ஆற்றலிருந்தும் அழுத்தப்பட்டு அடிமட்டத்திலேயே அல்லல்பட்டது மறவாமல் இருந்தால், ஒரு தனிமனிதனின் எழுத்தும், பேச்சும், ஓய்வறியா உழைப்பும், பெற வேண்டியதை நம்மைப் பெறவைத்தது என்பதையும் தாண்டி தரவேண்டியவர்கள் வந்து தந்துவிட்டுப் போகிற உயர்ந்த நிலைக்குக் காரணம் தலைவர் கலைஞர் என்பது மறந்திருக்காது.

அண்ணாவும், காமராசரும், கலைஞரும் முதல்வராக இருந்திருக்கிறார்கள் எதிர்த்தோரை ஏசச் சொல்லி எவரையும் ஏவி விட்டு வேடிக்கை பார்த்ததில்லை. ஆர்வத் துடிப்பினாலோ, அடிபட்ட கோபத்தினாலோ, எவராவது எல்லையை மீறி எந்த வார்த்தையாவது பயன்படுத்தினால்கூட எத்தனை நெருக்கமானவராக இருந்தாலும் அவையறிய கண்டித்து அத்தனை பேர் முன்பும் வருந்தச் சொல்லி மாற்றாரின் மாண்பு காத்த அந்த மரபுகள் இன்று புழுதியோடு சேர்ந்து பறக்கின்றன.

எதிர்த்து ஏசலாம். எப்படியும் பேசலாம். பட்டுத்திரைச் சீலையால் மறைக்கப்பட்டிருக்கும் பாதகங்களை படம்பிடித்துக் காட்டலாம், கசப்பான உண்மைகளை கடுமையாகச் சொல்லலாம். ஆளா இல்லை? பேச நாவா இல்லை?

ஆனால் குரலொன்று கேட்கிறது, என்ன தம்பி! மரபைக் காப்பாற்றப் புறப்பட்ட நீயே மரபை மீறலாமா? சேற்றில் கல்லெறிந்தால் சிதறப் போவது சந்தனமல்லவே. காயம் ஏற்படுத்தி யோருக்கு பதிலுக்குக் காயம் ஏற்படுத்துவதா நம் வழி? உன் கடமை வேறு. நீ ஆற்ற வேண்டிய காரியம் வேறு.

அகந்தை நிறைந்தோரை, அவைப் பண்பு அறியாதோரை, அரசியல் நாகரிகத்தைக் குழி தோண்டிப் புதைப்போரை, தலைவர்களை தரந் தாழ்த்திப் பேசுவதை தகுதி என நினைப்போரை, உயர்ந்த அந்த இடத்திலிருந்து அறவழியில், அமைதி வழியில் அப்புறப்படுத்தி, அதற்குரியோரை அமர்த்தும் பணியில் ஈடுபடுக. இதுவே என் தம்பிக்கழகு என்று கலைஞரின் கரகரத்த கம்பீரமான குரல் கேட்கிறது.

கலைஞரைக் காக்க வேண்டும், கழகத்தை வளர்க்க வேண்டும், கண்ணியமும் கெடக் கூடாது. கடினமான பணிதான் காளையர்க்கு.

அகந்தை கொண்டு அலையும் ஆளுங்கட்சியினருக்கு ஒன்று மட்டும் சொல்வோம். தலைவர் கலைஞரிடம் சிறு பிள்ளைகள் (இளைஞர்கள்) ஏராளம் பேர். ஆனால் அவர்கள்கூட சிறுபிள்ளைத் தனமாக பேசுவதும் கிடையாது. நடந்து கொள்வதும் கிடையாது. நாங்கள் வளர்ந்த விதம் அப்படி. தமிழரை தாழ்த்திப் பேசிய கனகவிசயரை கல் சுமக்க வைத்து கண்ணகித் தாய்க்கு சிலை வடித்த சரித்திரம் அன்று.

கண்ணகி சிலை மீண்டும் கம்பீரமாய் கடற்கரையில் நிற்க தமிழ்நாட்டின் மணி மகுடத்தை தலைவர் கலைஞருக்கு சூட்டி பழி துடைத்து புது சரித்திரம் படைப்போம் சிறுபிள்ளைகள் இன்று.

இது வீரம் விளைந்த மண். விவேகம் தழைத்த பூமி. தலைவனுக்கோர் அவச் சொல் என்றால் - தாங்குமோ இந்த தம்பியர் பட்டாளம்? படை தொடுப்போம்! பழி துடைப்போம்! பணி முடிப்போம்!

27.11.2004

22

கரூர் நிகழ்ச்சி கற்பிக்கும் பாடம்

கரூர் நகராட்சி அரசினர் மேல்நிலைப் பள்ளி மாணவர் ஒருவர் தொலைபேசியில் தொடர்பு கொண்டு ஆத்திரத்தோடும், ஆதங்கத்தோடும், தங்கள் பள்ளியில் ஆளும் அ.தி.மு.க. அரசு மாணவர்களுக்கு சைக்கிள் தரும் நிகழ்ச்சியினை விமரிசையாக, மிகப் பெரிய விளம்பரத்தோடும் அ.தி.மு.க.வின் மாணவர் அணிச் செயலாளர், மாவட்ட அமைப்பாளர் ஆகியோர் பள்ளித் தலைமை ஆசிரியர் மற்றும் ஆசிரியர்கள் புடைசூழ, இரண்டு விரல்களை உயர்த்திக் காட்டி கோலாகலமாக நடத்தியதாகச் சொல்லி கல்வி வளாகத்தில் கட்சிப் பிரச்சாரமா என்று கலங்கினார்.

வேதனையாக இருந்தது அவர் விவரித்தபோது. இதில் ஆச்சரியமில்லை. அரசு விழாக்களை அரசியல் நிகழ்ச்சியாக மாற்றிய முதலமைச்சர் ஜெயலலிதா ஆட்சியில் அரசுப் பள்ளிகள் அ.தி.மு.க. பிரச்சார மேடையாக மாறியதில் விந்தையென்ன?

மரபுகள் மண்ணோடு மண்ணாக, கலாச்சாரங்கள் காலில் மிதிபட்டு சீரழிய, அரசியல் நெறிமுறைகள் அடியோடு அடையாளம் தெரியாமல் அழிக்கப்பட்டு தமிழ்நாட்டில் ஒரு கலாச்சாரம் நான்காண்டுகளாக வேரோடிக் கொண்டிருப்பதன் வெளிப்பாடுகளில் இதுவும் ஒன்று.

நமக்குள்ள கவலை, பள்ளிப் பிள்ளைகளுக்கு சைக்கிள் கொடுத்து, "இது நீ என்னோடு சேர்ந்து கட்சிக்கு ஆதரவாக வேலை செய்ய" என்று அவர்களை விலைக்கு வாங்கும் முயற்சியில் அ.தி.மு.க.வுக்குத் துணையாக ஆசிரியர்களும் நிற்கிறார்களே என்பதுதான்.

அறிஞர் அண்ணா, பல்கலைக் கழகங்களில் உரை நிகழ்த்தி யிருக்கிறார். அரசியல் பேசும் இடங்களாக அவற்றை அவர் மாற்றியதில்லை. சீர்திருத்த சிந்தனைகளும், செந்தமிழின் சிறப்புகளும், பாராண்ட தமிழினத்தின் வரலாறு பாழ்பட்ட காரணங்கள் மட்டுமே உரையின் செய்திகளாக இருந்திருக்கின்றன.

முதலமைச்சராகவும், எதிர்க்கட்சித் தலைவராகவும் எண்ணற்ற கல்லூரிகளில் தலைவர் கலைஞர் எழுச்சியுரை ஆற்றியிருக்கிறார். எங்கேயும், எந்தச் சூழ்நிலையிலும், எந்தச் சந்தர்ப்பத்திலும்

அவ்வளாகங்களில் அரசியல் பேசியதில்லை. இனம், மொழி, நாடு, மக்கள் இவையே அவரின் கருப்பொருள்கள். வளரும் தலைமுறை வலிமைமிக்கதாக விளங்கிட வேண்டும் என்பதே அன்றும், இன்றும் அவர் உள்ளக்கிடக்கையாக இருந்திருக்கிறதே தவிர, கட்சி சின்னத்தைக் கைவிரித்துக் காட்டி வாக்கு சேகரிக்கும் இடங்களாக அவற்றை மாற்றியதில்லை.

கேட்பவர்களை சிலிர்க்க வைத்திருக்கிறார். சிந்திக்க வைத்திருக்கிறார். செயல்பட வேண்டியிருக்கிறார். சிறிதும் மரபுகளை சிதைத்ததில்லை.

வேடிக்கை என்னவெனில், இதுபோன்ற நிறுவனங்களில் உள்ள ஆசிரியர் பெருமக்கள் நெறிகளைப் பேணும் நம்மிடம் அரசியல் பேசிட வேண்டாம் என வேண்டுகோள் வைப்பார்கள். ஆனால் இன்றோ ஆளுங்கட்சியின் அடிமட்டத் தொண்டனைப் போல் முன்நின்று கடமை ஆற்றுகிறார்கள் என்றால்...

இவர்களிடம் பயிலும் மாணவர்கள், இவர்களைப் போலவே தேவைகளுக்கும், வசதிகளுக்கும் மண்டியிடும் மனப்பான்மை பெற்றவர்களாக மாறிவிடமாட்டார்களா?

நாடாளுமன்றத் தொகுதி வளர்ச்சி நிதியில் கட்டப்பட்ட கட்டிடம் முடிந்து திறப்புவிழா நடைபெறுகிறபோது ஆட்சி மாறிவிட்டது என்பதற்காக நிதி ஒதுக்கீடு செய்தவரையே அழைக்காமல் நிகழ்ச்சி நடத்துகின்ற தீரர்கள் தமிழ்நாட்டில் மட்டும்தான் உண்டு.

இது ஒன்றும் புதுமையான நிகழ்வல்ல. வரலாற்று சிறப்புமிக்க வள்ளுவர் கோட்டத்தை உருவாக்கிய தலைவர் கலைஞருக்கு அதன் திறப்பு விழாவின்போது பதின் மூன்றாவது வரிசையில் இடம் ஒதுக்கி தன் பெருந்தன்மையை நிலை நிறுத்திய தமிழ்மண்தானே?

நான் பள்ளிப் பருவத்தில் இருந்தபோது சீட்டு விளையாடி பணம் சம்பாதித்து ஒருவன் வீடு கட்டியிருந்த தெருவின் வழியாகக் கூட பிள்ளைகள் பள்ளி செல்லக்கூடாது என்று வேறு ஒருவழியாக அனுப்பியதெல்லாம் நினைவுக்கு வருகிறது.

பணம் நிறைய வைத்திருந்தவன்தான். ஆனால் சம்பாதித்த முறை நேர்வழியல்ல என்பதால் சமுதாயம் அவனை மதிக்கவில்லை. இது மனதில் ஆழமாகப் பதிந்த ஒன்று.

இன்றோ, அநியாயக்காரனோ, அக்கிரமக்காரனோ, அவன் அடாவடிப் பேர்வழி என்றால் அடங்கி நடக்க வேண்டும் என்பது எழுதப்படாத சட்டம். அதுவும் அதிகாரம் நிறைந்த அரசாங்கம்

என்றால் கேட்கவே வேண்டாம். அடிமை சாசனம் எழுதித் தந்தது யார் என வரிசையில் நிற்கும் மனப்பான்மை போதிக்கப்படுகிறது.

'உன்னை விற்காதே!' என்றான் பாவேந்தன். இங்கோ விளம்பரப் பலகையை கழுத்தில் மாட்டிக் கொள்ளாத குறைதான். மானங்காக்க மகுடம் துறந்தவர்கள் ஆண்ட நாடு இது என்பது வரலாறு மட்டுமல்ல, ஜனநாயகங் காக்க ஆட்சியை இழந்த தலைவர் கலைஞர் இப்போதும் வாழும் நாடு இது.

கரூர் பள்ளியில் நடந்த நிகழ்ச்சிக்கு கண்டனம் தெரிவிக்கலாம். வேறு இடத்தில் மீண்டும் நடந்தால் மறுபடி வேறு வகையில் எதிர்ப்பை வெளிப்படுத்தலாம். அவர்கள் மாறுவார்களா? தங்கள் போக்கினை மாற்றிக் கொள்வார்களா? மானம், மரியாதை, சூடு, சொரணை, கற்ற கல்வி, சுயமரியாதை, எல்லாவற்றையும் ஆளுங்கட்சியின் அதிகார பாதங்களில் அர்ப்பணித்து விட்டு அண்ணாந்து பார்த்து கருணை புரிய மன்றாடும் சட்டத்திடம் எடுத்துச் சொன்னால் ஏறுமா?

ஒரேவழி, அதிகார மையத்தை மாற்றுவது மட்டுமே.

தரிசாய் மாறிக்கொண்டிருக்கும் தமிழ் நிலத்தை விளைநிலமாய் மாற்ற, பாழ்பட்ட இந்த மண்ணைப் பதப்படுத்த, பக்குவப்படுத்த, களை அகற்ற, பயிர் செழிக்க, திட்டங்கள் தருகிறேன் என்னும் பெயரால் தமிழ் சாதியை காலிப்பட்டாளமாய் மாற்றும் கொடுமைக்கு முடிவு காண, அச்சம் ஆட்டிப்படைக்க வீரர்கள் உலவிய பூமி கோழையின் இருப்பிடமாய் மாறும் கேவலத்தைத் தடுத்து நிறுத்திட, 'விற்பனைக்குத் தயார்' என்று தன்னை விற்க முனையும் விபரீத வளர்ச்சியின் விலா எலும்பை நொறுக்கிட கடமை மிகுந்துவிட்டது, பொறுப்பு கூடிவிட்டது, இனி பொறுப்பதில்லை.

பள்ளி மாணவர்களைப் பகடைக்காயாக்கி பணயப் பொருளாக்கி ஆதாயம் தேட முனையும் அற்ப குணம் கொண்டோர் ஆட்சிப் பொறுப்பிலிருந்து அகற்றப்பட்டாக வேண்டும்.

நெறியறிந்த, முறை அறிந்த, மண்ணின், இனத்தின், மொழியின், மரபும், மாண்பும் காக்கும் வகை உணர்ந்த தலைவர் கலைஞர் நாடாள வந்தால்தான் இந்த நாசகார செயல்களுக்கு முடிவு. கலாச்சார சிதைவுக்கு கதவடைப்பு.

முழுமையாக மூழ்குவதற்கு முன்பாக முனைப்போடு, முழுமூச்சாகப் பணியாற்றி கரைசேர்க்க வேண்டும் இந்தத் தமிழ்த் தோணியை என்பதே; நமக்கு கரூர் நிகழ்ச்சி கற்பிக்கும் பாடம்.

01.08.2005

23

திருப்புமுனை ஏற்படுத்தும் திருச்சி மாநாடுகள்!

தமிழக அரசியல் வரலாற்றின் திருப்புமுனை தி.மு.க.

தி.மு.க. வரலாற்றின் திருப்புமுனை திருச்சி.

அறுபது ஆண்டுகளுக்கு முன்பிருந்த தமிழக அரசியல், சமுதாய, பொருளாதார சூழ்நிலைகள் இன்று முற்றிலும் மாறியிருப்பதை கண்கூடாகவும், அனுபவரீதியாகவும் காணமுடிகிறது.

சமுதாயத்தில் பிறப்பால் உயர்ந்தவர், தாழ்ந்தவர், மேலோர், கீழோர், தீண்டத்தகாதோர், உரிமைகள் அற்றோர், உழைக்க மட்டுமே பிறந்தோர், அறிவிருந்தும் அங்கீகரிக்கப்படாதோர், கல்வி மறுக்கப் பட்டோர், கால்நடையிலும் கீழாய் நடத்தப்பட்டோர் என்னும் நிலை இன்று இல்லை. பெரியதோர் மாற்றத்தை கனவிலும் கூடாது என்று கருதியதெல்லாம் கண்ணெதிரே நடக்கிறது. இது எப்படி? எதனால்?

அரசியலில் ஒரு சிலரே ஆதிக்கம் செலுத்தியதும் பணமிருப்போர் மட்டுமே பயணம் செய்யும் பாதையாக அது இருந்ததும்; சிலரின் சாதியும் சிலரின் சதியும் மட்டுமே தீர்மானிக்கும் சக்திகளாக இருந்ததும்; ஆற்றல் மிக்கோர் அடித்தளத்தில் உள்ளவராய் இருந்தால் அறவே ஒதுக்கப்பட்டதும் பதவியாலும், பணத்தாலும் பவனி வருவோருக்குப் பல்லக்கு சுமப்பதும், அதைப் பார்த்து ரசிப்பதே பாமரர்க்குக் கிடைத்த பாக்கியம் என்று நம்ப வைக்கப்பட்டதும் இன்றில்லை இங்கே. இந்த மாற்றம் யாரால்? எப்போது?

பொருளாதாரத்தில் உழைப்பவர் உழைத்துக் கொண்டே இருப்பதும் உழைப்பின் முழுமையான பலன் அவர்களுக்கு மறுக்கப்பட்டதும், ஒரு வேளைக் கஞ்சி அவர்களுக்கு ஊற்றப்படுவது கூட உழைப்பை உறிஞ்சியோரின் இரக்கத்தால், கருணையால் என்று நம்பவைக்கப் பட்டதும், உழைப்பே அறியா ஒருசிலர் உண்டுகளித்ததும், உழைப்பவர் உருக்குலைவது அவர்களின் விதிப்பயன் என்று நிர்ணயித்து அதை

நியதியாக்கி ஏற்றுக் கொள்ள வைத்ததும் இப்போது சாத்தியமில்லை. முடியாது. மகிழ்ச்சிக்குரிய இது எப்படி முடிந்தது?

இந்த சமுதாய மாற்றங்களுக்குக் காரணங்கள் இவையென தந்தை பெரியாரால் இனங்காணப்பட்டவற்றை அடித்தளமாகக் கொண்டு அறிஞர் அண்ணாவால் உருவாக்கப்பட்ட இன்றைக்குத் தலைவர் கலைஞரால் கட்டிக் காப்பாற்றப்பட்டு வருகின்ற திராவிட முன்னேற்றக் கழகம் என்னும் இயக்கமும், அதன் நீண்ட நெடிய பயணமும், பயணத்தின் விளைவுகளுமே இந்த மாற்றங்களுக்குக் காரணம்.

வேகமாக முன்னேறிவரும் இந்த உலகத்தில், சுதந்திரம் பெற்ற ஒரு நாட்டில் அறுபது ஆண்டுகளில் ஒரு பகுதி இத்தகைய முன்னேற்றங்களைக் கண்டிருப்பதில் வியப்பில்லையே. இது இயற்கைதானே. இதற்கு ஓர் இயக்கம் மட்டுமே காரணம் என எப்படிக் கூற முடியும்? இப்படி ஒரு சந்தேகம் ஏற்படலாம் எவருக்கும்.

இது பொதுவான கருத்து என்றால், இதே நாட்டின் வேறு சில பகுதிகள் இந்த முன்னேற்றத்தை, இந்த மாற்றங்களை இன்னும் காணாமல் இருக்கிறார்களே அது ஏன்? அங்கே கூடாதது, அங்கே காணாதது, இத்தமிழ்த் திருநாட்டில் எங்கும் காணுகின்ற. ஒன்றாக இருக்கிறது என்றால் இந்த வேறுபாட்டிற்குக் காரணம் ஏதாவது ஒன்றாகத்தானே இருந்திட முடியும்.

தி.மு.க.வின் தோற்றம், வளர்ச்சி, கொண்டிருக்கும் கொள்கைகள், கடைப்பிடிக்கும் கோட்பாடுகள், அடைய முயற்சிக்கும் இலட்சியம், தலைவர்களின் திறமைகள், தன்மைகள், தியாகங்கள், கட்டுக்கோப்பான அமைப்பு, உழைப்பையே மூலதனமாகக் கொண்டு பாடுபடும் அடிமட்டத் தொண்டர்கள், இவற்றை ஊன்றிப் பார்ப்போருக்கு உண்மை விளங்கும்.

தி.மு.க. தோன்றுவதற்கு முன்பு தமிழகத்தின் நிலை, இந்த இயக்கத்தின் வரவுக்குப் பின்னால் இதன் செயல்பாடுகளால் ஏற்பட்டிருக்கும் மாற்றங்கள், வாழ்வில் பெற வேண்டிய பலவற்றை பெற முடியாமல் இருந்தோரெல்லாம் இன்று எளிதாக அவற்றைப் பெறும்போது இது புரியும். பரவலாகவும், தொடர்ச்சியாகவும்; மக்கள் வாழும் எல்லா இடங்களுக்கும், நகரங்கள், சிற்றூர், பட்டி, தொட்டியென நேரடியாகச் சென்று பொதுக் கூட்டங்கள் வாயிலாக அவர்களோடு பேசி, பிரச்சினைகளை புரியவைத்து, தீர்வுகளை சொல்லி, நம்பிக்கையை ஏற்படுத்தி, நெருக்கத்தை வளர்த்துக் கொண்டது.

மக்கள் பிரச்சினைகளுக்காக போராட்டங்கள் அமைத்து, அதன் பரிசாக சிறைவாசத்தையும், சித்திரவதையையும், அதிகாரவர்க்கத்தின் அடக்குமுறையையும் ஏற்றுக்கொண்டு அவர்பொருட்டு தியாகம் செய்யத் தயார் என்பதை நிலைநிறுத்தி,

தேர்தல் களத்தின் மூலமாக சட்டம் இயற்றும் மன்றங்களுக்குச் சென்று பொறுப்போடு பணியாற்றி, ஆட்சிகிடைத்தால் அரசாங்கத்தின் மூலமாக; இல்லையெனில் பொறுப்புமிக்க எதிர்க்கட்சியாக அரசாங்கத்தை முறையாக இயங்க வைக்கும் தார்க்குச்சியாக செயல்பட்டும்,

உழைக்கும் தொண்டர்களை ஒன்று கூட்டி ஓரிடத்தில், உணர்ச்சிமிக்க உரைகளின் மூலமாக அவர்களுக்கு மேலும் உரமூட்டி, மேற்கொள்ள இருக்கும் கடமைகளை தீர்மானங்களின் வாயிலாக தெளிவுபடுத்தி, சூளுரை ஏற்று, மக்களின் மனதில் எதிர்காலத்தைக் குறித்து நம்பிக்கை ஏற்படும் விதத்தில் மாநாடுகள் நடத்துவதும் தி.மு.க.வின் தனிப்பெரும் தன்மைகளில் தலையாயது.

தி.மு.க.வின் நீண்ட நெடிய பெருமைக்குரிய வரலாற்றில் இதுவரை எட்டு மாநில மாநாடுகள், நூற்றுக்கணக்கில் மாவட்ட, மண்டல அளவிலான மாநாடுகள் நடைபெற்றிருக்கின்றன. குறிப்பாக மிகப் பெரிய அளவில் ஒட்டுமொத்த கழகத்தினரும் ஒன்று கூடி, ஒரு முக்கியமான குறிக்கோளை மையமாகக் கொண்டு நடத்தப்படும் மாநில மாநாடுகள் தனி சிறப்புக்குரியவை, முக்கியத்துவம் வாய்ந்தவை.

கழகம் உதயமாகி உலாவரத் தொடங்கிய இரண்டே ஆண்டுகளில் நடைபெற்ற முதல் மாநில மாநாடு 1951 சென்னையில், இரண்டாவது மாநில மாநாடு 1956-திருச்சியில். இம்மாநாட்டில்தான் தி.மு.க. அதன் கொள்கைகளை செயல்வடிவில் கொண்டு வர அதிகாரமையங்களான சட்டம் இயற்றும் மன்றங்களுக்குச் செல்ல தேர்தலில் போட்டியிட முடிவெடுத்தது. ஜனநாயக அடிப்படையில் தொண்டர்களின் கருத்தறிய வாக்குப்பெட்டிகள் வைத்து அவர்களின் பெருத்த ஆதரவோடு தேர்தல் களம் காணும் கட்சியாக வடிவெடுத்த திருப்புமுனை நிகழ்ந்தது. திருச்சியில் மறைந்த புரவலர் அன்பில் அவர்கள் மாவட்டச் செயலாளராக இருந்து நடத்திய மாநாடு அது.

மூன்றாவது மாநில மாநாடு 1961-மதுரையில்!

நான்காவது மாநில மாநாடு 1966-சென்னை விருகம்பாக்கத்தில்!

ஐந்தாவது மாநில மாநாடு 1975-கோவையில்!

ஆறாவது மாநில மாநாடு-1990. திருச்சியில் திரு.செல்வராஜ் மாவட்டச் செயலாளர்!

ஏழாவது மாநில மாநாடு-1993 கோவையில்!

எட்டாவது மாநில மாநாடு-1996 திருச்சியில்! கே.என்.நேரு அப்போதும் மாவட்டச் செயலாளர்.

இந்த மாநாட்டிற்குப் பின் நடந்த பொதுத் தேர்தலில் மக்கள் விரோத அ.தி.மு.க. ஆட்சி அகற்றப்பட்டு நான்காவது முறையாக தமிழகத்தின் முதலமைச்சராக தலைவர் கலைஞர் பொறுப்பேற்ற வரலாறு மக்களால் நடத்திக்காட்டப்பட்டது. பணபலம், அதிகாரபலம், ஆள்பலம், இத்தனையையும் முறியடிக்க முடியும், மக்கள் சக்தியும் அதை ஒருங்கிணைக்கும் தொண்டர் பலமும் இருந்ததால் என்பதை நிலைநிறுத்திய மாநாடு.

இப்போது நடக்க இருக்கும் ஒன்பதாவது மாநில மாநாடு அதுவும் திருச்சியில் வரவேற்புக்குழுத் தலைவராக அதே கே.என்.நேரு அவர்கள், கழகம் இத்தோடு சேர்ந்து இதுவரை நடத்திய ஒன்பது மாநில மாநாடுகளில் நான்கு மாநாடுகளை நடத்திடும் பேறு பெற்ற பெருநகரம் திருச்சி. தலைவரின் நம்பிக்கைக்குரிய தளகர்த்தர்கள் பெரிதும் நிறைந்திருக்கும் மாவட்டம். பூகோள ரீதியாக தமிழ்நாட்டின் இதயம் திருச்சி. அரசியல் ரீதியாக தி.மு.க.வின் இதயம் திருச்சி. அதன் தலைவர் கலைஞர் சட்டமன்றம் பிரவேசிக்க மகத்தான அரசியல் மாற்றத்திற்கு அடிகோலிய குளித்தலை தொகுதி திருச்சியில், தமிழக அரசியல் வரலாற்றில், கலைஞரின் அரசியல் வாழ்வின் முக்கிய அத்தியாயமான கல்லக்குடி போராட்டம், அந்த கல்லக்குடி உள்ள மாவட்டம் திருச்சி.

உலக வரலாற்றிலேயே தாய்மொழி காக்க தன் தேகத்துக்கு தானே தீ வைத்து எரித்துக்கொண்டு இலட்சிய வேங்கையாய் நினைவில் வாழும் தியாகி சின்னச்சாமி பிறந்த கீழப்பழூர் திருச்சியில். எல்லாவற்றிற்கும் மேலாக இந்த இயக்கத்தை எதிர்காலத்தில் வழிநடத்தப்போகும் இளைஞர் அணியின் செயலாளர் தளபதி மு.க. ஸ்டாலின் தலைமையில் அதன் வெள்ளி விழா மாநாடு.

இந்த இளைஞர் அணி தளிர் நடை நடக்கத் தொடங்கிய இடம் இதே திருச்சியில் தான். 1982, ஜூலை 31, ஆகஸ்ட்-1 தேதிகளில்

திருச்சி ஒத்தக்கடை கோபால்தாஸ் மைதானத்தில் (இன்று சுங்கவரித்துறை அலுவலகமாக உருமாறி இருக்கும் இடம்) நானும் அன்பில் பொய்யாமொழியும் செயலாளர்களாக இருந்து நடத்திய இளைஞர் அணி மாநாட்டில் தான் ஐந்து பேர் கொண்ட அமைப்புக்குழுவை தலைவர் கலைஞர் அவர்களின் ஒப்புதலோடு பொதுச்செயலாளர் பேராசிரியர் அவர்கள் அறிவித்தார்கள்.

மு.க.ஸ்டாலின், திருச்சி சிவா, பரிதி இளம்வழுதி, வாலாஜா அசேன், தாரைமணியன் என்ற இந்த ஐவர் குழு பின்னர் ஏழு பேர் கொண்ட குழுவாக விரிந்து தமிழக முழுதும் சுற்றுப்பயணம் செய்து மாவட்டந்தோறும் ஒன்றியங்கள் நகரங்கள்தோறும் அமைப்புகள் ஏற்படுத்தி பல்கிப் பெருகி இன்று தளபதி மு.க.ஸ்டாலின் தலைமையில் இலட்சக்கணக்கில் இளைஞர்களை உள்ளடக்கிய பெரும்படையாக உருவாகி நிற்பதற்கும் அடித்தளம் இட்ட ஊர் திருச்சிதான். இந்த அமைப்பில் தளபதி அவர்களோடு பத்து ஆண்டுகாலம் மாநில துணைச் செயலாளராகப் பணியாற்றிய பெருமை எனக்குண்டு.

திருச்சியில் கழகம் எப்போது மாநாடு நடத்தினாலும் அதைத் தொடர்ந்து பெரும் அரசியல் மாற்றங்கள் தமிழகத்தில் திகழ்வதுண்டு. இது ஆரூடமல்ல. தெளிவான முடிவுகள், தீர்க்கமான சிந்தனை. உறுதியான பயணம், உருக்குலையா கட்டமைப்பு, மக்கள் நலனே மகத்தான குறிக்கோள், அனுபவம், ஆற்றல், அறிவு நிறைந்த தலைமை, உழைப்பின் வடிவமான தொண்டர்கள், இவையே இந்த மாற்றங்களின் அடித்தளம், கழகத்தால், இத்திருநாட்டில் ஏற்பட்ட மாற்றங்கள் அனைத்தும் ஆரோக்கியமான மாற்றங்களே.

கழகத்தின் தோற்றம் தமிழக அரசியல் வரலாற்றின் மாற்றம்.

கழகத்தின் வளர்ச்சி தமிழக மக்களின் வளர்ச்சி பண்பாட்டின், கலாச்சாரத்தின், மொழியின் எழுச்சி.

இந்த மாநாடுகளில் கூடுவோர் வெறும் ஆரவாரக் கூட்டம் அல்ல. ஆதாயம் தேடிவரும் அற்பர்கள் அல்ல. அரைநாள் கூலி வாங்கிக் கொண்டு ஆர்ப்பாட்டமாக வந்து ஏமாற்றும் கூலிகள் அல்ல.

உணர்ச்சி மிகுந்த, கொள்கை உணர்வு கொண்ட தலைவன் மீது பற்று மிகக் கொண்ட, கழகத்தை குடும்பத்திற்கும் மேலாகக் கருதுகின்ற, அடக்குமுறைக்கு அஞ்சாத உள்ளம் கொண்ட அநியாயத்தை ஆர்ப்பரித்து எதிர்க்கின்ற உறுதிகொண்ட வாழ்வின் தேவைகளைக் கூட துறக்கின்ற தூய மனம் கொண்ட தொண்டர்களின் கூட்டம்.

கூடி, முடிவெடுத்து செயல்படுத்த வெற்றியின் முகட்டைத்தொட அணிவகுத்து ஆர்ப்பரித்து புறப்படும் போர்ப்படை.

திருச்சியில் வரும் மார்ச் 3, 4, 5 தேதிகளில் நடைபெற இருக்கும் கழகத்தின் ஒன்பதாவது மாநில மாநாடு, மீண்டும் ஒரு சரித்திர சாதனைக்கு முகவுரை எழுதும் மாநாடு.

ஐந்தாவது முறையாக தமிழகத்தின் முதலமைச்சராக தலைவர் கலைஞரை நாடு காண இருக்கிறது. இந்த மூன்று நாட்கள் மண்ணதிர, விண்ணதிர கொள்கை முரசொலிக்கும், படையொன்று புறப்பட்டு நாடெங்கும் செல்லும், அமைதிப்புரட்சி ஆட்சிமாற்றத்தை ஏற்படுத்தும். கீழ் வானில் உதயசூரியன் உதிக்க, தமிழகத்து அரசியல் வானில் இருள் விலகும். ஒளி பரவும்.

28.02.2006

24
சரித்திரம் ஆகும் காலமிது!

ஓர் ஊரில் புகழ்பெற்ற உபன்யாசகர் ஒருவர் பங்கேற்கும் கதாகாலட்சேபம். பெரியவர், சிறியவர் என இருபாலரும் நிறைந்திருக்க பக்தி மணம் கமழ பரவசத்தோடு சொற்பொழிவாற்றிக் கொண்டிருக்கிறார் பண்டிதர். "உயிர்வதை கூடாது. பிராணிகளை துன்புறுத்தக் கூடாது. இன்னொரு உயிரைக் கொல்லும் உரிமை நமக்குக் கிடையாது. எனவே அசைவம் சாப்பிடுவதைத் தவிர்த்து சைவம் மட்டுமே சாப்பிடப் பழகிக் கொள்ள வேண்டும். நாம் காய்கறிகளைப் பறித்து உண்ணுகிறோம். கத்தரிக்காயோ, வெண்டைக்காயோ, முருங்கைக்காயோ பறிக்கப்படுகிறபோது செடிக்கோ, மரத்திற்கோ சேதம் ஏற்படுவதில்லை. ஆனால் பிராணிகளைக் கொன்றுதான் சாப்பிடவேண்டும்."

எனவே, "இனி சைவமே உணவு முறையாக இருக்கட்டும்" என அனைவரும் ஏற்கும் வண்ணம் அழகுதமிழில் வெண்கலக் குரலில் பேசுகையில் கூட்டத்திலிருந்து குரலொன்று குறுக்கிடுகிறது. அய்யா! ஒரு சந்தேகம். காய்கறிகளில் ஒன்றான கீரையை வேரோடு பிடுங்கி உண்கிறோமே. அது உயிர்வதை இல்லையா? கேள்வி கேட்டது ஒரு பத்து வயது சிறுவன். உபன்யாசகர் திகைத்து உட்கார்ந்து வித்தியாசமான சிந்தனை கொண்ட இந்தச் சிறுவன் எதிர்காலத்தில் நிறைய சாதிப்பான் என்று வாழ்த்திவிட்டுச் செல்கிறார்.

நிகழ்ச்சி நடந்த ஊர் திருவாரூர். உபன்யாசம் செய்தவர் கிருபானந்தவாரியார். கேள்வி கேட்ட சிறுவன் இன்றைய தமிழக முதல்வர் தமிழினத் தலைவர் கலைஞர்.

மரத்திலிருந்து கனி ஒன்று கீழே விழுகிறபோது ஓடிப் போய் எடுத்து சுவைக்கின்ற வயதில் உள்ள சிறுவன், அதை உண்ணாமல் மாறாக இது ஏன் பிடிப்பு இழந்தவுடன் கீழ்நோக்கி வருகிறது என்று யோசித்த காரணத்தால் பின்னாளில் உலகம் போற்றும் விஞ்ஞானியானான் நியூட்டன்.

இளவயதில் எவரும் கேட்டிராத கேள்வியை மகான் எனக் கருதப்பட்டவரிடம் கேட்ட சிறுவன் பகுத்தறிவுப் பகலவனின் வாழும் வடிவமாய் திகழும் கலைஞர்.

ஒரு காட்சி - இளவரசன் சித்தார்த்தனை புத்தனாய் மாற்றியது. ஆஸ்திரிய இளவரசனின் ஒரு கொலை - முதலாம் உலகப் போருக்கு வித்திட்டது. நெடுஞ்செழியப் பாண்டியனின் ஒரு வார்த்தை ஒரு சாம்ராஜ்யத்தை சரித்தது. ஒரு நகரம் எரிந்தது. ஒரு காப்பியம் பிறந்தது.

மார்க் ஆன்ட்டணியின் ஓர் உரை ஒரு நாட்டின் போக்கை தலைகீழாகப் புரட்டிப் போட்டது. அமெரிக்க நாட்டு நீதிமன்றம் ஒன்றில் ஒருநாள் வழக்கொன்று விசாரணைக்கு வருகிறது.

நீக்ரோ இனத்தைச் சார்ந்த ஒருவன் கண்ணீரும் கம்பலையுமாகத் தான் நாயினும் கீழாய் தன் எஜமானனால் நடத்தப்படுவதாய், உழைப்பு உறிஞ்சப்பட்டு, உணவு மறுக்கப்பட்டு, அடியும் உதையுமாய் வாழ்நாள் கழிவதாகக் கூறி நியாயமாக, தனக்குத் தரப்படவேண்டிய ஊதியமும், உணவும் பெற்றுத்தர மன்றாடுகின்றான்.

வழக்கை விசாரித்த நீதிபதி தீர்ப்பில் "கறுப்பர் இனத்தைச் சார்ந்த நீ இந்த நாட்டைப் பொறுத்தவரை தட்டுமுட்டு சாமான்களைப் போல ஒரு பொருளாகக் கருதப்படுவாயே தவிர, உன்னை ஒரு மனிதனாகக் கருதி உரிமைகள் தரப்படவேண்டும் என்று எதிர்பார்க்க முடியாது" என்று உரைக்கிறார்.

நீதிமன்றத்தில் உட்கார்ந்திருந்த இளம் வழக்கறிஞர் ஒருவன் எழுந்து செல்லுகிறபோது 'இது என்ன கொடுமை! மனிதனாகப் பிறந்த ஒருவன் உயிர் இல்லாத தட்டுமுட்டு சாமானைப் போல ஒரு பொருளா? உடலின் நிறமா இந்த பாதகத்திற்குக் காரணம்? இந்நிலையை மாற்றுவேன். மாற்றியே தீருவேன். வைராக்கியத்தோடு கிளம்புகிறான். காலச்சக்கரம் சுழல்கிறது. உழைப்பால் உயர்ந்து அமெரிக்க நாட்டின் அதிபராகி ஒரே ஒரு கையெழுத்தில் அடிமைத்தளையை அறுத்தெறிகிறான் ஆபிரகாம் லிங்கன் என்பான்.

சட்டத்தின் துணையோடு நிற வேற்றுமை ஆழக்குழி தோண்டிப் புதைக்கப்படுகிறது. வேற்றுமை அகல்கிறது. நிறத்தால் இழிவு படுத்தப்பட்டவன் ஓர்நிறையாகிறான்.

கொடுமை கண்டு அஞ்சி கொடுங்கோலர் இடையில் அதிகாரம் கண்டு பணிந்து வணங்குவோர் மத்தியில், சிலிர்த்து எழுபவனே சிங்கநிகர் தலைவனாகிறான்.

இங்கே இந்நாட்டில் நம் பொன்னாட்டில் கடவுள் உண்டு என நம்புவோர் உண்டு. அவர் அனைவருக்கும் எல்லா உரிமைகளும் உண்டு என்னும் நாள் வாராதோ எனப் புலம்பிய நாட்கள் உண்டு.

ஆண்டவன் மீது தீராத பக்தி கொண்ட நந்தன் புலையன் என்பதால், தாழ்ந்த சாதி என்பதால் ஆலயத்திலிருந்த நந்தி கூட வழிமறித்த கதையெல்லாம் உண்டே, எனச் சொன்னபோது "நந்திதானே வழிமறித்தது. ஆண்டவன் காட்சி தரவில்லையா? சற்றே விலகும் பிள்ளாய்! என நந்தியை விலகச் சொல்லி நடராஜப் பெருமான் நந்தனுக்குக் காட்சி தந்தது கடவுளுக்கு சாதி வேற்றுமை இல்லை என்பதை உணர்த்தவில்லையா?" என்று பதிலுரைத்து வாயடைத்தனர். கலைஞர் வந்துதான் யாரும் கேட்காத கேள்வியை நடராஜப் பெருமான் காட்சி தந்தது சரி! நந்தியை விலகச் சொன்னது சரி! ஆனால் அப்போது கூட நந்தனை வெளியே நிறுத்தித்தான் காட்சி தந்தாரே தவிர, அவனை உள்ளே வா என்று அழைக்கவில்லையே எனக் கேட்டார்.

இந்த சிந்தனைதான், எண்ணத்தில் சூல் கொண்டிருந்த இந்த இலட்சியவெறிதான், காலம் கனியக் காத்திருந்து அதிகாரம் ஆட்சி வடிவில் வந்தவுடன், அனைத்து சாதியினரும் அர்ச்சகர் ஆகலாம் என்கிற சட்டம்.

ஆபிரகாம் லிங்கனின் பேனா அடிமைத்தளையை அறுத்தது.

தலைவர் கலைஞரின் பேனா அனைத்து சாதியினரையும் ஆண்டவனைத் தொட வைத்தது. ஆயிரம் ஆண்டுகளாய் மக்கிப் போயிருந்த அடிமைத்தனம், மடமைத்தனம் ஒருதுளி பேனா மையினால் பொடிப்பொடியாகி விட்டது.

குடும்பப் பெண்ணின் கையில் தீக்குச்சி கிடைத்தால் குடிசையில் இருள் அகல விளக்கெரியும். கிராதகன் கையில் கிடைத்தால் குடிசையே பற்றி எரியும். முந்தைய ஆட்சியில் அரசாங்கம் உரிமைகளைப் பறித்தது. இன்றைய ஆட்சியில் அரசாங்கம் உரிமைகளை உணர்வோடு வழங்குகிறது.

எழுதுகோல் எவர் கையில் இருக்கிறது என்பதைப் பொறுத்தே எழுத்தின் தன்மை தீர்மானிக்கப்படுகிறது.

ஆலயத்தில் நுழைவதற்கே அருகதை இன்றி தவித்தவன் சனாதன தர்மமெனும் பாறையின் கீழ் சிக்கி நசுங்கியவன், இன்று சுதந்திரமாய் கருவறை நுழைகிறான் என்றால், பெரியாரின் பெருங்கனவு

நனவாகியிருக்கிறது என்றால், இது கலைஞரின் சாதனைகளில் மகத்தானது.

இன்னமும் பாராட்ட மனமில்லை சிலருக்கு பொங்கி வரும் கோபத்தை அடக்கிக் கொண்டு பொருமுகிறார்கள்.

இந்த நாட்டில் பல அதிசயங்கள் உண்டு. பார்வையற்றவனுக்குப் பெயர் கண்ணாயிரம். தீராத நோய் கொண்டவனுக்குப் பெயர் ஆரோக்கியசாமி. அஞ்ஞானிக்குப் பெயர் 'ஞானி'. அனைத்து சாதியினரையும் அர்ச்சகராக்கினாரே முதல்வர். இது சரித்திர சாதனை யில்லையா என்றால், கண்டதேவி கோயில் தேர் ஓடுமா இந்த ஆட்சியில்? என்றார்கள்.

ஓடிவிட்டது. ஊரெல்லாம் சுற்றி வந்து விட்டது. அனைத்து சாதியினரும் இரண்டறக் கலந்து வடம் பற்றி, ஊர் கூடித் தேர் இழுத்தாகிவிட்டது.

2006 ஜூலை 10 தேதியிட்ட 'இந்து' நாளிதழ்!

"The temple car festival at kandadevi in sivaganga district passed off peacefully on Sunday.

The car festival was held successfully this year with more dalits participating" எனக் குறிப்பிடுகிறது. ஆரவாரமே இல்லாமல் அதிசயங்கள் அரங்கேறிக் கொண்டிருக்கின்றன தலைவர் ஆட்சியில், தமிழகத்தில், விடுமுறை நாட்கள் கூட ஓய்வு இல்லாத வேலை நாட்களாக முதல்வர் பணியாற்றுகிறார். ஒருநாளில் 12 இலாகாக்களின் பணிகளைக் கவனிக்கிறார். அவருக்கு வயது 83.

இந்த ஆட்சியில் எந்தப் பிரச்சினைக்கும் அவசர முடிவுகள் எடுக்கப் படுவதில்லை. ஆனால் துரித முடிவுகள் எடுக்கப்படுகின்றன, எனப் பத்திரிகைகள் பாராட்டும் நிலை.

வேறு பத்திரிகைகளில் விமர்சித்து, குற்றங் கண்டுபிடித்து குறை கூறி எழுதுவோர் இவற்றைக் காணவேண்டும். நல்லதை ஏற்று பாராட்டுகின்ற மனநிலை அற்றோர் வயிற்றெரிச்சல் கொண்ட தாழ்வு மனப்பான்மை உடையோராகத்தானே இருக்கமுடியும்.

இன்னும் என்ன சொல்லப் போகிறார்கள்? இதற்குமேல் என்ன செய்யப் போகிறார்கள்?

சரித்திரம் தன் சாகாத பக்கங்களில் இந்த நாட்களை, இந்த நிகழ்வுகளை, இந்த ஆட்சிக் காலத்தைப் பத்திரமாகப் பதிவு செய்து கொண்டிருக்கிறது.

பெரியகோயிலை தஞ்சையில் ராசராச சோழன் கட்டியது வரலாறு. அந்தப் பெரியகோயில் கருவறைக்குள் கட்டிய சோழன் நுழைந்ததில்லை. நாளை முத்தனோ, முனியனோ நுழையப் போவது வரலாறு. காரணமான கலைஞர் சோழனைப் போல் வாழ்வார். நிரந்தரமாக ஆட்சி வேண்டினோம். அரசாள, அது சாதனைகள் படைக்க.

Some people make headlines while
Some people make History

என்பது முதுமொழி.

சிலர் தலைப்புச் செய்திகளில் இடம்பிடிக்கவே ஆலாய்ப் பறக்கிறார்கள். ஆனால் சத்தமேயில்லாமல் தலைவர் சரித்திரம் படைத்துக் கொண்டிருக்கிறார்.

பொற்காலம் இது! வசந்த காலம் இது! சரித்திரம் ஆகும் காலமிது.

14.07.2006

25
தமிழ்நாட்டின் முதலமைச்சர் பெரியார்!

முல்லைப் பெரியாறு அணை தொடர்பாகத் தலைநகர் புதுடெல்லியில் தமிழக, கேரள முதல்வர்கள் கலந்து கொண்ட பேச்சுவார்த்தையில் தமிழக முதல்வர் தலைவர் கலைஞரின் அரசியல் அனுபவ முதிர்ச்சி, அவருடைய அணுகுமுறையில் வெளிப்பட்டதை நல்லவர்கள் பாராட்டுகிறார்கள்.

இரு தரப்புக்கு இடையே பிரச்சினை ஏற்படும்போது மூன்றாவது நபராக இருந்து அந்தப் பிரச்சினையை அணுகுவது வேறு. இருதரப்பில் ஒருவராக இருந்து நியாயத்தை நிலைநாட்ட முனையும்போது கடைப்பிடிக்க வேண்டிய அணுகுமுறை வேறு. அதிலும் மிக முக்கியமானதும் பலர் பாதிக்கப்படக்கூடிய, உணர்ச்சிவசப்படக்கூடிய பிரச்சினை என்னும் போது நிதானம், பொறுப்புணர்ச்சி அதிகம் தேவை.

அரசியல் ஆரம்பப்பள்ளி மாணவர்களுக்கும், தற்குறிகளுக்கும் இது தெரிய வாய்ப்பில்லை. படிப்படியாகத் தீர்வை நோக்கிச் செல்கிற பாதையில் பேச்சுவார்த்தை ஒரு கட்டம். எல்லாவற்றையும் விட்டுக் கொடுத்துவிட்டா ஒருவரோடு பேச்சுவார்த்தைக்குச் செல்கிறோம்?

கேரள மாநில அரசு, உச்ச நீதிமன்றத் தீர்ப்பினைப் பொருட் படுத்தாமல் கடற்படையினரைக் கொண்டு அணையின் பலத்தை பரிசோதித்தபோது சிலிர்த்து நின்று அந்த அத்துமீறிய செயலைக் கண்டித்தது, தமிழக விவசாயிகள் போராட்டத்தில் இறங்கியபோது, அண்டை மாநில மக்களின் நலன் கருதி போராட்டத்தைத் திரும்பப் பெற வேண்டி கேட்டுக் கொண்டது, பின்னர் நீதிமன்றத்தை மதித்து பேச்சுவார்த்தையில் கலந்து கொண்டது, பேச்சுவார்த்தையின் போது உணர்ச்சிவசப்படாமல் நிதானமாக அணுகி, அதே நேரத்தில் சொல்ல வேண்டியதைச் சொல்லி விட்டு வந்த தலைவரின் பாங்கு முதிர்ந்த ஒரு தலைவரின் பொறுப்பிற்கேற்ற நடத்தை என வியந்தது, பாராட்டியது வடபுலம். நான்காவது முறையாகத் தமிழக முதலமைச்சராகத் தலைவர் இருந்தபோது கர்நாடக மாநில மக்கள் வாழும் தெய்வமாக வழிபட்ட, நேசித்த கன்னட திரைப்பட நடிகர்

இராஜ்குமார் சந்தனக் கடத்தல் வீரப்பனால் கடத்தப்பட்ட போது அவருடைய அணுகுமுறையும், நிதானமும், இராஜதந்திரமும் இரு மாநிலங்களிலும் நிரந்தரமாக மறையவே மறையாத பகை ஏற்பட்டிருக்கக்கூடிய சூழ்நிலையை தவிர்த்தது என்பதை நினைத்துப் பார்க்கவேண்டிய நேரம் இது.

இராஜ்குமார் இயற்கை எய்தியபோது கர்நாடகத்தில் ஏற்பட்ட கலவரம் அடங்க ஒருவாரம் ஆனது. கடத்தப்பட்ட நேரத்தில் விரும்பத்தகாத நிகழ்ச்சி ஏதேனும் நடந்திருந்தால் கர்நாடகத்தில் வாழும் பெருமளவு தமிழர்களின் நிலை என்னவாகியிருக்கும்?

பரபரப்பாகப் பேசப்படவேண்டும் என்பது மட்டுமே சிலரின் எதிர்பார்ப்பாக இருக்கும். அப்படிப்பட்டோர் விளைவுகளைப் பற்றி கருதாமல் எடுத்தேன் கவிழ்த்தேன் என்று செயல்பட்டுப் பிரச்சினையை மேலும் குழப்பநிலைக்கும், சுமூகத் தீர்வு ஏற்படுவதற்கான வாய்ப்பையும் நிரந்தரமாகக் குலைத்து விடுவார்கள். கடந்த காலத்தில் காவிரி நதிநீர்ப் பிரச்சினையில் அப்போதைய முதலமைச்சராக இருந்த ஜெயலலிதாவின் அணுகுமுறை அப்படித்தான் இருந்தது.

பெரிய பொறுப்புக்கு வருபவர்கள், தனிநபர் முக்கியத்துவத்தை விட பொதுப் பிரச்சினைக்கே முன்னுரிமை தரவேண்டும் என்பதும், பலர் பயன்பெற தனிப்பட்ட மனிதரின் மான, அவமானத்தைக் கருதாது, சில இழப்புகளை சகித்துக் கொள்ளவும் சித்தமாக இருக்க வேண்டும் என்பதும் தந்தை பெரியார் சொல்லிக் கொடுத்து தலைவர் கலைஞர் பின்பற்றும், எல்லோரும் ஏற்றுக்கொள்ள வேண்டிய பாடம்.

எதிர்க்கட்சியைச் சார்ந்த மூத்த தலைவர்களின் இல்லம் தேடிச் சென்று அவர்களின் ஆலோசனைகளைப் பெறுவதும், அனைத்துக் கட்சியினரையும் அழைத்து அவர்களோடு கலந்து பேசி மாநில நன்மைக்கு ஏற்ற முடிவெடுத்துச் செயல்படுவதும் தலைவர் உருவாக்கி நடைமுறைப்படுத்திவரும் ஆட்சியாளர்கள் எவரும் பின்பற்ற வேண்டிய முன்னுதாரணம்.

பாரபட்சக் கண்ணாடி அணிந்து பார்க்காதவர்களுக்கு மட்டுமே இதன் ஆழமும், அர்த்தமும் புரியும்.

மரங்கள் அடர்ந்த மலைகள், சலசலவென பளிங்கினையொத்த நீர் சுமந்து ஓடும் ஆறு, பாடிச் செல்லும் பறவைக் கூட்டம், வண்ண வண்ண மலர்கள் பூத்துக்குலுங்கும் செடிகள், மிரண்ட பார்வையோடு மேய்ந்து கொண்டிருக்கும் மான்கள் என இயற்கையின் அழகு

கண்ணுக்கு முன்னே விரிந்து கிடப்பதைப் பார்க்க மறுத்து சின்னக் கூழாங்கல்லைக் கண்ணுக்கு அருகில் வைத்து ஒன்றுமே தெரியவில்லை எனக் கூறும் அறிவாளிகள், தமிழ்நாட்டில் அதிகம் பேர் இப்போது பேனா வைத்திருக்கிறார்கள்.

'நான் ஆணையிட்டிருக்கிறேன்', 'நான் உத்தரவிட்டிருக்கிறேன்' என்று கூறும் முதலமைச்சர் இப்போது பொறுப்பில் இல்லை. அரசின் அறிவிப்பு என்று அடக்கமாக அறிவிக்கும், அறிவும், அனுபவமும் நிறைந்த முதலமைச்சர் பொறுப்பில் இருப்பதைச் சிலர் உணர மறுப்பது ஏன்?' இவர்கள் சிலரே என்பது ஒருவகையில் ஆறுதல்தான்.

பலராக இருக்கும் மக்களின் கருத்து என்ன?

திருச்சியில் உள்ள ஆசிரியப் பெருமக்கள் சிலர் என்னைச் சந்தித்தார்கள். கடந்த மாதம் தலைவரின் திருச்சி வருகையின் போது அவரைச் சந்திக்கவும், தங்கள் குறைகளையும், கோரிக்கைகளையும் அவரிடம் சொல்லவும் வாய்ப்புப் பெற்றவர்கள்.

மிகவும் நெகிழ்ந்து பேசினார்கள்: 'தொடர் நிகழ்ச்சிகள்', நிகழ்ச்சியில் நீண்ட நேரம் இருக்க வேண்டிய நிலை, உடல் சோர்வு, பணிகளின் சுமை, கழகத் தோழர்களின் சந்திப்பு, பயணக் களைப்பு இத்தனையும் கடந்து அவர் காட்டிய அக்கறை, இதமான அணுகுமுறை, நான் பார்த்துக் கொள்கிறேன் என்கிற நம்பிக்கையான வார்த்தைகள். நாங்கள் அவரைப் பார்க்க முடியும் என்றுகூட நினைக்கவில்லை. பார்த்துப் பேசி, எங்கள் சுமையை உரிய இடத்தில் இறக்கி விட்டோம் என்கிற நிறைவு. "We feel here is a Government of the People" என்றார்கள். எத்தனை சரியான வார்த்தைகள்!

தலைவர் தங்கியிருந்த அதே விடுதியில்தான் அந்த நாள்களில் முதலமைச்சராக இருந்த ஜெயலலிதாவும் தங்கியிருக்கிறார். கோட்டைக் கதவுகளைப் போல அவர் வெளியே வரும்போதும், உள்ளே போகும் போதும் மட்டும்தான் கதவுகள் திறக்கும். உள்ளூர் அமைச்சரோ, சட்டமன்ற நாடாளுமன்ற உறுப்பினர்களோ, மக்கள் பிரதிநிதிகளோகூட சந்திக்க வாய்ப்பில்லை என்கிறபோது கோரிக்கைகளோடு காத்திருக்கும் இதுபோன்ற பாமரர்களுக்கு ஏது முதலமைச்சரின் தரிசனம்? அந்தச் சாலையின் போக்குவரத்தே ஒட்டுமொத்தமாக நிறுத்தப்பட்டதும், எதிரே உள்ள பள்ளிக்கூடம் ஒன்றின் மாணவர்கள் வெளியே வருவதற்கான அந்தப் பக்கமாக இருந்த ஒரு கதவையும் அடைத்து வேறு பக்கமாக அனுப்பி வைத்ததும் அந்தநாள் நினைவுகள்! எல்லா ஊரிலும் இதுவே நிலை.

ஆனால் இன்றோ "நான் ஒரு சாமானியன்" என்று அறிஞர் அண்ணாவுக்குப் பின் முதலமைச்சராகப் பொறுப்பேற்ற நாள் தொட்டு இன்றுவரை சாமானியர்களில் ஒருவராக விளங்கும் ஏழைகளின் தோழன், பாட்டாளிகளின் பாதுகாவலன் தலைவர் கலைஞர் என்பதை உணர்ந்தோரும், உளப் பூர்வமாகப் பாராட்டுவோரும் இருக்கிறார்கள். ஆனால் அமைதியாக இருக்கிறார்கள்.

ஆர்ப்பாட்டம் செய்யும் ஒருசிலர் வெறும் காலிப்பானைகள். ஓசை அதிகமாகத்தானே இருக்கும். உள்ளே ஒன்றும் இல்லாதபோது! Empty vessels make more noise என்பது நல்ல பழமொழியல்லவா? சத்தமில்லாமல் இங்கே சரித்திர மாற்றங்கள் நிகழ்ந்து கொண்டிருக்கின்றன.

கல்வி கற்போருக்குக் கட்டணச்சுமை இல்லை, பாடத் திட்டங்கள் இலகுவாக்கப்பட்டு பாடச்சுமை படிப்போர்க்கு இல்லை, படித்தவர்க்கு வேலை. வேலை கிடைக்கும் வரை மாதந்தோறும் உதவித் தொகை.

நியாயவிலைக் கடைகள் நியாயமாக இயங்குகின்றன. நிலமற்றோர்க்கு நிலம். வீடிழந்தோர்க்கு வீடு. எல்லாத் தடங்களிலும் புதிய பேருந்துகள். பள்ளிகளில், நீதிமன்றத்தில் தமிழ். உயர்த்தித் தரப்படும் உதவித் தொகைகள், கடந்தகால ஆட்சியில் உரிமைகள் பறிக்கப்பட்டோர்க்கு உரிமைகள், சலுகைகள். கொடுஞ்செயல் புரியும் குண்டர்கள் அரசாங்கத்தின் அரவணைப்பில் இல்லை. மாறாக சிறைச்சாலைகளில் அரசாங்கத்தின் பாதுகாவலில். வறியோரும், நலிந்தோரும், மெலிந்தோரும் இல்லை. எல்லோரும் எல்லாம் பெறுகின்றனர். மக்கள் வாழ்வின் குறைகள் தீர்க்கப்படுகின்ற காரணத்தால் குமுறல் இல்லை; கொந்தளிக்கும் போராட்டங்கள் இல்லை.

ஒரு பசுவுக்குக் கூட நீதி கிடைத்திட வேண்டும் என்று மன்னன் மனுநீதி சோழன் ஆண்ட மண். இது இன்று, இப்போது, இங்கே தலைவர் ஆட்சியில் சமநீதி, சமத்துவம், சமதர்மம், சமஉரிமை எங்கும் நிலவக் காண்கிறோம்.

தாழ்த்தப்பட்டோருக்கான ஒதுக்கீட்டில் அவர்கள் அந்த உரிமையை அனுபவிக்க அரசியல் காரணமாக இருக்கக்கூடாதென தேனி மாவட்ட ஊராட்சிக் குழுத் தலைவர் பொறுப்பை மாற்றுக் கட்சியைச் சார்ந்தவருக்கு மனமுவந்து வழிவிட்டு எந்தக் கட்சி என்பதல்ல பிரச்சினை. தாழ்த்தப்பட்டோர் தரம் உயர்ந்தால் போதும் என்னும் குணம் கொண்ட ஒரு முதலமைச்சரை, தமிழகத்தில் மட்டும் இல்லை, துணைக் கண்டம் முழுவதிலும் வேறெங்கும் காண முடியாது.

பெரியார் உயிரோடு இல்லை என யார் சொன்னது? அவர் இப்போது தமிழ்நாட்டின் முதலமைச்சர்.

ஆலயங்களில் அனைத்துச் சாதியினரும் அர்ச்சகர், எல்லோரும் ஒன்று கூடி தேர் இழுக்க கண்டதேவியில் திக்கெட்டும் திரும்பிப் பார்க்கத் திருவிழா.

பாப்பாபட்டி, கீரிப்பட்டி, நாட்டார்மங்கலத்தில் அரசின், ஊராரின் செல்லப்பிள்ளைகளாய் தாழ்த்தப்பட்ட இனத்தைச் சார்ந்த ஊராட்சி மன்றத் தலைவர்கள்.

கடந்த காலத்தில் கவலைகளுக்குக் காரணம் ஆண்ட அரசாங்கம். அது கற்காலம். கோடையின் வெய்யில் சுட்டெரித்தது.

இன்றோ கவலைகளை அரசாங்கம் சுமக்கிறது. மக்கள் உழைக்கின்றனர். உற்சாகமாய் வலம் வருகின்றனர். நிம்மதியாய் உறங்குகின்றனர். இது பொற்காலம். வசந்தத்தின் தென்றல் வருடிக் கொடுக்கிறது.

ஆனாலும் சிலர் முனகுவதும் சிலர் புலம்புவதும் வெந்து புழுங்குவதும், தவிப்பதும் தெரிகிறது அவர்களால் முடிந்தது அது மட்டுந்தானே!

ஆனால் கலைஞரின் ஆட்சி நதியைப் போல ஓடிக் கொண்டேயிருக்கும்.

06.12.2006

26
அலை கடலும், ஆழ்கடலும்

வரலாறு என்பது என்ன? உலகில் நடைபெற்ற ஆட்சிகளின், வாழ்ந்த மனிதர்களின், காலவரிசைப்படியும் அல்ல. சமூக மாற்றங்களின், உலக மக்கள் வாழ்வில் ஏற்றத்தாழ்வுகளின், அதற்குக் காரணமானவர்களின் போராட்டங்கள், வெற்றித் தோல்வியை எதிர்காலத்திற்கு எடுத்துச் சொல்லும் காலப்பெட்டகம்.

இதில் ஆக்கப்பூர்வமான மாற்றங்களுக்குக் காரணமாக இருந்தவர்கள் வரலாறாகவும், வழிகாட்டிகளாகவும் காலங்களைக் கடந்து நிற்கிறார்கள்.

ஒரு மாணவத் தோழர் தன் வாழ்வின் ஒரு சிக்கலான நேரத்தில் கேட்டார். யாருடைய வாழ்க்கையைப் படித்தால், வரலாற்றைத் தெரிந்து கொண்டால் மனம் தெளிவுறும்? உரம் பெறும்? ஊக்கமடையும்? மிகவும் கலக்கமுற்று இருக்கிறேன். சோர்வுறுகிறேன் என்று கேட்டார்.

எது மாதிரி பிரச்சனை? எல்லா பிரச்சனைக்கும் தீர்வு தரும் வகையில் நிறைய பேர் வாழ்ந்திருக்கிறார்கள். ஏராளமாகச் சொல்லிவிட்டு, வாழ்ந்து காட்டிவிட்டுப் போயிருக்கிறார்கள்.

ஆழ்ந்த சிந்தனையோடு வளமான கருத்துகளை வாழவைத்துவிட்டுச் சென்றிருக்கும் சாக்ரடீஸ், கன்ஃபூசியஸ்; முடியவே முடியாது என்று கருதியவற்றைச் சாதனைகளாகச் சாதித்துக்காட்டியிருக்கும் ஆபிரகாம் லிங்கன், மார்ட்டின் லூதர்கிங்; பாலைவனத்தில் பட்டு ரோஜாக்களைப் பூக்க வைத்த மார்க்ஸ், மாவோ; புழுவாய் இருந்தவர்களைப் புலிகளாய் மாற்றிய வால்டேர், மாஜினி;

ஆதிக்க சக்திகளின் ஆணிவேரை அதிரவைத்து அடிமட்ட உழைப்பாளியைக் கொண்டு அசைத்துக் காட்டிய ஹோசிமின், சேகுவேரா, கொண்ட கொள்கையில் குன்றிமணி அளவும் குறைந்திடாமல் குன்றமாய் நின்ற தந்தை பெரியார், உத்தமர் காந்தி;

எளிமையின் மூலமாக மக்கள் மனங்களில் மாளிகை அமைக்க முடியும் என உணர்த்திய அறிஞர் அண்ணா, பெருந்தலைவர் காமராசர்; எல்லோரும் போராடியிருக்கிறார்கள். இன்னல்களை

எதிர்கொண்டிருக்கிறார்கள். வென்றிருக்கிறார்கள். இவர்கள் வாழ்ந்தவர்கள். இன்று நம்மோடு இல்லாதவர்கள். ஆனால் சரித்திரத்தில் சாகாத இடம் பெற்றிருப்பவர்கள்.

வாழ்க்கைக்குத் தேவையானதை எல்லாம் புத்தகங்களின் மூலமாகவே பெறமுடியுமா? என்று வந்தவரிடம் கேட்டேன். இவர்களைப் போல் நம் காலத்தில், நம்மோடு நம் கண்ணெதிரே யாராவது உண்டா? தேடு! கண்டுபிடி! கண்டால் அவர்களைப் படி. பின்னால் நீ தெளிவு பெறுவாய். நீ ஏற்றமும் காண்பாய்.

எல்லாக் காலங்களிலும் இப்படி ஆழ்ந்த குணச்சேர்க்கைகளோடு மனிதர்கள் பிறப்பதில்லை. முன் சொன்ன பலதரப்பட்ட வரலாற்று நாயகர்களின் குணங்களை, இயல்புகளை, திறமைகளைக் கொண்ட தலைவனாக நம் காலத்தில், தம் கண் முன்னால் வாழும் தலைவர் கலைஞரைப் படி; அவர் வாழ்க்கையைப் படி; வாழ்ந்த முறையைப் படி; எழுதியதைப் படி. அவரின் எண்ணங்களையும் நோக்கங்களையும் படி; செயலாற்றும் முறையைப் படி. நம்மையும் அறியாமல் சிலிர்ப்பு ஏற்படும்.

அவர் சிம்மாசனத்தில் முதலமைச்சர் ஐந்தாவது முறையாக என்பது அல்ல புதுமை! ஏழைகள் ஏக்கம் தீர்த்ததும், மாணவர்களின் வாழ்வில் மறுமலர்ச்சி ஏற்பட்டதும், விவசாயிகளின் வேதனைகள் தீர்த்ததும், தாய்கள் தலைநிமிர்ந்து நடப்பதும், ஆசிரியர், அரசு ஊழியர் அகமலர்ந்து அலுவல் பார்ப்பதும், பழமை பண்படுவதும் புதுமை படர்ந்து விரிவதும் மட்டுமல்ல, கண்டு மகிழ வேண்டியது. இவற்றை அவர் செயல்படுத்தும் முறை, முதிர்ச்சி, நிதானம், பக்குவம், பதற்றம், இல்லாத அணுகுமுறை, பிரச்சனைகளை விரைந்து முடிக்கும் ஆற்றல், பொறுப்புணர்ச்சி, அரவணைப்பு, ஆளுமை குணம் இத்தனையும் ஒன்று சேர்ந்திருக்கும் வடிவத்தைக் காண்கிறது தமிழ்நாடு.

அண்மையில் எதிர்கொண்ட முல்லைப் பெரியாறு, பாலாறு, காவிரி நதிகளின் பிரச்சனை முறையான அணுகுமுறை இல்லாதிருந்ததால் எல்லா முயற்சிகளும் முறிந்து போயிருக்கக்கூடிய சூழ்நிலையில் முதல்வரின் நிதானமே நம்பிக்கை விளக்கை அணையாமல் காத்திருக்கிறது.

முல்லைப் பெரியாறு தென் தமிழகத்து மக்களின் வாழ்வாதாரம், பாலாறு வட தமிழகத்து மக்களின் ஜீவாதாரம், காவிரி ஒட்டுமொத்த தமிழகத்திற்கும் நீராதாரம், மூன்றும் தமிழகத்தின் எல்லைகளில் அமைந்துள்ள மாநிலங்களோடு தொடர்புடைய பிரச்சனைகள். உள்ளூர்

பிரச்சனைகளையே தீர்க்க வகை தெரியாமல் ஊதிப் பெரிதாக்கி வெடிக்க வைத்து வேடிக்கை பார்த்த - வினோதமானவர்களும் இந்த நாட்டை ஆட்சி செய்திருக்கிறார்கள்.

ஆனால் பதற்றம் இல்லாமல், உணர்ச்சி வசப்படாமல் பரபரப்பான அறிக்கையின் மூலம் அடையாளம் தேட வேண்டிய அவசியம் இல்லாத நம் தலைவர், உரிமைகளையும் விட்டுக் கொடுக்காமல் பக்கத்து மாநிலத்தில் வாழும் தமிழர்களுக்கும் பாதகம் நேராமல், பிரச்சனைகளைத் தீர்வு நோக்கி செல்லும் பாதையில் பொறுப்பாக இட்டுச் செல்லும் இலாவகம். எந்தவிதப் பாதிப்புக்கும் உள்ளாகாமல், பாதுகாப்புடன் வாழும் தமிழர்கள் உணர்ந்து பார்த்துப் பாராட்ட வேண்டிய அணுகுமுறை. அஞ்சுகிறார்; பதுங்குகிறார்; என்று சிலர் பயன்படுத்தும் சொற்கள் 'கலைஞர்' என்பவர்க்கு அறிமுகமே இல்லாத சொற்கள். அவருக்குப் பதுங்கவும் தெரியும், பாயவும் தெரியும், பொங்கி எழவும் தெரியும், பொறுமையுடன் காத்திருக்கவும் தெரியும், எதை எப்போது செய்ய வேண்டும் என்ற நேரமும் தெரியும்.

அவரின் சொல்லுக்கும், எழுத்திற்கும் செயலுக்கும் மட்டுமல்ல அவரின் அமைதிக்கும் அர்த்தம் உண்டு. அசைவிற்கும் பொருள் உண்டு. யுகங்கள் என்ற ஒரு கால அளவு சொல்வார்களே, அதற்கேற்ப யுகங்கள் மட்டுமே காணக்கூடிய ஒரு தலைவர் அவர். இந்தத் தமிழகத்தில்தான் எங்கிருந்து என்று தெரியாமல் எங்கிருந்தோ அடிக்கடி ஒரு அபஸ்வரக்குரல் ஒலித்துக் கொண்டேயிருக்கிறது.

உலகத்தில் எல்லா ஜீவராசிகளையும் ஏதாவது ஒரு சந்தர்ப்பத்திலாவது எங்காவது ஒரு இடத்திலாவது யாராவது ஒருவராவது கண்டுவிடலாம். ஆனால் ஓசை மட்டுமே கேட்டு இதுவரை கண்ணிலேயே படாத ஒரு ஜீவராசி சுவர்க்கோழி மட்டுமே! மழை பெய்தால் போதும் எங்கிருக்கிறது என்று தெரியாது. ஆனால் ஓயாது கூச்சல் - கேட்கவும் சகிக்காது - நிறுத்தவும் இயலாது.

அதுபோலத் தமிழ்நாட்டு அரசியலில் இரண்டே இரண்டு சுவர்க்கோழிகள் மட்டுமே தொடர்ந்து இரைச்சலை எழுப்பிக் கொண்டே இருக்கின்றன.

கடல் ஒன்றுதான். அது நடுவில் அமைதியாக இருக்கும். ஆழம் அளவிட முடியாத அளவிற்கு இருக்கும். உள்ளே எத்தனை உயிரினங்களை வாழவைத்துக் கொண்டிருக்கும் என்பதை எவராலும் காண இயலாது.

அதே கடல் கரையோரத்தில் அலைகளாக உயர்ந்து, தாழ்ந்து தவழ்ந்துகொண்டிருக்கும், சிறு குழந்தை வந்து நின்றால் கூட அதன் பட்டுக்கால்களை வருடிக்கொடுத்து விட்டுச் செல்லும். கலைஞரும் அப்படித்தான். கரையோரத்தில் நின்றால் கால்களைச் செல்லமாய் வருடிச்செல்லும் கரையோரத்து அலையாய் இருப்பார்.

ஏடாகூடமாக எல்லை கடந்து உள்ளே சென்றால் ஆழ்கடலைத் தான் சந்திக்க வேண்டியிருக்கும். அது கப்பலையும் சுமக்கும் - கப்பலைக் காணாமல் போகவும் செய்யும்.

சுவர்க்கோழியாய் ஓசை எழுப்புவோர், எல்லையோரத்தில் நின்று ஏளனமாய் நினைப்போர், பொறுமையை பலவீனமாகக் கருதுவோர், உணர வேண்டிய உண்மை இது என்றுரைத்தேன்.

நூற்றாண்டுகளாய் வாழ்ந்த தலைவர்களின் வாழும் பிரதிநிதி: அந்நாள் தமிழர்களின் ஆட்சித்திறமைக்கு இந்நாள் எடுத்துக்காட்டு.

தலைவர் கலைஞரின் 'நெஞ்சுக்கு நீதி' நூலோடு தோழர் நடந்தார்.

06.03.2007

27

மாணவர் வாழ்வில் மகத்தான மறுமலர்ச்சி!

இந்திய நாட்டில் பிறக்கும் குழந்தைகள் அனைவருக்கும் 4 வயதிற்குள் அடிப்படைக் கல்வி தந்தாக வேண்டும் என்பதற்காக அரசியல் சட்டத்தைத் திருத்தி அதற்கு ஆவன செய்திட எவ்வளவோ முயன்றும் 50 ஆண்டுகாலத்திற்கு மேலாகியும் இன்னும் அது கைகூடிடவில்லை.

சட்டத்தின் மூலமாகத்தான் சிலவற்றை நடைமுறைப்படுத்திட இயலும் என்றாலும், எல்லாவற்றையும் சட்டத்தின் மூலமாகத்தான் நிறைவேற்ற வேண்டும் என்று காத்திருக்க முடியாது. மக்களின் மனத்தில் மாற்றங்களை ஏற்படுத்தி அவர்களே மனமுவந்து ஒரு காரியத்தைச் செய்ய முன்வரச் செய்வது ஒரு வகை, அதற்குச் சில சலுகைகள் இன்றியமையாதது.

இதை எத்தனை பேர் உணருகிறார்கள்? எத்தனை பேருக்கு இதற்குரிய வழிமுறைகளைத் தெரிந்து செயலாற்றும் வல்லமை உண்டு? அரசின் தலைமைப் பொறுப்பேற்கிறவர்களே இதுகுறித்து சிந்திக்காமல் காலத்தைக் கடத்தி ஒரு தலைமுறையை வீணாக்கிப் போனதற்கு நடந்து முடிந்த ஜெயலலிதா ஆட்சியைவிட வேறு உதாரணம் தேவையில்லை. சலுகைகளோ, ஊக்கமோ இல்லை என்பதைவிட கல்வி என்பது ஏழைகளுக்கு எட்டாக்கனி என்னும் நிலை ஏற்பட்டு வறிய குடும்பங்களைச் சார்ந்த பிள்ளைகளும், அவர்தம் பெற்றோரும் அடைந்த துயர் அளவிடமுடியாது.

ஒரு காலத்தில் சாதியினால் மறுக்கப்பட்ட கல்வி அந்த மேல் குலத்தின் பிரதிநிதி ஜெயலலிதா ஆட்சியின் போது பணத்தினால் மறுக்கப்பட்டது. ஆகமொத்தத்தில் பிற்படுத்தப்பட்ட, தாழ்த்தப்பட்ட குடும்பங்களில் பிறந்தோர் கல்விகற்கக் கூடாது என்பதில் மட்டும் தெளிவாக இருந்தனர் என்பதும் அதை நேரடியாகவோ மறைமுக மாகவோ கிடைத்த அதிகாரத்தின் மூலம் நடைமுறைப்படுத்தி வந்தனர் என்பதே கடந்தகால வரலாறு.

இன்று நிலைமை முற்றிலும் மாறிவிட்டது. அதிசயம் ஏதும் நிகழவில்லை. புரட்சி ஏதும் நடந்திடவில்லை. இரத்த ஆறு

ஓடிடவில்லை. ஏழைகளின் பிரதிநிதியாய் ஒடுக்கப்பட்ட மக்களின் பாதுகாவலனாய் விளங்கிடும் தலைவர் கலைஞர் ஆட்சிப்பொறுப்பை ஐந்தாவது முறையாக ஏற்ற நாளிலிருந்து அடுக்கடுக்கான திட்டங்கள்.

ஏழைகள், தங்கள் அடிப்படைத் தேவைகளைக் கூட நிறைவேற்றிக் கொள்ள அல்லாடுகிறபோது தவறு செய்ய தலைப்படுவார்கள். விளைவு திசைமாறியவர்களாய், தீங்குகள் செய்வோராய் தங்கள் வாழ்வையும் வீணாக்கிக் கொண்டு சமுதாயத்தின் சிதைவுக்கும் காரணமாவார்கள். அப்படிப்பட்டோரின் தேவைகளை உணர்ந்து பரிவுடன் அவற்றை அரசு இலவசமாகத் தருவதுடன் அவர்தம் தேவைகளைத் தாங்களே நிறைவேற்றிக்கொள்ள அவர்கள் வாழ்வின் தரத்தை மேம்படுத்திட திட்டங்கள் வகுத்து செயல்படுத்துகிறபோது ஏழ்மையின் பாதிப்புக்கள் குறைந்து சமுதாயம் ஏற்றம் பெறுகிறது. மக்களின் வாழ்வு உயர்கிறது.

இதற்கு அடிப்படையாக முதலில் வளரும் பிள்ளைகளுக்குத் தரமான கல்வி எளிதாகச் சிரமம் சிறிதும் இல்லாமல் கிடைத்திட தீர்க்க தரிசனம் நிறைந்த தலைவர் கலைஞர் ஆட்சி தரும் சலுகைகள். ஆரம்பக் கல்வி கற்போருக்கு முதலில் அடிப்படையாக பசி நீங்கிட வேண்டும். ஆரோக்கியமாக வளர்ந்திட வேண்டும். பசித்த வயிறு பாடம் படிக்க முனையாது என்ற உண்மையை உணர்ந்து ஒரு தாயைப்போல அந்தப் பிள்ளைகளுக்கு பள்ளியில் மதிய வேளையில் சத்துணவு.

முந்தைய அ.தி.மு.க. ஆட்சி நிதிநிலையை சரிசெய்ய பச்சிளங்குழந்தைகள் சாப்பிட்ட சத்துணவில் தந்த ஒரு முட்டையையும் பறித்துக் கொண்டு போனது. ஆனால் இன்று தலைவர் ஆட்சியில் வாரம் மூன்று முட்டைகள், இலவசமாக சீருடை; அந்நிலை தொடங்கி கல்லூரி செல்லும் வரையில் பள்ளி மாணவர்களுக்கு இலவச பாடப்புத்தகங்கள், பேருந்துகளில் பள்ளி செல்ல இலவச பஸ்பாஸ், பதினொன்றாம் வகுப்புப்பயிலும் அனைத்து மாணவர்களுக்கும், மாணவிகளுக்கும் இலவசமாகத் தரமான நல்ல மிதிவண்டி.

முன்பு தலைவர் முதல்வராக இருந்தபோதுதான் புகுமுக வகுப்புவரை இலவச கல்வி என்ற அறிவிப்பு நடைமுறைக்கு வந்தது. இப்போது பட்டப் படிப்புவரை கல்விக் கட்டணம் இரத்து, உயர்கல்வி இலவசம்.

இன்றைய வளரும் உலகில் உயர்வுபெற நினைப்பவருக்கு அடிப்படைத் தேவை இரண்டு. ஒன்று ஆங்கில அறிவு. மற்றொன்று கணினி அறிவு.

கால ஓட்டத்தின் வேகத்தை உணர்ந்திருக்கும் தமிழக முதல்வர் அந்த வேகத்திற்கு தங்களை தயார்படுத்தி முன்னணியில் இருக்க வேண்டிய மாணவர்களுக்கு இந்த இரண்டையும் பழுதின்றி கற்றிடத் தேவையான வசதிகளை அனைத்துப் பள்ளிகளிலும் கல்லூரிகளிலும் தந்திருப்பது இந்தியாவில் வேறெங்கும் இல்லாதது.

ஜெயலலிதா ஆட்சியில் மாணவர்களின் பெரும் எதிர்ப்பையும் போராட்டத்தையும் மீறி, காவல்துறையைக் கொண்டு அடக்கு முறையை ஏவி, அரசுக் கலைக் கல்லூரிகளையெல்லாம் பல்கலைக் கழகங்களோடு இணைத்தது, அதன் விளைவாகக் கல்விக் கட்டணம், தாறுமாறாக உயர்ந்து சலுகைகள் ரத்தாகி மாணவர் சமுதாயம் பட்ட அவலம் சொல்ல முடியாதது.

இன்று தலைவர் ஆட்சியில் போராட்டம் ஏதுமில்லாமலே அரசுக் கலைக்கல்லூரிகள் மீண்டும் பழைய நிலையிலேயே இயங்கிட கல்விக் கட்டணம் குறைந்திட உடனடி நடவடிக்கை.

தமிழ்வழியில் பயிலும் அனைத்து மாணவர்களுக்கும் பத்து மற்றும் பன்னிரெண்டாம் வகுப்பு பொதுத் தேர்வில் கட்டண விலக்கு, மாற்றுமுறை (Shift System) அரசுக்கல்லூரிகளில் அறிமுகப்படுத்தப் பட்டிருப்பதால் மாணவர்களின் சேர்க்கை 30,000லிருந்து 60,000ஆக உயர்வு.

தனியார் சுய நிதிக் கல்லூரிகளில் அதிக கட்டணம் செலுத்திப் பயிலும் அவலம் இதன் மூலம் வெகுவாகக் குறைகிறது. கட்டட வசதியின்றி அல்லலுறும் அரசுக்கல்லூரிகளின் அவலம் போக்கிட ரூபாய் 25 கோடியில் கூடுதலாக 500 வகுப்பறைகள்.

ஏற்கனவே, சட்டக்கல்லூரிகளில் முந்தைய ஜெயலலிதா ஆட்சியில் ரூ. 20,000 அளவிற்கு உயர்த்தப்பட்ட கல்விக் கட்டணம் தலைவர் ஆட்சிக்கு வந்ததுமே ரூ.2,000மாகக் குறைக்கப்பட்டதைப் போல் இந்த நிதிநிலை அறிக்கையில் அரசு பொறியியல் கல்லூரிகளில் கடந்த ஆட்சியில் உயர்த்தப்பட்ட ஆண்டு கல்விக் கட்டணம் ரூ.10,350லிருந்து ரூ.6350ஆகக் குறைத்து அறிவிக்கப்பட்டிருக்கிறது.

பின்தங்கிய மாவட்டமான பெரம்பலூரில் இரண்டு புதிய தொழிற் பயிற்சி நிலையங்கள், சிவகங்கையில் ஒரு புதிய தொழிற்பயிற்சி நிலையம், ரூ.100 கோடி செலவில் திருவாரூர், தர்மபுரி மாவட்டங்களில் புதிய மருத்துவக் கல்லூரிகள், திருநெல்வேலியில் புதிய தொழில்நுட்பப் பல்கலைக்கழகம்.

முன்பெல்லாம் புதிய வளர்ச்சித் திட்டங்களை நடைமுறைப்படுத்த விரும்புவோர் வெளிநாடுகளுக்குச் சென்று அவற்றை அறிந்து வருவார்கள். ஆனால் இன்று கல்வியில் புரட்சி செய்ய விரும்பும் இந்தியாவின் ஏனைய பகுதிகளில் உள்ளோர் தமிழகத்திற்கு வந்து தலைவர் கலைஞர் ஆட்சியின் சீரிய திட்டங்களைக் கற்றுச் செல்லுகின்ற அளவிற்கு முனைப்பான முற்போக்குச் செயல்முறைகள்.

தரமுடன் தயார் செய்யப்பட்ட புதிய தலைமுறையே நாட்டின் உண்மையான முதலீடு.

வாடி வதங்கிக் கிடந்த மலர்க்கொடி ஒன்று பொழிந்த மழையில் சிலிர்த்து, சிரித்து, பூப்பதைப் போல தமிழக மாணவர்கள் இன்று பூரிப்புடன் பெற்றோரின் சுமை குறைத்த நிறைவுடன், பிற மாநிலத்தவரோடு அல்ல, பிற நாட்டினரோடு போட்டியிடுகின்ற அளவிற்கு தரமான கல்வி எளிதாக சிரமம் இல்லாமல் கிடைத்திடும் பெருமையுடன், நெஞ்சு நிறைய நன்றியுடன் கண்களில் பெருகி வழியும் ஆனந்தக் கண்ணீருடன் தமிழகத்தின் தன்னேரில்லாத் தலைவர் தமிழக முதல்வர் கலைஞருக்கு மாணவர் சமுதாயம் தன் நன்றியைச் சமர்ப்பிக்கிறது.

மடைமாறிச் செல்லும் வளரும் தலைமுறையினரை வகைப்படுத்தி, தமிழ்நாட்டின் தரம் உயர்த்தும் தலைவரின் படைவரிசையில் அணிவகுக்கச் செய்திட அயராமல் பாடுபடுவதே நன்றியை வெளிப்படுத்தும் முறையாகக் கொண்டு நாளும் உழைப்போம் நாம்!

வரலாறு கண்டிராத மகத்தான தலைவரின் ஆட்சி அள்ளி அள்ளித் தரும் சலுகைகளை முறையாகப் பயன்படுத்தி முன்னேறுவோம்! நாட்டையும் முன்னேற்றுவோம்! அவர் பின்னால் நாடு நடக்க ஓயாமல் தொண்டாற்றுவோம்!

29.03.2007

28
எத்தனை கரிசனம்?

விகடனில் ஒரு நபர் எழுதிய 'விருப்பப்படி நடக்க விடுங்கள்!' கட்டுரை படித்தேன்.

கொஞ்ச நாட்கள் மட்டுமே முரசொலியில் பணியாற்றி தலைவர் கலைஞரோடு நெருக்கமாகப் பழகி, பின்னர் விலகி தொலைதூரத்தில் இருந்து பெரும்பாலும் அவரை விமர்சனம் மட்டுமே செய்துவரும் நபருக்கு அவர்மேல் உள்ள கரிசனம்கூட அவர் கட்சியில், அவருக்குக் கீழ் நின்று பணியாற்றும் எங்களுக்கு இல்லாமல் போனது எத்தனை கொடுமை?

இதயமற்ற, இரக்கமற்ற உள்ளம் கொண்டவர்களாக, அவரை கசக்கிப் பிழிந்து, மனசாட்சி இல்லாமல் நடந்திருக்கிறோம். மேடைகளில் அவர் எவ்வளவு சிரமப்படுகிறார் என்பதை உணர்த்திட, அந்த நபரும், விகடனும் பயன்படுத்தியிருக்கும் புகைப்படங்களை மிகுந்த பிரயாசைப்பட்டு, தேடி வெளியிட்டிருக்கிறார்கள். தனியறையில் அவர் பொருளாளர் ஆர்க்காட்டாரிடம் பேசியதை வீடியோ ஒளிப்பதிவின் மூலம் அறிந்து வெளிச்சப்படுத்தியிருக்கிறார்.

"உட்கார்ந்த நிலையிலேயே தன்னை மீறிய களைப்பில் அவர் தலை துவள்கிறது. உதட்டோரம் வடியும் எச்சிலை கைக்குட்டை எடுத்து துடைத்துக் கொள்ளவும் முடியாத அயர்ச்சியில் அவர் இருக்கிறார். அவரால் நடக்க முடியவில்லை. சிறுசிறு அடிகளாக எடுத்து வைக்கும்போது இருபக்கமும் பிடித்துக் கொள்ள ஆட்கள் தேவைப்படுகிறார்கள். உட்கார்ந்தால் குழந்தை போல அவருக்குப் பிடிமானம் தேவைப்படுகிறது. என் அப்பா இந்த நிலையில் அலுவலக வேலைக்குப் போய்க் கொண்டு இருந்தாரானால் நிச்சயம் அதற்கு ஒரு முற்றுப்புள்ளி வைக்க விரும்பும் மகனாகவே நான் இருப்பேன்" இது அந்த நபர் எழுதியுள்ளவை.

இப்போதும் அவர் அதற்குத்தான் முயன்றிருக்கிறார். என்ன செய்வது? அவர் சில பிள்ளைகளின் தந்தை என்ற நிலையினைக் கடந்து பெரியாருக்குப் பின்னர் இந்த இனத்தின் தந்தையாக மாறிவிட்டாரே!

கியூபாவில் 84 வயதில் இதைவிட மோசமான உடல் நிலையோடு வாடிக் கொண்டிருக்கும் ஃபிடல் கேஸ்ட்ரோவுக்கு ஓய்வு கொடுக்கச் சொல்வதற்கு அங்கே இப்படி ஒரு நபர் இல்லாமல் போனது அந்த புரட்சித் தலைவனுக்கு உள்ள மிகப் பெரிய குறை.

எனக்கே இப்போதுதான் புரிகிறது. எம்.ஜி.ஆர். அவர்கள் அதிகாரத்திலிருந்த காலத்தில் அவரை முழுமையாக எதிர்த்து அரசியல் நடத்திய எங்களுக்கு அவர்மீது இல்லாத ஒரு கோபம், இவருக்கு இருந்திருக்கிறது என்பது.

1984ல் புருக்ளீன் மருத்துவமனை சிகிச்சைக்குப் பின் நாடு திரும்பி, வேட்புமனு தாக்கலுக்குக் கூட செல்ல முடியாமல், தன் மனக்கருத்தை இன்னொருவருக்கு வார்த்தைகளால் சொல்ல முடியாமல், மெத்தவும் சிரமப்பட்டுக் கொண்டு முதலமைச்சராகப் பணியாற்றிய அவர் வேதனையை கருத்தில் கொண்டு அவருக்கு ஓய்வு கொடுக்கச் சொல்லி இந்த சமூகத்திடம் அ.தி.மு.க. தொண்டர்களிடம் கோரிக்கை விடுக்கும் அளவிற்கு அவருக்கு அன்று இரக்கமில்லை.

இது என்ன பாரபட்சம்? இரண்டு தலைவர்களுக்கிடையில் மிகுந்த உடல்நலம் குன்றியவர் பணி தொடரட்டும் என அவர் சங்கடத்தைப் பார்த்தும் வாளாவிருப்பதும், வயது முதிர்ச்சியின் தளர்ச்சிகூட முழுமையாக தடையாக இல்லாமல் இயல்பான கடமைகளை நிறைவேற்றிக் கொண்டும், தன் தேவைகளை தானே பார்த்துக் கொண்டும், வருகிறவர்களை இனங்கண்டு, குசலம் விசாரித்து, தேவைகளை தீர்த்து வைத்தும், அரசின் தலைமைப் பொறுப்பில் அதிகாரிகள் வியக்கும் வண்ணம் அதிரடியாக இல்லாமல், துரிதமாக முடிவுகள் எடுத்தும், இலக்கியம் பேணி - கலை வளர்த்து - மேடைகளில் கம்பீரம் குறையாத அதே கரகரத்த குரலோடு - அலைகடலையும் அமைதிப்படுத்தும். ஆதாரப்பூர்வமான, ஆவேசமான வார்த்தைகளோடு முழக்கமிடும் ஒரு தலைவர் ஓய்வு பெற வேண்டுமென்பதும் என்ன நியாயம்?

மாற்றாரும் போற்றும் தலைவரை இத்தனை மூத்த தலைவரை, இந்தியத் துணைக் கண்டம் போற்றும் தலைவரை, 84 வயதான தலைவரை, தமிழ் தெரியாத வடக்கில் வாழ்பவர்கள்கூட 'கலைஞர்' என்று அழைக்க ஆரம்பித்ததற்குப் பின்னும் அவரை இன்னும் பெயர் சொல்லி அழைத்துப் பரவசப்படுபவர்களில் இந்த நபரும் ஒருவராக இருப்பதில் எனக்கு தனிப்பட்ட முறையில் வருத்தம் உண்டு.

'கலைஞர் வாழ்க்கையில் இனிமேல் அடைய வேண்டிய புதிய புகழும் எதுவும் இல்லை. புதிய அவதூறுகளும் இல்லை.

சந்திப்பதற்கான புதிய விமர்சனங்களும் இல்லை' எனத் தன் கட்டுரையில் குறிப்பிட்டிருக்கிறார்.

ஏன் இல்லை? இந்த இனத்திற்கு, இந்த வயதிலும் கலைஞர் இத்தனை கடுமையாக உழைப்பதற்கு, நேரடியாகவும் மறைமுகமாகவும் இன்னும் நிறைய உண்டு. புகழும் உண்டு. விமர்சனங்களும் உண்டு.

தமிழுக்கு செம்மொழி அங்கீகாரமும் - குடிசை வீட்டில் குதூகலம் ததும்ப இரண்டு ரூபாய்க்கு அரிசியும் பொழுதுபோக வண்ணத் தொலைக்காட்சிப் பெட்டியும் - நிலமற்ற ஏழை விவசாயிகளுக்கு பண்படுத்தப்பட்ட இலவச நிலமும், இலவச வீட்டுமனைப் பட்டா தருவதற்கும் - தகுதி அடிப்படையில் கட்சி வேறுபாடில்லாமல், படித்த இளைஞர்களுக்கு வேலை கொடுத்து வீணர்கள் உருவாகாமல் தவிர்ப்பதற்கும் - இஸ்லாமிய, கிறித்தவ சமுதாயத்தினருக்கு இடஒதுக்கீடு வழங்கியதற்கும் ஊட்டச்சத்து இல்லாமல் சவலைப் பிள்ளைகள் பக்கத்து மாநிலங்களில் வளர்கிறபோது, வாரம் மூன்று முட்டை அருந்தி ஆரோக்கியமாய் எதிர்காலத்திற்கு தயாராகும் நம் மாநிலத்து பிள்ளைகளை பேணுவதற்கும் புகழ்வோரும் உண்டு! வெந்து போய் விமர்சிப்போரும் உண்டு. நீதிமன்றத்தின் மூலம் கலைஞரை பொறுப்பிலிருந்து அகற்ற முயல்வோரும் உண்டு. குடியரசுத் தலைவரிடம் மனுகொடுத்து குறுக்கு வழியில் குப்புறத் தள்ளிட முனைவோரும் உண்டு. குழப்பம் ஏற்படுத்தி மக்கள் வாழ்வில் நிம்மதியைக் குலைத்து செயற்கை சூழ்நிலையை சித்தரித்து, சிம்மாசனம் ஏறத்துடிப்போரும் உண்டு.

இதற்கெல்லாம் மாறுபட்டு மென்மையாக, ஒரு கட்டுரையில் வேண்டுகோளின் மூலமாக, கலைஞர் மீது அக்கறை உள்ளவர் போல் தந்திரமாக விலக வைக்கும் முயற்சியினை இந்த நபரைப் போன்றோர் மேற்கொள்வதும் உண்டு.

ஆற்றலும் அனுபவமும், திறமையும் மிக்கவர்கள் ஆட்சிப் பொறுப்பில் இருந்திட வேண்டும் என ஒருபுறம் வாதம். பரிவு மிகக் கொண்டவராய் அப்படிப்பட்ட கலைஞர் ஓய்வெடுக்க வேண்டும் என அப்புறப்படுத்தும் முயற்சி மறுபுறம். நாடு உயர; நாட்டு மக்கள் நலம்பேணி நாளும் ஒரு திட்டம் அறிவிக்கும் இந்தத் தலைவர் நாடாளக் கூடாதாம் எத்தனை கரிசனம்? எவ்வளவு அக்கறை?

நல்லதுதான்! அப்படி ஒன்று நடந்தால் வேதாந்திகளுக்கும் வேலையில்லை. அ.தி.மு.க தலைமைக்கும் சிரமம் இல்லை.

நாங்கள் அறப்போர்க் களங்கள் பல கண்டிருக்கிறோம். எங்களுக்கு காராக்கிரகம் தெரியும். காட்டு தர்பாரின் அடக்குமுறை தெரியும். அதன் கொடுங்கரங்கள் இழைக்கும் கொடுமை தெரியும். பசியும் தெரியும். வாட்டமும் தெரியும். எதையும் எதிர்கொள்ளும் உரமும், வெல்லும் உறுதியும் எங்களிடம் உண்டு. ஆனால் கண்ணுக்குத் தெரியாத வஞ்சகத்தை உணரவும், கூப்பிய கரங்களுக்கிடையே மறைந்திருக்கும் கூர்வாளை அறியவும் இன்னும் பயிற்சி எடுத்துக் கொள்ள வேண்டும் போல் இருக்கிறது.

ஒன்று மட்டும் சொல்வேன்: தளபதி மு.க.ஸ்டாலின் எங்களின் நாளைய விடியலின் நம்பிக்கை நட்சத்திரம். அவரே நாளை எங்களுக்கு எல்லாம். அவருக்கு உரிய காலம் வரை எதற்கும் காத்திருக்கிற பக்குவமும் - பொறுமையும் உண்டு. அவரிடம் பொறுப்பை ஒப்படைக்கும் நேரத்தில் ஒப்படைக்க கழகத்தவராகிய எங்களுக்குத் தெரியும். இவர்கள் இதற்கெல்லாம் நாள் குறிக்க வேண்டாம். அரசியல் - கலை - இலக்கியம் - சமூகம் இவற்றில் கலைஞரின் தாக்கம் என்பது ஒரு சரித்திரம். அது எந்த அளவு என்பதை எதிர்காலம் மிக அழுத்தமாக, ஆழமாக உணரும்.

இப்போதுதான் தமிழினத்தின் ஒடுக்கப்பட்டோர் மெல்ல விடுபட்டு முன்னேறிக் கொண்டிருக்கிறார்கள். தமிழகம் முதலிடத்தை நோக்கி பீடுநடை போடுகிறது. இந்நேரத்தில் இந்த நபரைப் போன்றோர் இதற்கு தடை ஏற்படுத்தும் முயற்சியில் எக்காரணத்தை முன்னிட்டும் தயவுசெய்து ஈடுபட வேண்டாம்.

அப்படிப்பட்டவர்கள் வரிசையில் இவரில்லை என்பது இதுநாள்வரை என் நம்பிக்கையாக இருந்தது.

குறும்படங்கள் எடுத்துக் கொண்டிருந்த நபர் குறும்புத்தனமான வேலைகள் செய்வோருக்கு துணை போகலாமா?

94 வயதில் இறப்பதற்கு முதல் நாளுக்கு முந்தைய தினம் தியாகராய நகரில் ஒண்ணரை மணி நேரம் சமுதாய விழிப்புணர்ச்சியூட்டி, முழக்கமிட்ட பெரியாரின் வார்ப்படம் கலைஞர்.

எங்கள் தலைவர் நீண்ட நாட்களுக்கு முன்னால் இதே நபர் அவரோடு இருந்த அந்தக்காலத்தில் சொன்னதை நினைவுபடுத்த விரும்புகிறேன். அவருடைய கல்லறையில் அவர் சொல்லியிருக்கும் வாசகம்: "எழுதி எழுதி ஓயாது உழைத்த ஒரு தொண்டன் இங்கே உறங்குகிறான்".

15.10.2007

29
இது கலைஞரின் காலம்

எனக்கு மிகவும் பிடித்தமானவைகளில் ஒன்று முரசொலி ஏட்டின் முகப்பில் சீறிவரும் முரட்டுக் காளையினை ஒரு இளைஞன் அடக்குவது போன்ற படம். இந்தப் படத்தில் ஒரு தனிச்சிறப்பு உண்டு. மிரண்டு ஓடி வருகிற வலிமைமிக்க காளையின் பக்கவாட்டில் அதன் திமிலைப் பற்றிக் கொண்டே ஓடி அதன் கொம்பில் இருக்கும் பரிசுப் பொருளை எடுக்க முனையும் இளைஞனாக இல்லாமல், நேருக்கு நேர் நின்று மதர்த்து வருகிற காளையின் திமிரின் அடையாளமாய் விளங்கும் கொம்பினைப் பற்றி, தன் கால்களை உறுதியாக ஊன்றி அதை அடக்க முயலும் வீறுகொண்ட, வீரம்மிக்க, பார்ப்பவர்களையும் பற்றிக் கொள்கிற கம்பீரம் கொண்ட இளைஞனாக அவன் தோற்றமளிப்பதுதான்.

இந்த இளைஞனை தமிழ் இனமாகக் கருதலாம். தமிழ் மொழியாகக் கருதலாம். கழகமாகக் கருதலாம். கலைஞராகக் கருதலாம். எப்படிப் பார்த்தாலும் சரியாக இருக்கும்.

ஆதிக்கத்தினை, அது எத்தனை வலிமை கொண்டதாக இருந்தபோதிலும் எதிர்த்து நின்று வெற்றி கொள்ளும் வலிமை, உறுதி, நம் இனத்திற்கு, மொழிக்கு, இயக்கத்திற்கு, தலைவருக்கு உண்டு. நாம் இவற்றை, இவரைச் சார்ந்தவர்கள் என்பதே நமக்குப் பெருமை.

மனிதகுலத்தில், இந்தியத் திருநாட்டில், திராவிட இனத்தில், தமிழை தாய்மொழியாகக் கொண்டு பிறந்ததே மிகப்பெரிய பேறு என்று உணர்கிற யாராக இருந்தாலும் நிச்சயமாக அவர்கள் இருக்கும் முகாம் முன்னேற்றக் கழகமாகத்தான் இருக்கும்.

தாழ்ந்த நிலையில், வீழ்த்தப்பட்டுக் கிடக்கிற, அடிமைப்படுத்தப்பட்டு ஒடுங்கி நிற்கிற, ஒரு நாடோ, ஒரு இனமோ அந்நிலையிலிருந்து விடுபட்டு முன்னேறிட முனைந்து நின்று போரிடும் காலத்தில் வாழ்வதும், அந்தப் போரில் பங்கேற்கும் கடமையினை ஏற்பதும், பெருமைமிக்க ஒரு வாய்ப்பு, எல்லோருக்கும் அது கிடைப்பதில்லை.

பல காலமாக வறுமையில் வாடும் ஒரு குடும்பம், அக்குடும்பத்தைச் சார்ந்த ஒருவரின் கடும் உழைப்பால், தியாகத்தால் வறுமையிலிருந்து விடுபட்டு, வளம் பெற்று, வீட்டில் உள்ளோரின் விருப்பம் வெளிப்படுத்தப்படுவதற்கு முன்பாகவே நிறைவேற்றப்பட்டு, பிறர் பார்த்து பெருமைப்படும், பொறாமை கொள்ளும் நிலைக்கும் உயர்ந்து சுமைகளே இல்லாமல், துன்பம் அறியாமல் அனைவரும் வாழும் நிலை எத்தனை பரவசமானது, சுகமானது. இது எல்லோருக்கும் வாய்ப்பதில்லை. இந்த இரு உணர்வுகளையும் ஒரு சேர உணரும் வாய்ப்பு கழகத்தில் உள்ள நமக்கு மட்டுமே உண்டு.

ஆயிரக்கணக்கான ஆண்டுகளுக்கு முன்பு இழந்த உரிமையை, தொலைத்த பெருமையை, முற்றிலுமாக மறந்து மீண்டும் பெற வேண்டும் என்ற எண்ணமே அற்றுப்போய், இதுதான் விதித்தது என்று வாழப் பழக்கிக் கொண்டு விட்டு ஒரு இனத்தின் மீட்சி செயல் வடிவம் பெறுவதற்குக் காரணமான இயக்கத்தில், அந்த மீட்சிப் போராட்டத்தில் உணர்ச்சியோடு பங்கெடுக்கிற பேறு வேறு எவருக்குக் கிடைத்தது; இத்தமிழகத்தில் நம்மைத் தவிர.

உணர்வு பெற்றோம். அதன் விளைவாக உரிமை பெற்றோம். இழந்ததை எப்போது பெற்றோம்? கழகம் ஆட்சிக்கு வந்தபோதெல்லாம்; தலைவர் முதல்வராகப் பொறுப்பேற்ற போதெல்லாம்.

எண்ணிப்பார்க்காததெல்லாம் நடந்தது. எதிர்பார்த்ததெல்லாம் கிடைத்தது. உலகெங்கும் வாழ்கிற தமிழினத்தின் தாய்மடி தமிழ்நாடு தானே! எங்கிருந்தாலும் அவர்கள் பார்வை இங்குதானே, இந்தத் தாய்நாட்டின் தலைவர் கலைஞர்தானே! தரணியெங்கும் வாழும் தமிழர்களின் தலைவன். அவர் உயர்ந்தது ஒரு தனிமனிதனின் உயர்வாக இல்லாமல் தமிழ் இனத்தின், மொழியின், மக்களின் உயர்வாகவே அமைந்தது.

அனைவருக்கும் ஏற்றத்தாழ்வில்லாமல் உணவு, உறைவிடம், கல்வி, வேலை, உரிமை, சலுகை வழங்கிடும் அரசாங்கமாக மட்டும் இல்லாமல் (இந்த அடிப்படை கடமைகளைக் கூட நிறைவேற்றிடாத அரசுகளையும் தமிழகம் கண்டிருக்கிறது) இன, மொழி, கலாச்சார, பண்பாட்டு உயர்விற்கும் மேற்கொண்ட முயற்சிகள், சரித்திரமாகவே மாறிவிடும் காலம் இது.

குப்தர்களின் காலம், மௌரியர்களின் காலம், சோழர்களின் காலம் என்பது போல் இது கலைஞரின் காலம்.

ஆட்சியும், அதிகாரமும் கிடைக்கப்பெற்றிடும் எல்லோராலும் இது சாத்தியமாகாது. அதற்கு அடிப்படையில் உணர்வு வேண்டும், எது தேவை என்பதை புரிந்திருக்க வேண்டும். அதைப் பெறுவதற்கு முனைந்து நின்று போராடியிருக்க வேண்டும். அதன் பெருமையை உணர்ந்திருக்க வேண்டும். இந்தப் பணியில் ஏற்படும் சுமைகளைத் தாங்கி, தடைகளைத் தாண்டி, இன்னல்களை ஏற்று காரியமாற்றிடும் உறுதியும், வல்லமையும் வேண்டும்.

இது அத்தனையும், நம் தலைவருக்கு உண்டு. அவர் நிமிர்ந்து நிற்பார், மரத்தைப் போல அல்ல, மலையைப் போல். மழை பொழிந்தாலும், வெள்ளம் சூழ்ந்தாலும், புயல் வீசினாலும் அது அப்படியேதான் நிற்கும், தலைவரும் அதுபோல் தான்.

தமிழர்கள் உணரவேண்டும். பெருமை கொள்ள வேண்டும்; கழகம், தலைவர் கலைஞர் தலைமையில் ஆட்சிப் பொறுப்பில் இருந்த காலங்களில் இருக்கிற இந்தக் காலத்தில், நிகழ்ந்த, நிகழ்கின்ற காரியங்களை அவற்றின் சிறப்பினை, ஆழத்தில் பொதிந்திருக்கும் அடிப்படை நோக்கத்தினை, அவற்றினால் கிடைத்திடும் பயனினை, பெருமையினை.

ஒரு தேவை பற்றி, ஒன்று இல்லை என்பதனால் உருவாகிடும் துயரினைப் பற்றி அறிந்தவர் அனைவரும் அதைப் பெற்றிட முனைந்ததில்லை. முனைந்தவர் அனைவரும் போராடத் துணிந்ததில்லை. போராட முன்வந்த எல்லோரும் வெற்றி பெற்றதுமில்லை. வெற்றி பெற்றவர் சரித்திரம் படைக்கிறார்.

ஒரு சிலரின் வெற்றி ஈடுபட்ட காரியத்தின் தன்மையினால் பலருக்கும் பயன்தரக்கூடிய, பலருக்கு விடுதலை தரக்கூடிய, பலருக்கு உயர்வு தரக்கூடிய வெற்றியாக மாறிவிடுகிறது.

தன் கழிவை தான் தொடுகின்ற நிலை வந்தாலே அருவருக்கிற மனம் கொண்ட மனித இனத்தின் பிறர் கழிவையெல்லாம் சுமக்கும் இழிவு நிலையில் வாழ்ந்தவர்களை விடுவிக்க சட்டம் கொண்டு வந்தது யார்?

ஆலயம் வேண்டும், ஆண்டவன் வேண்டும், அவன்மீது நம்பிக்கை வேண்டும், நம்பிக்கை கொண்டோர்க்கு தொண்டு செய்ய வேண்டும். ஆனால் உள்ளே நுழைய மட்டும் அனுமதியில்லை என்ற நியதி நிரந்தரமாய் மாறிவிட்ட இந்நாட்டில் "தொழுவதற்கா உரிமை இல்லை என்றாய்? தொடுவதற்கே உரிமை தருகிறேன்" என்று

தொலைவில் நிறுத்தப்பட்டவனை, தொடக்கூடாது என்று ஒதுக்கப் பட்டவனை, ஆலயத்து அர்ச்சகராக அறிவித்து சட்டப்பாதுகாப்பு தந்தது யார்?

பெண்ணடிமை நீங்கியது. பெண்ணுரிமை பேணும் நிலை வந்தது, உள்ளாட்சிமன்றங்களில் பெண்களுக்கு 33 விழுக்காடு இட ஒதுக்கீடு, வேலைவாய்ப்புகளில் அவர்களுக்கு 30 விழுக்காடு இட ஒதுக்கீடு, கைம்பெண்ணுக்கு மறுவாழ்வு; கைவிடப்பட்டோர்க்கு புதுவாழ்வு; கல்வி கற்க ஊக்கம், சலுகை, திருமணத்திற்கு உதவித் தொகை எல்லாவற்றிற்கும் மேலாக மூதாதையர் சொத்தில் சம உரிமை பெற்றுத் தந்தது யார்?

உலகில் உள்ள 6000 மொழிகளில் புழக்கத்தில் உள்ள 300 மொழிகளில் தொன்மை மிகுந்த 6 மொழிகளில், தோற்றுவாயும், தோன்றிய காலமும் கண்டுணர முடியாத பழமை மிகுந்த, இளமை கெடாத, வளம் நிறைந்த, நம் தாய்மொழி தமிழுக்கு செம்மொழி அங்கீகாரம் பெற்றுத் தந்தது யார்?

உள்ளங்கை நெல்லிக்கனி போன்ற உண்மையினை உணர மறுப்போரை, உள்ளங்குளிர பாராட்ட வேண்டிய இந்த அரும்பெரும் சாதனைகளை, கண்களை மூடிக்கொண்டு பார்க்க மறுப்போரை, குறைகாண முயலும் குள்ள உள்ளம் கொண்டோரை புறக்கணிக்க வேண்டிய கடமை; பயனும் உயர்வும் பெற்ற தமிழர்களுடையதல்லவா!

இயேசு கிறிஸ்து பிறப்பு ஆண்டினை கிறிஸ்துவர்களான ஐரோப்பியர்களும், அண்ணல் நபிகள் நாயகம் மெக்காவிலிருந்து மதீனா சென்றதைக் கொண்டு இஸ்லாமியர்களும், புத்தபிரான் மறைவினை புத்தசமயத்தினரும் குறியீடாகக் கொண்டு தொடர் ஆண்டினை கணக்கிடுவதைப்போல், திருவள்ளுவர் பிறந்த ஆண்டினை தமிழர்களுக்கான தொடர் ஆண்டு கணக்கிற்கான குறியீடாகக் கொள்ளலாம் என மறைமலையடிகள் தலைமையிலான தமிழ் அறிஞர்கள் குழு 1921ல் முடிவெடுத்திருக்கலாம். அதற்குப் பின்னால் எத்தனை ஆட்சிகள்? அரசாங்கங்கள்? ஆட்சியாளர்கள்? ஆனால் அதை நடைமுறைப்படுத்திட 1972ல் கலைஞர்தானே முதல்வராக வரவேண்டி இருந்தது.

அதே கலைஞரால் தானே இப்போது 2008ல் தை முதல் நாளினையே இனி தமிழ்ப் புத்தாண்டின் தொடக்கமாகக் கொள்ள வேண்டும் என்ற நல்ல முடிவும் நடைமுறைக்கு வந்திருக்கிறது. இது வெறும் அறிவிப்பு அல்ல. புரட்சி, பண்பாட்டுப் புரட்சி. பரவசப்பட

வேண்டிய, பாராட்டப்பட வேண்டிய, கொண்டாடப்பட வேண்டிய, போற்ற வேண்டிய மாற்றம். இது உணவுப் பிரச்சினை அல்ல. உணர்வுப் பிரச்சினை.

ஆனால் தங்களை தமிழ் இனத்தின் பாதுகாவலர் என்று அழைக்கப்பட விரும்புவோர் இதிலும் குறை காண முயலுகிறார்களே, ஏன்?

உலக அறிஞர் திருவள்ளுவருக்குக் கிடைத்திருக்க வேண்டிய அங்கீகாரம் 2000 ஆண்டுகளுக்குப் பின்னும் கிடைக்காததற்குக் காரணம் அவர் தமிழனாகப் பிறந்ததாலா? தமிழில் எழுதியதாலா? கலைஞருக்கும் இன்று அதே நிலைதானே.

பண்பாட்டினை பழுது நீக்கிப் பாதுகாக்கும் பல முயற்சிகளில் தலையாயதாக இன்று தை முதல்நாள் தமிழனின் புத்தாண்டு தொடக்கமாக தமிழ்நாட்டினை ஆளுபவர்தானே செய்திட முடியும்? தலைவர் கலைஞர் மட்டும்தானே அதுபற்றி எண்ணியிருக்க முடியும்? எண்ணியதை செய்திருக்க முடியும்.

ஆனால் திரு.பழ.நெடுமாறனைப் போன்றோர் இதிலும் குறை காணுகிறார்கள். உலகெங்கும் வாழும் தமிழ் அறிஞர்களை கலந்து முடிவெடுக்கவில்லையாம். அங்கலாய்க்கிறார். திராவிட இன, பண்பாட்டுக்கெதிராகக் கணை தொடுப்போர்க்கு களம் அமைத்துத் தரும் தினமணியின் துணையோடு குமுறியிருக்கிறார். இவரைப் போன்றோர் தமிழருக்காய் செய்யும் காரியங்களின் தன்மையை இதுபோன்ற கருத்துக்களின் காரணத்தால் நம்மைப் போன்றோர் ஆராய வேண்டிய அவசியம் ஏற்பட்டு விடுகிறது.

பசியால் துடிக்கும் பிள்ளைக்கு பால் கொடுக்க தாய் ஊரில் உள்ளவர்களை கலந்து ஆலோசித்துதான் ஊட்ட வேண்டுமா?

மானங்காக்க ஆடையின்றி தவிக்கும் பெண்ணுக்கு சேலை கொடுக்க மாநாடு கூட்டித் தீர்மானம் நிறைவேற்றித் தர வேண்டுமா? புரியவில்லை. எழுத்துச் சீர்திருத்தத்தை எவரை கேட்டுக் கொண்டு வந்தீர்கள் என வெளிநாட்டில் வாழும் தமிழ் மாணவன் ஒருவன் இவரை கேள்வி கேட்டானாம். திகைத்துப் போய் நின்றாராம். இவர் விளக்கம் சொல்ல வக்கற்றவராய்.

தமிழ்நாடு பெயர் மாற்றம் தீர்மானத்தினை அறிஞர் அண்ணா அவர்கள் நாடாளுமன்றத்தில் நிறைவேற்றிட வேண்டி உரை நிகழ்த்திய போது, தமிழ்நாடு என்று பெயர் மாற்றுவதால் உங்களுக்கு என்ன

லாபம் என்று வினா தொடுத்தவர் ஒரு தமிழன்தானே! வேறு இனத்தவர் அல்லவே! அதே நிலைதான் இப்போதும். கேட்கிற ஆள்மட்டும் வேறு.

திரு.நெடுமாறனுக்குத் தெரியுமா? தமிழ்மொழியின் உயிர் எழுத்துக்கள் பன்னிரெண்டில் குறில் 'எ' என்ற எழுத்தின் மேல் 'எ்' என புள்ளி வைத்தால் நெடில் ஏகாரமாகவும் குறில் 'ஒ' என்ற எழுத்தின் மேல் 'ஒ்' என புள்ளி வைத்தால் நெடில் ஓகாரமாகவும் இருந்தது என்பதும், பிற்காலத்தில் வெளிநாட்டில் இருந்து தமிழகத்திற்கு வந்து தமிழ் இலக்கியத்திற்கு பொலிவு கூட்டிய வீரமாமுனிவரே ஓலைச்சுவடிகளில் பல நேரங்களில் புள்ளி சரியாக விழாத காரணத்தினால், எழுத்து தவறாக புரிந்து கொள்ளப்பட்டு பொருள் மாறி விடுகிறது என்பதற்காக அறிமுகப்படுத்திய எழுத்துகள் தான் 'ஏ' மற்றும் 'ஓ' என்ற நெடில்கள் என்ற உண்மை.

வீரமாமுனிவர் யாரை கேட்டுக்கொண்டு இந்த மாற்றத்தினை கொண்டுவந்தார்? யாரும் கேட்கவில்லை. மாற்றம் ஏற்றுக்கொள்ளப்படக் கூடியதாக இருந்தது. தமிழும் ஏற்றது. தமிழர்களும் ஏற்றார்கள். அப்போது நெடுமாறனைப் போன்றோர் இல்லாதது ஒருவேளை காரணமாக இருக்கலாம்.

கலிலியோ உலகம் உருண்டை என உணர்த்தியபோது நிறைய நெடுமாறன்கள் இருந்தார்கள். இப்போது உலகம் கலிலியோவை மட்டும்தான் நினைவில் வைத்திருக்கிறது. மற்றவர்கள் அடையாளங்கள் பதிவாகவில்லை.

விண்வெளி ஆராய்ச்சியாளர்களுக்கு ஆரம்பத்தில் தெரிந்தது பூமியைத் தவிர மெர்க்குரி, வீனஸ், மார்ஸ், ஜுபிடர், சாட்டர்ன் என்ற ஐந்து கிரகங்கள் தான். பின்னர் டெலஸ்கோப் என்னும் கருவியால் 1781இல் யுரேனஸ், 1864ல் நெப்டியூன், 1930ல் ப்ளூட்டோ ஆகியவை கண்டுபிடிக்கப்பட்டன. இந்தக் கண்டுபிடிப்புகளின் போது என்னை கேட்டுக்கொண்டா இதைக் கண்டுபிடித்தார் என்று எந்த விண்வெளி ஆராய்ச்சியாளனும் கேட்கவில்லை. ஒரு மாற்றத்தை, ஏற்கத்தக்க முன்னேற்றத்தை வரவேற்றே மனிதகுலம் வளர்ச்சி பெற்றிருக்கிறது.

மனிதனுக்கு விரிந்த அறிவு வேண்டும் என்பது அவசியமில்லை. ஆனால் பரந்த மனம் அவசியம் வேண்டும்.

அது ஏன்? தலைவர் கலைஞர் பாராட்டத்தக்க எதைச் செய்கிற போதும் குறை காண்பதற்கென்றே ஒரு கூட்டம் அதுவும் இந்த இனத்திற்குள்ளேயே முளைக்கிறது?

ஒன்று மட்டும் உண்மை. எதிர்காலம் வரலாறு எழுதுகிறபோது அதில் திருவள்ளுவரைப்போல், கலிலியோவைப்போல், லிங்கனைப் போல், தலைவர் கலைஞர் மட்டுமே நிற்பார். இன்று குறை காண்போர், குமுறி நிற்போர், புழுங்கித் தவிப்போரின் நினைவுகள் அவர்களின் உறவினர்களுக்குக் கூட இருக்காது.

சரித்திர மாற்றங்களும், காலங்காலமாகக் காத்திருந்த சமுதாய சீரமைப்புகளும் தலைவர் கலைஞர் காலத்தில்தான் ஆரவாரமே இல்லாமல் அடுக்கடுக்காய் அரங்கேறின என்று பதிவு செய்யப்படும். பெருமைகளை இழந்த இனங்கள் அழிந்ததாகவே சரித்திரம் சொல்கிறது. ஆனால் இழந்த பெருமைகளை மீட்டெடுத்து, அதற்குமேல் மெருகு கூடிய இனமாக தமிழினம் மட்டுமே மிளிர்கிறது என்றால் அதற்கு ஒரே காரணம் நம் தலைவர். தமிழ்நாட்டு வளர்ச்சி, தமிழின எழுச்சி கலைஞரைத் தவிர்த்து இல்லை என்பதை வருங்கால வரலாறு போற்றும். தரணி பாராட்டும். அன்றாவது தமிழன் உணரட்டும்.

"காரிருளால் சூரியன்தான் மறைவதுண்டோ?
கறைச்சேற்றால் தாமரையின் வாசம்போமோ?
பேரெதிர்ப்பால் உண்மைதான் இன்மையாமோ?
பிறர் சூழ்ச்சி செந்தமிழை அழிப்பதுண்டோ?"

இந்த நேரத்தில் மீண்டும் நினைவு கூட்டிக் கொள்ள வேண்டிய பாவேந்தரின் வைரவரிகள்.

18.02.2008

30
எங்கள் உரிமையைத் தாருங்கள்;
ஜூன் 3 - எங்களின் திருநாளில் விழா எடுக்க!
தலைவருக்கு தம்பியின் கடிதம்!

போற்றுதலுக்கும் வணக்கத்திற்குமுரிய நெஞ்சில் நிறைந்த தலைவர் அவர்களுக்கு வணக்கம்.

ஒரு சிலரைப் பற்றி கேள்விப்பட்டு, அறிந்து, தொலைவில் பார்த்து, மனதில் உருவாகும் பிம்பம், அவர்களை நேரில் சந்திக்கும்போது பெரும்பாலும் கலைந்தும், சிலரைப் பொறுத்தவரை கரைந்தும் போய்விடுகிறது. அதீதமாக உருவகப்படுத்திக் கொண்ட நிதர்சனம் மட்டுமே மிஞ்சுகிறது.

ஆனால் நீங்கள் ஒருவர் மட்டுமே மற்றவர்கள் வளர்த்துக் கொண்ட பிம்பத்திற்கும் மேலாக மேலும் மேலும், ஒவ்வொரு முறையும், ஒவ்வொரு செயலிலும் பிரமிக்க வைக்கிறவர் என்பது சரித்திர உண்மை.

உங்களைக் குறித்து ஒருவர் கொள்ளும் உன்னத கருத்து வெறும் கற்பனையுமல்ல, தோற்றமுமல்ல, பிறர் சொல்லும் கதையுமல்ல. உண்மை, யதார்த்தம், சத்தியம்.

விழிகள் விரிவதும், உள்ளம் மலர்வதும், மனது பொங்கிப் பிரவாகமாவதும் உங்கள் குரலை கேட்கும் போதும், உங்கள் எழுத்தைப் படிக்கும்போதும், உங்கள் ஆழமான அறிவு அலையாய் சுருட்டி இழுக்கும்போதும், உங்கள் அன்பு சொல்லாலும் செயலாலும் - அரவணைக்கும் போதும் மட்டும்தான்.

ஒரு கிராமத்துக் குழந்தைக்கு அதன் தந்தையின் கையினைப் பற்றிக்கொண்டு அவன் நடை வேகத்துக்கு ஈடுகொடுத்துக் கொண்டு பட்டணத்துக் கடைவீதிகளையும், அதுவரைப் பார்க்காத பொருட்களையும், சீறிச் செல்லுகின்ற வேகவாகனங்களின்

பிரமிப்பையும், அவன் வாங்கித்தருகிற தின்பண்டங்களின் சுவையையும், கண்காட்சி ராட்சத இராட்டினங்களின் பயணத்தையும் முதன்முதலாக அனுபவிக்கிற நினைவுகள் நிரந்தரமாக நெஞ்சில் தங்கி விகிடுன்றன.

உலகம் எத்தனை பரந்ததாக இருந்தாலும் அதில் வாழ்பவர் எத்தனை கோடியாக இருந்தாலும், அந்தக் குழந்தைக்கு இதில் தனித்துத் தெரிவது அந்தத் தகப்பன் மட்டுமே. கிராமத்துக் குழந்தைக்கு அதன் தந்தை. ஆனால் எங்களைப் பொறுத்தவரை எல்லா உலகப் பிரமிப்புகளையும் முதன்முதலில் எங்களுக்கு அறிமுகப்படுத்தி, தேவையானதையும், விரும்பியதையும் வாங்கித்தந்து, இந்த அசுர வேக உலகத்தில், மனிதத்தன்மை மங்கி தொலைந்து கொண்டிருக்கும் சமுதாயத்தில், அவர் விரலைப் பற்றி நடக்கும்போது மட்டுமே பாதுகாப்பாக இருக்கிறோம் என்ற எண்ணத்தையும், நம்பிக்கையையும் தந்திருக்கும் தகப்பன் நீங்கள்தான்.

எங்களுடைய தனிமனித அடையாளங்கள் காணாமல் போய் வெகுகாலமாகின்றது. திராவிட முன்னேற்றக் கழகத்தில் கலந்து, கரைந்து நிற்கிற எங்களுக்கு கழகப் படைவீரர்களில் ஒருவன் என்பதே பெருமை, அதுவே அடையாளம். உங்களின் தம்பி என்கிறபோது அது பெருமிதம். மற்றவர்களிலிருந்து உயர்ந்து சிறந்து விளங்குவதாக ஒரு கம்பீரம்.

பல்கலைக்கழகப் பட்டங்களையும், வகிக்கின்ற பொறுப்பு களையும்விட உங்கள் அடியொற்றி நடக்கிறோம் என்பதே ஈடும் இணையும் இல்லாத சிறப்பு.

இது தக்கலையில் வாழும் உங்கள் சின்னத்தம்பியிலிருந்து, தலைநகர் டெல்லியில் தலைமைச் செயலகத்தில் உயர் பொறுப்பில் உலவும் தமிழன் வரை அனைவருக்கும் பொதுவானது. இந்த சட்டமன்றக் கூட்டத்தொடர் முடியும் தருவாயில் கழக அரசின் இரண்டாண்டு சாதனைகளுக்காகவும், மூன்றாமாண்டு தொடங்குவதை யொட்டியும், அனைத்துக் கட்சித் தலைவர்கள் பாராட்டியதற்கு நன்றி தெரிவித்து தாங்கள் ஆற்றிய உரை உணர்ச்சிகளின் தொகுப்பாக, நெஞ்சத்தை நெகிழ்த்துவதாக, மாற்றாரும் மனதார ஏற்றுப் பாராட்டுகின்ற அளவில் இருந்ததை எல்லோரும் குறிப்பிட்டு சிலாகிக்கின்றார்கள். உங்களின் அறிவு முதிர்ச்சி, அனுபவ முதிர்ச்சி நெஞ்சத்தில் நிறைந்து நிற்கும் பரிவுணர்ச்சி, எல்லையில்லாத தமிழினப் பற்றுணர்ச்சி அத்தனையும் சில மணித்துளிகளில் வார்த்தைகளாக வடிவமெடுத்து அத்தனை பேரையும் வளைத்து நிறுத்தியதை

சட்டமன்ற குறிப்பேடு மட்டுமல்ல; சரித்திரமும் தன் பக்கங்களில் குறித்து வைத்திருக்கும்.

"மக்கள் தொண்டாற்றுகின்ற நேரத்தில் எல்லோரோடும் தோழமையோடு பழகினோம் என்பதே என் ஆசை" என்ற தங்களின் இந்த உணர்வினை எனக்குத் தெரிந்தவரை வேறு எந்தத் தலைவரும் இதற்கு முன்பு வெளிப்படுத்தி இருப்பதாகத் தெரியவில்லை.

எல்லோரும் இணைந்து இந்த நாட்டை, இந்தச் சமுதாயத்தை ஒற்றுமைப்படுத்தி வாழவைக்க, வளம் பெறச் செய்ய, நம் அத்தனை பேருடைய முயற்சியும் ஒருமித்த நிலையிலே இருந்திடவேண்டும். கொஞ்சம் பிசிறு தட்டினால்கூட எப்படி சங்கீதம் கெட்டுவிடுமோ, கொஞ்சம் தாளம் தவறினால்கூட எப்படி நடனம் பாழாகி விடுகிறதோ அதைப்போல நம்முடைய ஒற்றுமையில் நம்முடைய தோழமை உணர்வில் தோழமை உணர்வோடு கூட்டு சேர்ந்துள்ளவர்களை மட்டுமல்லாமல் எதிர்க்கட்சிக்காரரர்களையும் சேர்த்துத்தான் சொல்கிறேன். எல்லோரும் அதே உணர்வோடு பழகவும் பொது வாழ்க்கையில் ஈடுபடவும் நேசிக்கவும் மனிதாபிமானத்தோடு பழகவும் மனித நேயத்தைத் தொடர்ந்து கடைப்பிடிக்கவும் வேண்டுமென்பதுதான் நான் உங்களுக்கெல்லாம் வைக்கின்ற வேண்டுகோள்.

லிங்கனின் கெட்டிஸ்பர்க் உரையும், விளாடிமிர் லெனினின் புரட்சிநேரத்து பிரகடனமும், விவேகானந்தரின் சிகாகோ உரையும், விடுதலை பெற்ற நாளில் நள்ளிரவில் பண்டித நேரு நிகழ்த்திய "குறிக்கோளோடு செய்து கொண்ட ஒப்பந்தம்." உரையும், எப்படி தொடர்ந்து காலங்காலமாக மேற்கோள் காட்டப்பட்டு வருகிறதோ, தங்களின் கல்லக்குடி போர்முரசு எப்படி தங்களை ஒரு தலைசிறந்த போராட்ட வீரராக சரித்திரத்தில் நிலைநிறுத்தியதோ, அதைப்போல் தங்கள் சட்டமன்ற உரையின் இந்தப்பகுதி உங்களின் அரசியல் முதிர்ச்சியையும், பக்குவத்தையும் மட்டுமல்ல, எதிர்கால அரசியல் பிரவேசிகள் அத்தனை பேருக்கும் அரிச்சுவடி பாடமாக நிலைத்து நிற்கப் போகும் பிரகடனம்.

முக்கியப் பகுதிக்கு வருகிறேன், தலைவர் அவர்களே; இந்த சிலிர்ப்புகளுக்கும், பூரிப்புகளுக்கும், பெருமிதங்களுக்கும் இடையே தான் உங்களின் இன்னொரு அறிக்கையும் வந்திருக்கிறது. "பிறந்த நாள் கொண்டாட வேண்டாம்" என்ற அந்த வார்த்தைகள் எந்த அளவிற்கு கழகத் தோழர்களின் உள்ளங்களை இரணமாக்கியிருக்கும் என்பது தாங்கள் அறியாததல்ல.

இந்துக்களுக்கு தீபாவளி, இஸ்லாமியர்களுக்கு ரம்சான், கிறித்துவர்களுக்கு கிறிஸ்துமஸ், எங்களுக்கோ உங்கள் பிறந்தநாள் தானே திருநாள். விவரம் தெரிந்த நாள் தொடங்கி ஆண்டுதோறும் வரும் விழாக்களில், தொடர்ந்து கொண்டாடும் திருநாட்களில், ஏதாவது ஒன்று ஏதோ ஒரு காரணத்திற்காக எப்போதாவது கொண்டாடப்படாமலே போயிருக்கிறது. ஆனால் வருடம் தவறாமல் ஜூன் 3க்காக 1-ந் தேதியிலிருந்தே களைகட்டத் தொடங்கும் கலைவாணர் அரங்கமும், கழகத்தோழர்கள் அத்தனை பேரும் சங்கமிக்கும் கடலாக சென்னை மாறுவதும், எங்களைக் கண்டு நீங்கள் சிரித்து, நாங்கள் மகிழ்ந்து, உரிமையுடன் தோழர்கள் பையிலிருந்து பணத்தை மொத்தமாக நீங்களே எடுத்து பக்கத்து உண்டியலில் சேர்த்துவிட்டு "ஊருக்குத் திரும்ப பணம் இருக்கிறதா" என்று கேட்டு குலுங்கக் குலுங்க சிரிப்பதும், பணம் கொடுத்தவர் உள்ளிட்ட உடன் இருக்கும் அனைவரும் அந்த சிரிப்பைப் பங்கிட்டுக் கொள்வதும் இந்த குதூகலம், மகிழ்ச்சி, ஆனந்தம், வேறெங்கும், நாங்கள் பெற்றதுமில்லை, பெறப்போவதுமில்லை அய்யா.

இதைப் பறிக்க, இந்த உற்சாகத்தைத் தடுக்க உங்களுக்கு மனம் வராதே. எப்படித் துணிந்தீர்கள், உங்கள் மனத்தளர்ச்சி எங்களைக் காணும் போதெல்லாம் மறைந்து உற்சாகம் மனதில் குடியேறுகிறது என்பீர்களே; நாங்கள் கோடியாய் குவிந்து நிற்கும்போது உங்களுக்கு மனக்கவலை எனில் எங்களுக்கு தாழ்வு மனப்பான்மை எழாதா?

சேது சமுத்திர திட்டம் நிச்சயம் ஈடேறும் உங்கள் கண்ணெதிரில், நீங்கள் சிலிர்த்து நிற்க அதில் சங்கிலித் தொடராய் கப்பல்கள் அணிவகுத்துச் செல்வதை கண்ணார மனங்குளிரக் காண்பீர்கள். இது நாங்கள் உங்களுக்குத் தரும் உத்திரவாதம். எங்களுக்கு நீங்கள் உழைத்த உழைப்பிற்கு நாங்கள் தரவேண்டிய பரிசு அது.

உங்களுடன் இருப்போர் தன்னலம் அற்றோர்தான். காரணம் நீங்களே எங்களின் வழிகாட்டி, முன்னோடி, முன்மாதிரி.

தாயக நலத்திற்கு உயிர் துறப்போர் எண்ணிக்கை உங்கள் பின்னால் எத்தனை என்பதை நேரம் வரும்போது தேசம் உணரும். உங்களைப் போல் 85 வயதானோர் இந்த நாட்டில் இப்போதும் இருக்கிறார்கள். ஆனால் பெரும்பாலும் நோயாளிகளாக, வீட்டாரால்கூட விரும்பப் படாதவர்களாக, வேண்டாத சுமையாக; இந்த வயதில் அரசியல் துறையில் இருந்தோரும், இருப்போரும் விரக்தியடைந்தவர்களாய், நிறைவு பெற்றவர்களாய், ஓய்வு எடுப்பவர்களாய், விலக்கி

வைக்கப்பட்டவர்களாய் இருந்திருக்கிறார்கள்; இருக்கிறார்கள். ஆனால் நீங்கள், இந்த வயதிலும் நாளுக்கு நாள் கூர் தீட்டப்பட்ட வாளாகவே மிளிர்கிறீர்களே, இளைஞர் பட்டாளத்தை ஈர்க்கின்ற காந்தமாகவே திகழ்கிறீர்களே; தோண்டத்தோண்ட கிடைக்கும் தங்கமாய் தங்கள் நிர்வாகத்திறன் ஜொலிக்கிறதே; உங்களின் ஒரு சொல்லுக்கு, கரகரத்த குரலுக்கு வேங்கையின் வேகம் கொண்டோரும் ஒடுங்குகின்றனரே. உங்களின் 'நலமா' என்று கேட்கும் ஒரு சொல்லுக்கு இந்த நானிலமே ஏங்குகிறதே.

உங்களுக்கா ஏக்கப் பெருமூச்சு? கையாலாகாத காளையர் கூட்டமா உங்களுக்கும் பின்னால்? கையிருப்பை காட்டத்துடிக்கும் வீரர் சேனையன்றோ நீங்கள் பாடுபட்டு சேர்த்து வைத்த இந்தப் பட்டாளம். வீரமும் உண்டு; விவேகமும் உண்டு; அறிவும் உண்டு; அடக்கமும் உண்டு. இது கலைஞர் கட்டிக் காக்கும் கழகப்பாசறை என நாடு வியப்பது உங்களுக்குத் தெரியாதா? தலைவர் அவர்களே; மறுபரிசீலனை வேண்டும். ஆண்டுதோறும் நாங்கள் காத்துக் கிடக்கும் அந்த ஜூன் 3. உங்கள் திருமுகம் கண்டு, சிந்தை சிலிர்த்து, உங்கள் சிரித்த முகம் கண்டு செம்மாந்து செல்லும் எங்களுக்கு அந்த சுகத்தைத் தர மறுக்காதீர்கள்.

உங்கள் தம்பிகளை நீங்கள் ஏங்க வைத்ததுமில்லை. வாடவிட்டது மில்லை. மண்டியிட்டு மன்றாடுகிறோம். நாங்கள் கண்கலங்க நீங்கள் பொறுக்கமாட்டீர்கள் என்ற நம்பிக்கையில் கேட்கிறோம்.

எங்கள் உரிமையைத் தாருங்கள். ஜூன் 3 எங்களின் திருநாளில் விழா எடுக்க.

19.05.2008

31
வெற்றி தொலைவில் இல்லை!

தென்றல் சுடுவதில்லை!
தீந்தமிழும் கசப்பதில்லை!
சூரியனை சுற்றிவரும்
பூமிப்பந்தும் நிற்பதில்லை!

காரிருளை கிழித்து வரும்
கதிரவனும் களைப்பதில்லை!
தலைவருக்குப் பின் நடக்கும்
தடந்தோள் தம்பியர்க்கும்
தலை கவிழும் நிலை என்றும்
தவறியும் வந்ததில்லை!

கழகத்தை நம்பி நிற்கும்
கன்னித்தமிழ் நாட்டிற்கும்
சூழ்ந்து நிற்கும் வேதனைகள்
தொலைந்திடும் நாள்
தொலைவில் இல்லை!

சோர்வின்றி கழன்று வந்து
தமிழினத்தை வாழவைக்க
ஓய்வின்றி உழைத்து வரும்
ஒப்பு உயர்வற்ற தலைவருக்கும்
நாடுதோறும், நாள்தோறும்
ஓயாமல், உறங்காமல்
தேனீயாய், தீக்கனலாய்
பறந்து சென்று
வாலிபக் கூட்டத்தை
வகைப்படுத்தி படைநடத்தும்
தளபதிக்கும் இனி
ஒருநாளும் தோல்வியில்லை!

தருக்கரெல்லாம் நிலைகுலைந்து
தமிழ்நாடு தலைதிமிர்ந்து
நிற்கும் நாள்!
நம் நாட்டை நாமே ஆண்டு
நம் மக்கள் நலமுடனே
வளமுடன் வாழும் நாள்
தொலைவில் இல்லை!

18.10.2013

32

நாடு நம் கையில்! கோட்டையில் நம் கொடி!

திருவிழாக்கள், திருநாட்கள், நெஞ்சுக்கு நெருங்கியவர்களின் திருமண விழாக்கள் எத்தனையோ வந்துபோய்க்கொண்டுதான் இருக்கின்றன. ஆனால் இந்த ஜூன் 3ந் தேதிக்கு உள்ள மகத்துவம் வேறு எந்த நாளுக்கும் இருப்பதாக இதுவரை உணர்ந்ததேயில்லை.

அந்த நாளினால் உண்டாகும் உணர்வும், சிலிர்ப்பும், பரபரப்பும் ஒரு வாரத்திற்கு முன்பிருந்தே தொடங்கி, தலைவரின் பிறந்தநாளன்று கூட்டத்தினிடையே முட்டிமோதி நெருக்கத்தில் அவரை கண்குளிரப் பார்த்து, ஒரு புன்னகையில் குடும்பம், கடமை, கனவுகள் என எல்லாவற்றையும் மறந்து, மாலை உணர்ச்சியும், எழுச்சியும் ததும்பும் அவரின் உரை கேட்டு, மனதெல்லாம் நிறைந்து வழிந்து விவரிப்பதற்கு வார்த்தைகளே இல்லாதநிலையில் ஊர் திரும்பும் அந்தப் பரவசம் நமக்கு மட்டுமே அறிமுகமான ஒன்று.

இந்த ஆண்டு உடல்நலம் குன்றியிருக்கும் தலைவரை மருத்துவர்களின் அறிவுரையின் காரணமாக தோழர்கள் யாரும் சந்திக்க இயலாது என கழகத்தின் செயல் தலைவர் தளபதி அவர்கள் அறிக்கையின் வாயிலாக தெரிவித்த பின்னும் ஏதோ ஒரு நம்பிக்கையில் எப்படியாவது தலைவரை காண வாய்ப்பு கிடைக்காதா என ஏராளமானோர் சென்னையில் குவிந்தனர் எப்போதும் போல்!

வர்ணம் புதிதாக தீட்டப்பட்ட சுவர். 'தொடக்கூடாது' என எழுதி வைத்திருப்பதை படித்துவிட்டு, இலேசாக ஒரு விரலால் அதை தொட்டுப் பார்க்கும் இயல்புடைய மனிதர்கள்தானே நாம். அதுபோல எல்லாம் தெரிந்த பின்னும் ஜூன் 3ம் தேதி கோபாலபுரத்தின் 4வது தெருவை பல தோழர்கள் சுற்றிச் சுற்றி வருவதை காண நேர்ந்தது. இது சொல்லுக்குக் கட்டுப்படாத ஆர்வத்தினால் உந்தப்பட்ட செயல்.

தலைவர் வீட்டிற்கு எதிர்ப்புறம், வீட்டின் சுவரோரம் நின்று பார்க்க முடியாதா என்ற ஏக்கத்துடனும், எதிர்பார்ப்புடனும், சுற்றிச் சுற்றிப் பார்த்து இல்லையெனினும் இங்கு தானே, இந்த வீட்டின்

மாடியில் தானே தலைவர் இருக்கிறார் என்று அந்த மாடியையும் அவர் பயணம் செய்கின்ற காரையும் பார்த்து திரும்பியவர்கள் பலபேர்.

அப்படி என்ன ஈர்ப்பு இந்த மனிதரிடம் என்று விடைகாண முடியாத ஆராய்ச்சியில் ஈடுபடுவோர் இன்றும் பலருண்டு. யாருக்கும் எதையும் செய்தார் என்பதற்காகவோ, எதையாவது செய்வார் என்பதாலேயோ வந்ததல்ல இந்த தவிப்பும் தேடுதலும். இவரால், இவர் பேச்சால், எழுத்தால், தந்த உணர்ச்சியால், ஏற்படுத்திய எழுச்சியால், காட்டிய பாசத்தால் மொழி, இன உணர்வு ஊட்டியதால், வரலாறு சொல்லிக் கொடுத்ததால், பகை தடுக்கும் படை நடத்தும் ஆற்றல் தந்ததால் உருவான பந்தம். விவரிக்க இயலாத, கட்டுகளுக்குள் வராத ஓர் உறவு.

தலைவன், தொண்டன் என்பதைக் கடந்த, நாடி நரம்புகளில் கலந்துவிட்ட, ஊனிலும் உதிரத்திலும் உறைந்து நிற்கின்ற ஓர் உன்னதமான உணர்வு. அவர் அன்று காலை நான் தங்கியிருந்த இடத்தில் என்னைக் காணவந்த யாருமே எதுவுமே பேசவில்லை. ஆனால் நிறைய சொன்னார்கள் விழிகளாலும் மௌனத்தாலும். புரிந்தது எனக்கு என்றாலும் என்னாலும் ஏதும் பேச முடியவில்லை. மாலையில் கூட்டத்தில் சந்திப்போம். தலைவரை வாழ்த்திப் பேச வருகின்ற வடபுலத்து தலைவர்களை வரவேற்று அழைத்து வர தளபதி பணித்துள்ளார்கள் என மட்டும் சொல்லி நேருக்கு நேர் பார்ப்பதை தவிர்த்தேன்.

எவரிடமும் எப்போதும் காணப்படும் துள்ளிக் குதிக்கும் மகிழ்ச்சியும் இல்லை. சொல்ல இயலாத சோகமும் இல்லை. மகிழ்ச்சி இன்றி இருந்ததற்கு காரணம் தலைவரின் குன்றிய உடல்நிலை. கவலை மண்டாமல் இருந்ததற்கு காரணம் தலைவர் நலமுடன் இருக்கிறார் என்பது. பரந்துபட்ட இந்த உணரச்சிகளோடு மாலையில் YMCA திடலில் திரண்டனர் கழகத்தோழர்கள்.

தளபதியின் மேற்பார்வையில் உருவாகியிருந்த செயின்ட் ஜார்ஜ் கோட்டை வடிவிலான எழிலார் மேடையில் தேசியக் கட்சிகளின் தலைவர்கள் நிறைந்தமர்ந்திருந்த கண்கொள்ளா காட்சி. அகில இந்திய காங்கிரஸ் கட்சியின் துணைத் தலைவர் ராகுல்காந்தி, பீகார் மாநில முதல்வர் நிதிஷ்குமார், மார்க்சிஸ்ட் கம்யூனிஸ்ட் கட்சியின் பொதுச் செயலாளர் சீத்தாராம் யெச்சூரி எம்.பி., இந்திய கம்யூனிஸ்ட் கட்சியின் பொதுச் செயலாளர் சுதாகர் ரெட்டி, இந்திய யூனியன் முஸ்லிம் லீக் தலைவர் பேராசிரியர் காதர் மொய்தீன், ஜம்மு காஷ்மீர் மாநில

முன்னாள் முதல்வர் ஒமர் அப்துல்லா, தேசியவாத காங்கிரஸ் கட்சியின் மாநிலங்களவை உறுப்பினர் மஜீத் மேமன், காங்கிரஸ் கட்சியின் மாநிலங்களவை கட்சித் தலைவர் டெரெக் ஓபரெய்ன், சி.பி.ஐ. கட்சியின் எம்.பி. டி.ராஜா, புதுவை முதல்வர் நாராயணசாமி இவர்களோடு மற்ற முக்கிய தலைவர்கள்.

இந்திய திருநாட்டில் தலைவர் கலைஞரைத் தவிர வேறு எவரை வாழ்த்திட, பலமுனைகளில், திசைகள் வேறாய் நிற்கும் இத்தனை தலைவர்கள் ஒன்று சேர வருவார்கள்? மகத்தான சக்தியாய், மறுக்கமுடியாத முடிவுகளைச் சொல்லும் மதியூகியாய், அரசியல் குழப்பங்களைத் தீர்த்து வைக்கும் அனுபவசாலியாய் அவரை அறிந்து, உணர்ந்து மதிக்கும் மற்ற கட்சி தலைவர்கள் இவர்கள். உணர்வு பூர்வமாக ஒரே மேடையில்.

கழகப் பொதுச் செயலாளர் இனமானப் பேராசிரியர் தலைமையில், செயல் தலைவர் தளபதி முன்னிலையில், முதன்மைச் செயலாளர் அண்ணன் துரைமுருகன் வரவேற்புரையாற்றத் தொடங்கிய கூட்டம், நீரோடையாய், தென்றல் காற்றாய், இன்னிசையாய், இடிமுழக்கமாய் உரைகள் அணிவகுக்க, பேராசிரியரின் தகைமைசால் தலைமை உரைக்குப் பின் தெறித்து விழும் சொற்களின் தொடுப்போடு, தலைவரின் அரசியல் நயத்தோடு, குற்றால சாரலாய், குதித்து விழும் அருவியாய், பெருவெள்ளத்தின் வேகமாய் தளபதியின் உணர்ச்சிமிக்க உரையோடு, மாவட்டச் செயலாளர் அன்பழகனின் நன்றி உரையோடு, ஏற்றத்துடன் நடந்தேறிய கூட்டம் தலைவர் வரவில்லையே என்கிற கவலையை களிப்பினூடே இதயத்தின் ஓரத்தில் சுமத்த அறை கலைந்து சென்றது.

வருகை தந்திருந்த பல வேறு கட்சிகளின் தலைவர்கள் தலைவரை காண விரும்பிய நோக்கமறிந்து காலையில் கோபாலபுரம் வாருங்கள் எப்படியும் சந்தித்துவிடலாம் என நம்பிக்கை வார்த்தை தந்து அனுப்பினார். தளபதி பொறுப்புமிக்க ஒரு தலைவனாய், சரியாக காலை 10 மணிக்கு நான் பொறுப்பேற்று, உபசரித்து, உடனிருந்து வழியனுப்பி வைத்திட வேண்டும் என பணிக்கப் பெற்றிருந்த மார்க்சிஸ்ட் கம்யூனிஸ்ட் கட்சியின் பொதுச்செயலாளர் சீத்தாராம் யெச்சூரி அவர்களோடு கோபாலபுரம் வந்தபோது நீண்ட நாட்களுக்குப் பின் அந்த நாளில் கண்ட உற்சாகம் வீடு முழுவதும்.

உள்ளே நுழைந்தவுடன் வலப்புறம் இருந்த மாடிப்படிக்கட்டுகளின் பக்கம் இயல்பாக என் பார்வை திரும்பியது. 'காலம் பொன் போன்றது. கடமை கண் போன்றது' என்ற எழுத்துக்களோடு இருந்த பலகை.

அந்தப் படிக்கட்டுகள் வழியாக வலது தோளில் நீண்டு தொங்கும் கைத்தறித் துண்டின் மறுமுனையினை இடது கை மணிக்கட்டில் தவழ இறங்கி வரும் அழகு கண்முன்னால் வந்து போனது. தலைவர் எப்போது கீழே இறங்குவார் என செயல்மணியின் குறிப்பு தெரிந்து தவித்து பார்த்திருந்த பரவசமான நாட்கள் நினைவுக்கு வர மனம் கனத்தது.

தலைவரின் இரு கரங்களாய் திகழும் ராஜமாணிக்கமும், சண்முகநாதனும் இருகரம் கூப்பி யெச்சூரி அவர்களை வரவேற்க மாவட்டச் செயலாளர்கள் நேருவும், வேலுவும் முகமன் கூற தளபதி அவர்கள் அவரின் இருகரம் பற்றி அன்போடு அழைத்துச் சென்று உள் அறையில் இருந்த புகைப்படங்களில் இடம் பெற்றிருந்தோரைப் பற்றியும், சில படங்கள் தொடர்பான நிகழ்வுகளையும் உவகை பொங்க விளக்கிக் கூறினார். அந்த வீட்டிற்கே உரிய பண்பாட்டு பழக்கத்தோடு அண்ணி செல்வி அவர்கள் அன்போடு தேநீரும், பழங்களும் வழங்க, தங்கை கனிமொழியும் வந்து சேர சரியாக 10.30 மணிக்கு தளபதி மாடிக்கு அழைத்துச் சென்றார்.

அது என்ன அப்படி ஓர் உணர்ச்சி அந்த அறையில் நுழைந்த உடனேயே தொற்றிக்கொள்கிறது. எத்தனையோ முறை சென்றிருக்கிறேன் அங்கே. ஆனால் ஒவ்வொரு முறையும் செல்கிற போதும் உள்ளங்கால் நுனியிலிருந்து நெற்றி முகடு வரை மெல்லிய தீயாய்ப் பரவும் ஒரு சிலிர்ப்பு. வரவேற்பறையில் வழக்கமான சக்கர நாற்காலியில் தலைவர் பாந்தமாய் உடுத்தி அமர்ந்திருந்த பாங்கு உடல்நலம் குன்றியவரா இவர் என எண்ணத் தோன்றும் அதே கம்பீரம்.

சீதாராம் யெச்சூரியும், மார்க்சிஸ்ட் கட்சியின் மாநிலச் செயலாளர் ஜி.ராமகிருஷ்ணனும் அக்கட்சியின் மாநிலங்களவை உறுப்பினர் T.K.ரங்கராஜனும் தலைவருக்கு வணக்கம் சொன்னதும், தளபதி கொஞ்சம் உரத்த குரலில் ‘சீதாராம் யெச்சூரி’ என்று சொன்னதும் நிமிர்ந்து பார்த்தார். விழிகளாலேயே பேசினார். அருகில் நின்ற என்னை அழைத்து தளபதி ‘சிவாவுக்கு 6 ந் தேதி பிறந்த நாளாம். வாழ்த்துப் பெற வந்திருக்கிறார்’ என்று சொன்னார். என்னைத் திரும்பிப் பார்த்த அவரின் வாய் அசைந்தது. அவரின் விழி அசைவைப் பார்த்து நடந்து பழகிய நமக்கு அவருடைய வாயசைவின் வார்த்தைகளா புரியாது? அந்த அசைவில் உணர்ந்த சொற்கள் அவர் எப்பொழுதும் பார்த்தவுடன் கேட்கும் வார்த்தைகள் ‘எப்போது வந்தாய்?’ ஆடிப்போனேன். உணர்ச்சிப் பெருக்கில் நிற்க முடியாமல் கால்கள்

நடுங்கின. இன்னொரு கட்சியின் முக்கியப் பிரமுகர்கள் பிரமிப்போடு அவரைப் பார்க்கிறார்கள். தங்கை கனிமொழி 'அப்பா' என்றழைத்து கன்னத்தைத் தொட்டவுடன் சடாரென்று திரும்பிப் பார்த்த விழிகளில் கசிந்த கண்ணீர். உணர்ச்சிகளின் சங்கமமாய் ஒரு சில நிமிடங்கள்.

சிலேடையும், சிரிப்புமாய், ஆழமான அறிவுப்பூர்வமான கருத்துக்களை கரகரத்த கவர்ச்சியான குரலில் ஓயாது பேசிக் கொண்டேயிருந்த வாயும், சலிக்காமல் மொழி காக்க, இனம் உயர எழுதிய கரமும் சற்று ஓய்வெடுப்பதாக மட்டும்தான் யாராக இருந்தாலும் கருத முடியும். அந்த கரகரத்த குரல் மீண்டும் என் உயிரினும் மேலான உடன்பிறப்பே என மீண்டும் அழைக்கும். வாய் திறந்து 'எப்போது வந்தாய்' என்று வாஞ்சையாய் நிச்சயமாய் கேட்கும்.

தலைவருக்கு பல வடிவங்கள் உண்டு. பல பரிமாணங்கள் உண்டு. இலக்கிய வானில், அரசியல் ராஜபாட்டையில், திரைப்பட உலகில், பொதுக் கூட்ட மேடைகளில், கவியரங்க மன்றங்களில் என எல்லாவற்றிலும் அவரே பிதாமகன்.

இப்போது இது ஒரு பரிமாணம்.

அவர் பேசவில்லை, எழுதவில்லை. ஆனால் அரசியல் சக்கரம் அவரை மையமாகக் கொண்டுதான் சுழல்கிறது. காங்கிரஸ், பொதுவுடைமை இயக்கங்கள், நாட்டின் பிற பகுதிகளை ஆள்வோர், ஆண்டோர் அனைவரும் அவரை அன்புடனும் எதிர்பார்ப்புடனும் பார்க்கிறார்கள். வாழ்த்த வந்த தலைவர்கள் அனைவரும் ஊர் திரும்பும் போது சொன்ன வார்த்தை: கலைஞரின் வழிகாட்டுதல் தமிழகத்திற்கு மட்டுமில்லாமல் இந்திய அரசியலுக்கும் இன்றைய சூழலில் இன்றியமையா தேவை. விரைவில் அவர் முழு நலன் பெற வேண்டும் என விழைவு தெரிவித்து திரும்பினார்கள்.

தலைவர் கலைஞர் அவர்களே! தாளலயம் தவறாமல் குதிரைகளின் குளம்படி ஓசை கேட்கிறதல்லவா? உங்கள் பிறந்தநாள் விழாவில் கேட்ட முழக்கங்களின் தொடர்ச்சி இது. மொழியின் மீது, பண்பாட்டின் மீது படை தொடுத்திருக்கும் இனப் பகை முடிக்க சூரியத் தேர் தளபதியை தீயாகக் கொண்டு புறப்பட்டுவிட்டது. திமிறிக் கொண்டிருக்கும் எல்லா குதிரைகளின் கடிவாளங்களையும் அவர் இலாவகமாகப் பற்றியிருக்கிறார்.

'சேரர் வாழ்ந்த சிறப்பிடம் எங்கே?
வீரர் பாண்டியர் அரசேன் கவிழ்ந்தது

சோழர் உலவிய சோர்விலா நாட்டில்
கோழை கொள்கை குவிந்த தெவ்விதம்?'
என்ற முழக்கம் அவர் படை வரிசையில்

மானம் அவன்கேட்ட தாலாட்டு; மரணம் அவன் ஆடிடும் விளையாட்டு.

இது உங்களிடம் அவர் கற்று பயிற்றுவிக்கும் பாடம்.

எல்லா திசைகளிலும் குளம்பொலியும், பறையொலியும், முரசொலியும் மட்டுமே கேட்கிறதல்லவா? உங்கள் வாழ்த்துக்களோடு நாங்கள் போர் முகம் காணப் புறப்பட்டு விட்டோம்.

நீங்கள் சோழர் குலத்தின் பிதா சுந்தரசோழன்.

செயல் தலைவர் தளபதி, அருள் மொழிவர்மனாய் புறப்பட்டு ராஜராஜசோழனாய் பரிணமிக்க இருக்கும் எங்களின் நம்பிக்கை!

கொஞ்சம் ஓய்வெடுங்கள். தளபதி தலைமையில் பகை முடித்து வெற்றிவாகை சூடி வருவோம்.

'எப்போது வந்தாய்' என எப்போதும் போல் கரகரத்த குரலால் கேளுங்கள். அந்த ஒரு சொல் போதும்.

உங்களின் அடுத்த பிறந்த நாளில் நாடு நம் கையில்! கோட்டையில் நம் கொடி!

07.06.2017

33

"தாவும் புலிக்கொரு நாயெந்த மூலை?"

கடுமையான கோடையின் வெப்பத்தை தாங்க முடியாமல் மலைச்சாரலுக்குச் சென்று ஒன்றிரண்டு நாட்களாவது இருந்து திரும்பிட வேண்டும் என பெரும்பாலும் எல்லோரும் விரும்புகின்றனர் காரணம் என்ன? பகலில் வெப்பம் தெரியாத அளவிற்கு நிலவும் பருவநிலை, இதமான தென்றல் காற்று, பச்சைப்பசேலென கண்ணுக்கு குளிர்ச்சியூட்டும் இயற்கை சூழ்நிலை, இரவில் இரசிக்கத்தக்க இலேசான குளிர், இவைதானே.

கிட்டத்தட்ட நாம் மாநிலம் முழுவதும் கடந்தகால ஆட்சியால் சூழ்ந்திருந்த வெப்பநிலை அகன்று இதமான மலைச்சாரல் பருவநிலையைப்போல் இன்று மக்கள் நிம்மதியாக நிறைவுடன் வாழ்கிறார்கள் என்பதும் உண்மை. இந்நிலை நிரந்தரமாக தொடரப் போகிறது என்பதும் உண்மை. இது கற்பனையல்ல.

முகத்தில் ஓர் இறுக்கத்துடனும், இனம் புரியாத கவலையுடனும், வேதனைக்குக் காரணமாக அரசாங்கமே இருப்பது கண்டு, கவலைதீர வழி தெரியாமல் நம் மக்கள் வாழ்ந்த நாட்கள் சென்ற நூற்றாண்டில் அல்ல. ஓர் ஆண்டுக்கு முன்புவரை. இப்போது மகிழ்ச்சியுடனும், மனநிறைவுடனும் வலம் வருகிறார்கள் என்றால் அதற்குக் காரணம் கவலைகளை அரசாங்கம் ஏற்றுக்கொண்டு தீர்த்து வைத்ததால், கனிவுடனும், பரிவுடனும் மக்கள் பிரச்சனைகளை அணுகுகின்ற முதலமைச்சராக தலைவர் கலைஞர் இருப்பதால்.

ஒருநிகழ்ச்சி அண்மையில் மதுரையில் பொதுக் கூட்டத்திற்காகச் சென்றபோது நடந்தது. மதிய நேரம் ஒரு மணி இருக்கும். எதிர் சந்திலிருந்து திடீரென்று வந்து சாலையில் பயணித்தது ஒரு தட்டு ரிக்ஷா. அதன்மீது ஏழெட்டு நடுத்தர வயது பெண்கள் அவர்கள் முகத்தில் தெரிந்த ஒரு மகிழ்ச்சியை, இயல்பான குதூகலத்தை அதற்கு முன்பு நாள் எங்கும் எவர் முகத்திலும் கண்டதில்லை. உலகம் ஒன்று தங்களைச்சுற்றி இயங்குவதாக, மனிதக்கூட்டம் அங்கும் இங்கும் நடமாடிக் கொண்டிருப்பதாக, எதையுமே அவர்கள் கருதியதாகத் தெரியவில்லை. அவர்கள் உற்சாகத்திற்கு ஈடு கொடுக்கின்ற வகையில்

அந்த ரிக்ஷாவும் கார்களோடு போட்டி போட்டுக்கொண்டு போவதை அவர்கள் ரசிக்கிறார்கள், அனேகமாக மங்கிக்கொண்டு வருகின்ற கிராமத்துத் திருவிழாக்களில் எல்லோரும் வேறுபாடுகளை மறந்து மஞ்சள் நீர்வீசி விளையாடுகிறபோது காணுகின்ற குதூகலம் அவர்கள் முகத்தில் ஏழைகளாக இருந்தாலும் அவர்களுடைய சந்தோஷத்தைப் பார்த்தாயா? எத்தனை கோடிப்பணம் கொடுத்தும் வாங்க முடியாத இயல்பான சந்தோஷம் என்று நான் உடன் பயணித்தவரிடம் சொன்னபோது அவர் சொன்னார் "அவர்கள் கையில் என்ன இருக்கிறது பார்த்தீர்களா?"

அப்போதுதான் கவனித்தேன், ஒவ்வொருவர் மடியிலும் இறுக்கமாக கைகளால் அணைத்தபடி வண்ணத் தொலைக்காட்சி பெட்டி, ஒன்று அழகாக வீற்றிருந்ததை. உடனே அந்த மகிழ்ச்சி எங்களிடமும் தொற்றிக் கொண்டது. அறிஞர் அண்ணா சொல்வார் "ஏழையின் சிரிப்பில் இறைவனைக் காண்போம்" என்று. அதைக் காணவைத்தவர் தமிழக முதல்வர் கலைஞர்தானே என்பதை உணர்ந்து சிலிர்த்தோம்.

வேலை பறிக்கப்பட்டவர்கள், வீதியில் நின்று அரற்றியவர்கள், பட்டினிப் போராட்டம் நடத்தியவர்கள், பச்சிளங்குழந்தை பாலில்லாமல் செத்ததைப் பார்த்துத் துடித்தவர்கள், அணிஅணியாய் போராட்டம் நடத்திப் பார்த்ததுண்டு, அணிஅணியாய் தற்கொலை செய்து கொண்டதையும் நாடு கண்டது. இதுபோன்ற காட்சிகள் அரங்கேறிக் கொண்டிருந்த தமிழ்நாட்டு தெருக்களில்தான் நியாயவிலைக் கடைகளில் அரிசியோடு பருப்பையும், எண்ணெயையும், ரவா, மைதாவையும், குறைந்த விலைக்கு வாங்கி உழவர் சந்தையில் நியாய விலைக்கு நல்ல காய்கறிகளை வாங்கி வயிறார உண்டு குடிசையில்கூட குதூகலம் தவழ்வதற்குக் காரணமான ஆட்சி தொலைய வேண்டும் என நாள் தவறாமல் ஓர் ஓலக்குரல்.

பள்ளி செல்லும் பிள்ளைகளுக்கு இலவச சீருடை, இலவச பாடப்புத்தகம், சத்துணவில் வாரம் மூன்று முட்டை, பேருந்தில் இலவசப் பயணம் தரும் ஆட்சி தொலைந்தால்தான் தமிழ்நாட்டுக்கு நிம்மதியாம்.

ஜார் மன்னனைப் பெண்ணுருவில் கண்ட தமிழகம் அந்தப் பாதிப்பிலிருந்து இப்போது விடுபட்டிருந்தாலும் இன்னும் அந்தக் கொடுமையின் தாக்கம் மறையாமல் மக்களிடம் இருக்கத்தான் செய்கிறது.

அரசு ஊழியர்கள், ஆசிரியர்கள் சத்தியம் செய்து சொல்கிறார்கள். அதுவும் ஒரு பதற்றத்தோடு, இனி தூக்கத்தில்கூட தவறியும் அ.தி.மு.க.விற்கு ஆதரவாசு எங்கள் சந்ததியர்கூட இருக்கமாட்டார்கள் என்று. ஆனால் ஒரு வருட காலத்திற்குள் பதவி இல்லாமல் பவிசு இல்லாமல் பழைய பல்லக்கு பவனி இல்லாமல் ஏங்கிப்போன ஒன்று தவிக்கிறது அதன் விளைவாக வார்த்தைகள் தடுமாறுகிறது.

எல்லைமீறிய சொற்பிரயோகங்கள் சராசரி வாழ்க்கையில் ஒரு தனிமனிதன் இன்னொருவன் மீது பயன்படுத்தத் தயங்கும் வார்த்தைகளை, தமிழ்நாட்டில் மட்டுமல்ல இந்தியா முழுவதுமே ஏற்று மதித்துப் போற்றுகிற மூத்த அரசியல் தலைவரை நோக்கி ஒருவர் வீசுகிறார் என்றால் எத்தனை காலம்தான் பொறுப்பது?

கடமையாற்றும்போது கட்டுப்பாடு குலையாமலும், மேடையில் பேசும்போதும் எழுதும்போதும் கண்ணியம் குறையாமலும் கருத்துக்களை எடுத்து வையுங்கள் என்ற பயிற்சியால் வளர்ந்திருக்கும் பொறுமை எதுவரை?

தாய்க்கு ஒரு களங்கம் நேர்கிறபோது மானமுள்ளவன் தத்துவம் பேசிக் கொண்டிருக்க முடியுமா?

இனி பொறுப்பதற்கில்லை. பக்குவம், முதிர்ச்சி, நிதானம் இவற்றின் முழுவடிவமாகத் திகழ்ந்து கொண்டிருக்கும் தலைவர் கலைஞரை எத்தனை கடுமையான வார்த்தைகளைக் கொண்டுதான் ஒருவர் விமர்சிப்பது? ஆட்சியின் சாதனைகளை முன்னிலைப்படுத்திப் பேசிக்கொண்டு, யானையைப்போல் பன்றி வருகிறதே என்பதற்காக எத்தனை நாட்கள்தான் இந்த ஏசல்களைப் பொருட்படுத்தாமல் ஒதுங்கிச் செல்வது? ஒரே ஒருமுறை ஒரே ஒரு காலால் யானை எத்தினால் என்ன ஆகும்?

அந்தநாள் கலைஞர் இன்று இல்லை, காரணம் அவர் முதிர்ந்த மூத்த தலைவராகிவிட்டார்.

ஆனால் அவர் இன்று இருந்த அந்த வேகத்தோடு இன்று இருக்க வேண்டியது நாம்தானே?

தன்னேரில்லா தளபதியின் தலைமையில் நாளைய படையில் அணிவகுக்க இருக்கும் இன்றைய தலைமுறை நம் கடமை தாய்க்கும் மேலான தலைவர் கலைஞரைப் பழிப்பவர்களை எதிர்த்து நின்று அடக்குவதைத் தவிர வேறென்ன?

காவிரி நடுவர் மன்றம் இடைக்கால தீர்ப்பில் சொன்ன 205 டி.எம்.சி. தண்ணீரை வாங்கித் தருவதாக சட்டப்பேரவையில் உறுதி தரத் தயாரா? இல்லையெனில் தண்டனையை ஏற்கத் தயாரா? எனத் தலைவருக்கு சவால், குயிலுக்கு கோட்டான் விடும் சவால், மயிலுக்கு மந்தி விடுக்கும் எச்சரிக்கை.

முரடனிடம் பேசலாம் முட்டாளிடம் பேச முடியாது என்பார்கள். சட்டமன்றத்தில் வந்து நின்று பேச யோக்கியதை இல்லாமல் எங்கோ இருளுக்குள் ஒளிந்து கொண்டு எவரோ எழுதித் தருவதை கையெழுத்திட்டு அனுப்பும் அறிவு ஜோதி எதிர்க்கட்சித் தலைவராம், முன்னாள் முதல்வராம். எங்கே போய் சொல்வது இந்தக் கொடுமையை.

'எத்தனை முறை விளக்கம் சொல்லிவிட்டார்' முதலமைச்சர் இடைக்கால தீர்ப்பு தந்த 205 டி.எம்.சி. தண்ணீர் அளிக்கப்பட வேண்டிய இடம் மேட்டூர் அணை. அதில் 7 டி.எம்.சி. பாண்டிச்சேரிக்குப் போக மீதி தமிழகத்திற்குக் கிடைக்க இருந்தது 198 டி.எம்.சி.

இப்போது இறுதித்தீர்ப்பில் தரச்சொல்லியிருக்கிற 792 டி.எம்.சி அளிக்கப்பட வேண்டிய இடம் கர்நாடக மாநிலத்தின் எல்லை: அந்த நீர் மேட்டூருக்கு வந்து சேர்கிறபோது இடையில் கிடைக்கக்கூடிய 25 டி.எம்.சி. தண்ணீரையும் சேர்த்தால் இப்போது கிடைக்க இருப்பது 217 டி.எம்.சி. அதில் 7 டி.எம்.சி. பாண்டிச்சேரிக்குப்போக மீதி தமிழகத்திற்கு 210 டி.எம்.சி. தண்ணீர் கிடைக்கும், இடைக்காலத் தீர்ப்பின்படி 198 இறுதித் தீர்ப்பின்படி 210.

ஞான சூன்யமே! உன் பெயர்தான் ஜெயலலிதாவா? இந்த இலட்சணத்தில் தலைவருக்கு இந்த அதிமேதாவி சூட்டுகிற பெயர்கள் 'உலகமகா பொய்யர்' முதலைக் சுண்ணீர் வடிப்பவர்; தழுதழுத்த குரலில் பேசி நடிப்பவர்.

எத்துணைத் திமிர்? எவ்வளவு துடுக்கு? எந்தத் தலைவரின் வாய்திறந்து 'அன்பார்ந்த' என்ற வார்த்தையை உச்சரித்தவுடன் வலி வாய்மூடுமோ.

'உடன் பிறப்பே' என்ற ஒரு சொல்லுக்கு விண்ணதிர கரவொலி கிளம்புமே, அந்தக் குரலுக்கு சொந்தக்காரரை, எழுபது ஆண்டுகாலமாக பொதுவாழ்வுத் தொண்டில் தமிழ்ச் சமுதாயத்தை அன்பால், அறிவால் தமிழை அரவணைத்துக் காத்தவரை,

இந்தியத்துணைக் கண்டத்திலேயே எந்தத் தலைவருக்கும் இல்லாத பெருமையாக ஐம்பதாண்டு காலம் சட்டமன்றத்தில்

தொடர்ந்து இடைவெளியில்லாமல் பணியாற்றி, ஜனநாயக மரபுகளைக் காத்து வளர்த்த ஒப்பற்ற தலைவரை வாழ வழிதேடி வந்த, இந்த மண்ணிற்கும், மரபிற்கும், பண்பாட்டிற்கும் தொடர்பேயில்லாத, அடக்கம் என்ற குணம் சிறுதுளியும் இல்லாத ஒரு பெண்மணி, இழிமொழியால் நாள்தோறும் இம்சிப்பதை இனி அனுமதிப்பதற்கில்லை.

புரட்சிக்கவிஞர் பாவேந்தர் பாரதிதாசன் எழுதிய "தமிழ்நாட்டில் அயலார்க்கு இனி என்ன வேலை? தாவும் புலிக்கொரு நாயெந்த மூலை?" என்ற வார்த்தைகளை இனி தெருவெங்கும் முழங்குவோம்.

தலைவர் நமக்காகவே அன்றெழுதிய வார்த்தைகள்

"எழுச்சிமிக்க இளைஞன் தான்
ஏறுநடை சிங்கம்தான்
கொழித்துவிட்ட உமிகள் தான்
இனி குள்ளநரி கூட்டத்தார்"

என்பதே நம் வழிகாட்டும் ஒளிவிளக்காக இருக்கட்டும். பொறுமைக் குணத்தை பூமியின் குணங் கொண்ட தளபதியின் சேனை அவர்கள் கொட்டத்தை அடக்கும் சேனையென பொறுப்பற்றவர்களுக்கும் புல்லர்களுக்கும் புரியவைப்போம்!

சிங்கத்தின் சேனையிது!
சிறுநரியும் செந்நாயும் என் செய்யும்?

34
வாழ்கவே நூறாண்டு!

தமிழ்க் குலம்
தழைக்க
தமிழ்மொழி
செழிக்க
தமிழ்நாடு
தன்னிலை பெற்று
தலை நிமிர

கழகமெனும்
கற்கோட்டை
காவலனாய்
தமிழினத்தின்
காவல் அரணாய்

மானமிகு
நம் மண்ணின்
பெருமைகளை
உரிமைகளை
அடகு வைத்து

வடவர்தமின்
கால் பற்றி
அவர்தம்
துதிபோற்றி
பதவி சுகம்

காண்போரின்
வேரறுத்து
தூர் அகற்றி
நல்லோரின்
மனம் குளிர

கொத்தளத்தில்
கொடியேற்றி

தமிழர்தம்
உரிமை காக்கும்
தூயதோர்

ஆட்சி தந்து
பெரியாரின்
கொள்கைகளை
பேரறிஞர்
வழிநின்று

கருத்தினில்
நிறைந்திட்ட
கண்ணான
கலைஞரின்
அடியொற்றி

மாநிலத்தில்
கதியற்றோர்
துயர்துடைத்து
மங்கை குலத்தவரும்
மாணவர் தலைமுறையும்

உழுது வாழ்வோரும்
உழைத்து பிழைப்போரும்
உயர்ந்து நின்றிட
உளங்குளிர்ந்து
வாழ்த்திட

மத்தியிலே
யாராள வேண்டுமென
முடிவெடுக்கும்
மன்னனாய்
தலைவனாய்

எங்களுக்கு
அண்ணனாய்
அனைத்துமாய்
திராவிடத்துத்
திருமகனாய்

தீந்தமிழ் நாட்டு
பெருமகனாய்
நல்லோர் வாழ்த்திட
நானிலம் போற்றிட
நல்லாட்சி நடத்திட

நல்லவனே! எங்கள்
நாயகனே! நாளும்
தழைத்து, கழகம்
காத்து, வாழ்கவே
நூறாண்டு!

தளபதியாய்
தலைவனாய்
காவலனாய்
அண்ணனாய்
வாழ்கவே! நூறாண்டு!

02.03.2020

35
என் செய்வோம் நாங்கள் இனி!

திராவிடப் பேரியக்க வேர்
அறிவுக் களஞ்சியம்
தமிழ்க் கடல்
இலக்கிய ஊற்று
இலட்சிய வேங்கை
வெண்கலக் குரல்
கம்பீரப் பார்வை
செவ்வாய் சிரிப்பு!
இனமானச் சுடர்
தன்மானச் சூரியன்
தலைவணங்கா தகைமை
உறுதி குலையாத
கொள்கைக் குன்று!
உணர்வுக் கிடங்கு!

கொட்டும் அருவியென
பொதிகைத் தென்றலென!
தமிழினத்தைப்
பகை சூழும்
சிலநேரம்
புயலின் சீற்றமென
அடங்காத
கடலின் அலையென

அடுக்கடுக்காய்
சரம் சரமாய்
சொல் பிரவாகம்
இடைவெளியில்லா
கணைகளாய்
எதிரிகளின்
மார் துளைக்க!

எந்நாளுமிவர்
துவண்டதுமில்லை!
தோற்றதுமில்லை!

மாநாடுகளில்
உன் போர்ப்பறை
ஒலிக்கும்!
எங்களை உலுக்கும்!
கலைஞருக்கு
சிலிர்க்கும்!
பகைவருக்கோ
குலை நடுங்கும்!
அய்யா! உனக்கு
அறிவு பெரிது!
ஆற்றல் பெரிது!
தமிழ்ப் புலமை
பெரிதினும் பெரிது!
நினைவாற்றல்
பெரிது! ஆம்
உள்ளம் விவரிக்க
இயலா அளவு பெரிது!

எத்தனை
நீண்ட சரித்திரம்!
நீதிக்கட்சியின் மிச்சமே!
கழகத்தின் அறிவுக் கருவூலமே!
சுயமரியாதைச் சுடரே!
எளிமையின் இருப்பிடமே!
அடக்கத்தின் அமர்விடமே!
எங்கள் இனமானப் பேராசிரியரே!
கொள்கை வீரர்கள்
கொடிதாங்கும் மறவர்கள்
புடம்போட்ட தங்கங்கள்!
பகை நுழையா
வண்ணமிங்கே.
தமிழ்மண்ணின்
எல்லை காக்கும் தீரர்கள்

என்செய்வோம்
நாங்கள் இனி!
வலுவிழந்ததில்லை
ஒருபோதும்
எதன் பொருட்டும்!
இன்று கலங்கித் துடிக்கிறோம்!
கதியற்று நிற்கிறோம்!
தெம்பிழந்து தேம்புகிறோம்!
தேற்றுவார்
யாருண்டு எங்களுக்கு?

அய்யா! அய்யா!
பேராசிரியரே!
எம்நிலை
யாரிடம் சொல்வோம்?
என் செய்வோம்
நாங்கள் அய்யா?
மயங்கி நின்றோமய்யா!
உன் தேனருவித்
தமிழ்கேட்டு!
இன்று
கலங்கித் தவித்து
துடித்து துவண்டு
போனோம் அய்யா!
கலைஞர் போனார்!
தாயை இழந்தோம்!
இன்று
தந்தையையும் இழந்த
நிலையில்
தளபதியும் நாங்களும்!

09.03.2020

36

தலைவராக தளபதி பொறுப்பேற்று இரண்டாண்டுகள் நிறைவு!

ஓய்வறியா உழைப்பாளி!
ஏழைகளின் தோழன்!
பாட்டாளிகளின்
கூட்டாளி!
வீரர்களின் தளபதி!
ஒடுக்கப்பட்டோரின்
உரிமைக்குரல்!
கழகத்தின் காவலன்!
பாங்குடனே படை நடத்தும்
எங்கள் தலைவன்!

பொறுப்பேற்ற நாள்முதலாய்
ஊண் மறந்தாய்!
உறக்கம் தொலைத்தாய்!
பொழுதெல்லாம்
மக்கள் நலன் பேணுகின்றாய்!
கடமைதனை கண்ணியமாய்
ஆரவாரமின்றி அடக்கமாய்
ஆழ்கடலாம்
அண்ணாவைப் போல்
ஆற்றுகின்றாய்!

புரட்சியாளர் பெரியாரும்
அறிவாளர் அண்ணாவும்
கடமையாளர் கலைஞரும்
ஓருருவாய்
உடல் கொண்டு
உன் வடிவில்
வாழுகின்றார்!

இன, மொழி
மறுமலர்ச்சி இயக்கத்தின்
காவலனே!

நீ
நாடாளும் நாள் வரும்!
நம்மினம் தலை நிமிரும்!
தமிழ்மொழி
தரணி ஆளும்!
நாளெல்லாம்
பொழுதெல்லாம்
சிந்தை மகிழ
செவி குளிர
சேதி வரும்!

நற்றமிழர் உளங்
குளிர
நல்லோர்தம்
வாழ்த்தொலிக்க
பக்கமிருந்து
நாங்களெல்லாம்
பார்த்து மகிழ
பொற்காலம் நீ
படைப்பாய்
எங்கள் கொற்றவனே!

04.09.2020

37
முப்பதே நாட்களில்!

இரு மாதம் மட்டுமே ஆட்சிப் பொறுப்பேற்று! ஓர் ஆட்சிக்காலம் முழுதும், முன்பிருந்தவர்கள் எண்ணிக்கூட பார்த்திராத திட்டங்கள் அத்தனையும் இன்று செயல் வடிவத்தில். விளம்பரங்கள் இல்லை! படாடோபங்கள் இல்லை! எளிமை! எளிமை! எங்கெங்கும், எல்லாவற்றிலும்! தலைமுறைகளைத் தாண்டியும் நிற்கப் போகும் முற்போக்கு நடவடிக்கைகள்! அமைதியாக, ஆர்ப்பாட்டமில்லாமல் புரட்சிகரமான காரியங்கள் அடுக்கடுக்காய்!

ஒடுக்கப்பட்டோரை உயர்த்துவதற்கு உருவான இயக்கத்தின் இன்றைய ஒற்றைத் தலைவர் நீங்கள் என்பதன் அடையாளமாக மகளிர், மாணவர், உழவர் குடியினர், உழைக்கும் வர்க்கத்தினர், அரசு ஊழியர், ஆசிரியர், திருநங்கையர், மாற்றுத் திறனாளிகள், விளிம்புநிலை மக்கள் என அனைவருக்குமான திட்டங்கள் அடுக்கடுக்காக அணிவகுத்த அழகினைக் கண்டு உணர்ச்சிபூர்வமாகப் பாராட்டும் குரல்கள் எட்டுத் திக்கும்.

கொடும் நோய்த் தொற்றின் கோரக்கரங்கள் தொய்ந்து ஓய்ந்து போகும் அளவிற்கு துரித ஆக்கபூர்வமான நடவடிக்கைகள்! முதல்வரே கவச உடையணிந்து கொரோனா நோயாளிகளை நேரடியாகச் சந்தித்து ஆறுதல் சொன்ன பாங்கு, துணிவு கண்டு நிமிர்ந்தது நாடு ஆச்சரியத்துடன்!

நிம்மதிப் பெருமூச்சு எல்லோரிடமும். மலர்ந்த முகங்கள் காணும் திசையெல்லாம். கவலைகளை மக்கள் மறந்திருக்கிறார்கள், பொறுப்புமிக்க ஆட்சி ஒன்று திறமைமிக்க முதல்வர் தலைமையில் இயங்குகிறது என்ற நம்பிக்கையினால்.

மருத்துவமனையில் படுக்கைகள் கிடைக்கவில்லை என்ற நிலை மாறி ஏராளமான படுக்கைகள், நோயாளிகள் குறைந்த காரணத்தால் காலியாகக் கிடக்கின்றன! சிகிச்சை பார்க்கும் மருத்துவர், செவிலியர் உள்ளிட்ட, அல்லும் பகலும் பாதுகாப்புப் பணியில் ஈடுபடும் காவல்துறையினர், எல்லா இடங்களிலும் இன்னல் கருதாது செய்தி

சேகரிக்கச் செல்லும் செய்தியாளர் என அனைத்து முன் களப் பணியாளர்களும் முதலமைச்சரின் ஊக்கமூட்டும் அறிவிப்புகளால், அன்பான அரவணைப்பால் உற்சாகத்தோடு பணியாற்றி வரும் பாங்கு.

ஒருமாத காலத்தில் தலைகீழாக மாறியிருக்கும் தமிழ்நாடு.

ஏற்றப் பாதையில் எழிலார் பயணம். பார் போற்றுகிறது.

நானிலம் வியக்கிறது. விமர்சித்தோர் குரல் ஒடுங்குகிறது. ஏழைகள் சிரிக்கின்றனர். இதுதான் அறிஞர் அண்ணாவின் இலட்சியம்! தலைவர் கலைஞர் கண்ட கனவு! ஈடேறுகிறது எங்கள் கண்ணான தலைவர் தளபதி மு.க.ஸ்டாலின் தலைமையில்! தொடரட்டும் உங்கள் சீரிய பணி! அணி வகுக்கட்டும் மக்கள் மனங்குளிரச் செய்யும் திட்டங்கள்! நிமிர்ந்து நிற்கட்டும்! மீண்டும் தமிழ்நாடு இந்திய துணைக்கண்டத்தில் முதலிடத்தில்! எங்கள் தலைவரே! திராவிடப் பேரியக்கத்தின் இன்றைய அடையாளமே! தமிழினத்தின் கலங்கரை விளக்கமே வாழ்த்துகள்!

10.06.2021

38

இதய வானின் உதய சூரியன்

தலைவர் கலைஞருக்குப் பவள விழா!
அவரது பொதுவாழ்விற்கு மணி விழா!
கழகத்திற்குப் பொன் விழா!
எத்துணைப் பொருத்தம்!

புள்ளினங்களின் ஓசையோடு புலரும் பொழுதின் புத்துணர்ச்சி, மாலை நேரத்து மந்தகாசமான தென்றலின் சுகம், நிலாக்கால இரவு நேரத்து இனிமை, இயற்கையின் தனித்தன்மையால் மட்டுமே ஏற்படும் சிலிர்ப்பு இப்பொழுது ஏற்படுகிறது. குமரிமுனையில் கூடிவிடும் முக்கடல்களின் சங்கமத்தினைப் போலத் தலைவர் கலைஞரின் பவள விழாவும், அவர்தம் பொது வாழ்வின் மணி விழாவும், கழகத்தின் பொன் விழாவும் ஒன்று சேர்ந்து வந்திருக்கும் அற்புத ஆண்டு. வளர்ச்சியில்லாத மூளையிலிருந்து கிளம்பும், முதிர்ச்சியில்லாத சிந்தனையின் செயலும் முடிவும் எப்படியிருக்கும்? சிறகிருக்கிறது என்பதற்காகப் பறந்து சென்று விளக்கின் ஒளியில் மோதி விழும் விட்டில் பூச்சியின் நிலைபோலத்தான் இருக்கும்.

அரசியலிலும் அப்படித்தான். இருளை விரட்டி ஒளிதரும் விளக்காய்த் திகழும் தலைவர் கலைஞரின் நிலை கண்டு பொறாத மின்மினிப் பூச்சிகள் காலத்திடம் பாடம் பயின்று சோர்ந்து போயிருக்கின்றன; ஓய்ந்து ஒடுங்கியிருக்கின்றன; தாழ்ந்து பணிந்திருக்கின்றன.

மழை பொழிந்தால் மண்மேடு கரையும் - மலை கரைவதில்லை. பெருமழைகள் பெய்தன. அவை கலைஞர் என்னும் மலையின் நிலையை, வலியை, நிரந்தரத்தைப் புரியவைத்தன. சிறு பிள்ளைகள் ஏறி விளையாடியதைத் தன் செல்வாக்கு எனக் கருதியிருந்த மண் மேடுகள் கலைந்தன; கரைத்தன; காணாமற் போயின.

ஒரு நாட்டின் சரித்திரத்தில் ஒரு தனி மனிதனுக்கு இடம் கிடைப்பதுண்டு, ஆனால், கலைஞர் என்னும் தனிமனிதனின் வாழ்வில் ஒரு நாட்டின் சரித்திரம் அடங்கிக் கிடப்பது புதுமை. அது நமக்குப் பெருமை.

தமிழுக்குக் கம்பீரம், இலக்கியத்திற்குச் சிலிர்ப்பு, அரசியலுக்குப் புதுப்பொலிவு. சமுதாயத்தில் சமன்பாடு. பொதுவாழ்வில் ஈடுபட்டோர்க்குப் புத்துணர்ச்சி; ஏழை எளியோர்க்கு ஏற்றம். இது கலைஞர் வாழ்வின் கடந்து சென்ற நாள்களின் நிலைத்து நிற்கும் அடையாளங்கள். மனிதர்களுள் எத்தனையோ வகை. மரம், செடி, கொடிகளைப் போலப் பார்வையில் பட்டும் மனத்தில் பதியாமல் போவோர் ஏராளம். தனி அடையாளம் இல்லாமல் தன்னைப் போன்ற பலரோடு மின்னி மறையும் நட்சத்திரங்களைப் போல் பலர். சராசரி மனித வாழ்வின் இலக்கணத்தை உணர்த்துவது போல் தேய்ந்தும், வளர்ந்தும், உறுத்தாத இதமான, மிதமான ஒளி தந்து, பிறர்க்குப் பலனும் தராமல், தொல்லையும் தராமல் மிளிரும் நிலவைப் போல் சிலர்.

இரவு போர்த்த இருள் விலக்கி, காலையில் கனிவாய் உதித்து உச்சிப் பொழுதில் உக்கிரம் காட்டிச் சுறுசுறுப்புத் தந்து, மாலையில் மந்தகாசமாய் ஒளியுமிழ்ந்து, உலகை இயக்கி, உயிர்களை வாழ வைத்து, நின்று நிலைத்திருக்கும் சூரியனைப் போல் ஓரிருவரே.

கரிகால் பெருவளத்தானும், இராஜராஜ சோழனும், சேரன் செங்குட்டுவனும், ஆரியப்படை கடந்த பாண்டியனும் என் மூதாதை என்று முகம் நிமிர்த்தி முழங்கும் தமிழன் வாழ்வில் வீசிய சூறாவளிகளுக்கும் பின்னால், சூழ்ந்த பகைக் கூட்டத்தின் ஆக்கிரமிப்பிற்கும் பின்னால், இன்றைக்கும் நிமிர்ந்து நிற்கும் இந்த வாழ்வுக்குக் காரணம் பெரியார் என்னும் பெருந்தலைவர், அண்ணா என்னும் அருந்தலைவர், கலைஞர் என்னும் காவியத்தலைவர் ஆகியோராவர்.

இதை உணராதோர், உணர்ந்தும் ஏற்றுக் கொள்ளாதோர், ஏற்றுக்கொண்டும் மறந்து போனோர், மறந்து போகாவிட்டாலும் நினைத்துப் பார்க்க மறப்போர் நிறைந்திருக்கும் சமுதாயம் இன்றைய தமிழகம். அடிப்படைத் தகுதியற்றோர்கூட அதிகாரப் பீடத்தில் அமர நேர்ந்த அவலங்கள் எல்லாம், இதன் விளைவுதான். இந்தியத் துணைக் கண்டத்தின் அரசு இலச்சினையில் அசோகச் சக்கரத்தின் மேல் நான்கு சிங்கங்களின் உருவம் பொறிக்கப்பட்டிருக்கும். எந்தப் பக்கம் இருந்து பார்த்தாலும் மூன்று சிங்கங்களின் முகம் மட்டுமே தெரியும்; நான்காவது முகம் தெரியாது. அதேபோல ஊருக்குத் தெரியாத, ஆனால், தெரிய வேண்டிய கலைஞரின் முகமொன்றைத் தெரிய வைப்பது என் போன்றோரின் கடமை.

எட்டு ஆண்டுகளுக்கு முன்னால் 1991ஆம் ஆண்டு ஆட்சியில் தலைவர் கலைஞரால் அரசுடைமையாக்கப்பட்ட தனியார் மருத்துவக் கல்லூரி ஒன்றினை மீண்டும் அந்தத் தனியாருக்கே தாரை வார்த்திட அன்றைய ஆட்சியின் முதல்வர் அந்தப் பெண்மணி முடிவெடுத்து அறிவிக்கிறார். முடிவினை ஏற்க மறுத்துத் தொடர்புடைய மருத்துவக் கல்லூரி மாணவர்கள், தொடர்ந்து கலைக் கல்லூரி மாணவர்கள் எனத் தமிழ்நாட்டின் பல முனைகளில் மாணவச் சமுதாயம் கச்சை கட்டி எதிர்க்கிறது.

அந்த நேரத்தில் அந்தப் பெண்மணி திருச்சிக்கு வருகை தரும் நிகழ்ச்சி ஒன்றின் அறிவிப்பு வெளியாகிறது. வருகின்ற அவருக்குக் கறுப்புக் கொடி காட்டுவது என என் மனத்தில் திட்டம் ஒன்று உருவாகி, தோழர்களிடம் தெரிவித்தேன். நல்ல வரவேற்புக் கிடைத்தது.

முனைப்போடு முன்னின்ற அவர்களின் முழுமையான முகவரியுடன் கூடிய பட்டியலோடு சென்னை விரைந்தேன். தலைவரைக் கண்டு, வாழ்த்தும் வழிகாட்டுதலும் பெறுவதற்காக, மதியமே ஊர் திரும்பிப் போராட்டத்தைக் கூர்மைப்படுத்தத் திட்டமிட்டிருந்ததால், இரயில் நிலையத்திலிருந்து நேராகத் தலைவரின் கோபாலபுரம் இல்லம் சென்று காத்திருந்தேன். காலை மணி ஏழு - நடைப்பயிற்சி முடிந்து தலைவர் திரும்பி முரசொலிக்கு மடல்கள் தீட்டிக்கொண்டிருக்கும் நேரம். தலைவரின் செல்வன் தமிழரசு வந்தார். என்ன இந்தக் காலை நேரத்தில் என்ன அவசரகாரியம், தலைவரைச் சந்தித்துவிட்டு உடனே ஊர் திரும்ப வேண்டும் என்றேன்.

எழுதிக்கொண்டிருப்பாரே என்ன செய்வது? என்று கேட்டுவிட்டு, சரி முயற்சி செய்து பார்ப்போம் எனத் தொலைபேசியின் மூலம் என் வரவையும், அவசரத்தையும் தலைவரிடம் தெரிவிக்க எழுதுகிற ஒவ்வொரு எழுத்தையும் தமிழினத்தின் கீர்த்தியை மேன்மைப்படுத்தும் எழுத்தாய் வடிக்கும் தலைவர் கலைஞர் மேலே வரச் சொல்லி அழைக்கிறார். சென்று எழுத்துப்பணிக்கு இடையூறாக வந்ததற்கு வருத்தம் தெரிவித்தேன். புன்முறுவல் பூத்தார்.

பொருள் புரியவில்லை. ஆனால் கோபமில்லை என்பது மட்டும் புரிந்தது. வந்த காரணத்தைக் கேட்டார். திட்டத்திற்குப் பெரியதோர் அங்கீகாரம், மேலும் முறைப்படுத்த ஆலோசனைகள் இவை நான் எதிர்பார்த்தது.

கிடைத்த பதிலோ, நான் கிளம்பிய வேகம், கொண்டிருந்த துடிப்பு, பற்றியிருந்த பரபரப்பு எல்லாவற்றையும் கணப்பொழுதில்

காணாமல் அடித்துவிட்டது. 'வேண்டாம் இந்த யோசனை; கைவிட்டு விடு! என்றார். போராட்டத்தின் தன்மையை அறியாதவர்களிடமும், போராடுபவர்களின் உணர்வுகளைப் புரியாதவர்களிடமும் போராடக் கூடாது. நோக்கம் நிறைவேறாது இருக்கும்' என்று பொறுமையாக விளக்கினார்.

தயங்கிக் கொண்டே சொன்னேன் - மாணவர்கள் முழுமனத்தோடு பெருமளவில் தயாராக இருக்கிறார்கள், கறுப்புக்கொடி காட்டி எதிர்ப்பை வெளிப்படுத்தும் ஜனநாயக வழிமுறையை ஜீரணிக்கும் தன்மை அந்த அம்மையாரிடம் கிடையாது. அடக்குமுறை கட்டவிழ்த்து விடப்படும். பாதிக்கப்படும். "மாணவர்களின் வேகம் இன்னும் வீரியம் கொள்ளும். போராட்டம் தீவிரமடையும். அரசை வழிக்குக் கொணரலாம்" என்று என் வயதிற்கும், பக்குவத்திற்கும் நான் விடாமல் விவரித்து சொன்னபோது இடைமறித்து 'அதனால் தான் வேண்டாம்' என்கிறேன். கறுப்புக் கொடி என்பது எதிர்ப்பு உணர்வின் அடையாளம் எனக் கருதாமல், ஆடம்பரமான வரவேற்பைத் தவிர வேறு எதையும் ஏற்றுக்கொள்ளும் பக்குவம் இல்லாத அந்த அம்மையார் எந்த எல்லைக்கும் சென்று எதை வேண்டுமானாலும்செய்யத் துணிவார்.

மனிதாபிமானமற்றோர் கையில் அதிகாரமும், ஆயுதமும் சேர்ந்து கொண்டால் என்ன ஆகும் தெரியுமா? மறந்துவிடு இந்த எண்ணத்தை, மருத்துவக் கல்லூரி தொடர்பான போராட்டத்தை இனிக் கட்சி ஏற்று நடத்தும்.

மாணவர்கள் பாதிப்புக்கு உள்ளாகக்கூடாது என்பதற்குத்தான் போராட்டமே தவிர, அவர்களை மேலும் பாதிப்புக்கு உள்ளாக்கி நாம் ஆதாயம் தேடிக்கொள்ள அல்ல என்று சொல்லிவிட்டு விடை கொடுத்து அனுப்பினார்.

குறுகிய அரசியல் இலாபங்களுக்காக நாட்டு நலனையே விலையாகக் கொடுக்கத் தயாராக இருக்கும் தலைவர்கள் வாழும் இதே நாட்டில்தான் பெரிய நோக்கத்திற்காகக்கூடப் பிறர் நலனை விலையாகத் தரக்கூடாது என்கிற உயர்ந்த எண்ணம் கொண்டவர் நம் தலைவர் என்கிற உண்மையை அனுபவபூர்வமாய் அறிந்துகொள்ள முடிந்தது.

இளைஞர்களைப் பகடையாக்கி, பலியாக்கித் தங்களை வளர்த்துக் கொள்பவர்களுக்கிடையில் இளைஞர்களைக் காக்கத் தங்களைப் பலியாக்கிக் கொள்ளும் தலைவர்களைப் பெற்ற பெருமையை எண்ணிக்கொண்டே வந்தேன்.

இந்தத் தலைவரை - உலகம் அறியாது. வலிமையான தலைவனாக வரலாறு அவரை அடையாளங்காட்டியதற்குப் பின்னாலும், அவருக்கு இப்படி ஒரு முகம் இருப்பதை, உள்ளம் இருப்பதை ஆதாயத்திற்காக எதையும் செய்யக்கூடாது என்கிற தெளிந்த சிந்தனை இருப்பதை, பலி கொடுத்துப் பலன் தேடும் எண்ணம் கிடையாது என்பதை உலகம் உணர வேண்டும். இது பெரியாரின் குணம். அண்ணாவின் உள்ளம். பெரியார், அண்ணா பெயரை எவர் வேண்டுமென்றாலும் சொல்லலாம்; உரிமை கொண்டாடலாம். உண்மை என்கிற தோற்றத்தைக்கூட ஏற்படுத்த முயலலாம்.

ஆனால், அவர்களின் உள்ளம், உணர்வு, உயர்ந்த நோக்கம், தன்னலம் மறந்து பிறர் நலன் பேணும் பெரும் பண்பு. ஊர் வாழ ஊண் மறந்து, உறக்கம் தொலைத்து, உழைக்கின்ற தன்மை, இத்தனையும் இருப்பது இவரிடம் மட்டுமே.

மனத்தில் பதியாமல் மறையும் மனிதர்களுக்கு மத்தியில், மின்னி மறையும் நட்சத்திரங்களைப்போல் இல்லாமல் நின்று நிலைத்து உலகை வாழ்விக்கும் உயர்ந்த உன்னதச் சூரியனைப்போல் தமிழர் வாழ்வில், தமிழக வானில் உதயசூரியனாய் நம்மை வாழ்விக்கும் தலைவர் கலைஞர் நூறாண்டு வாழ்ந்து சிதைவுகள் அற்ற செம்மையான தமிழகம் உருவாக்கிட அவருக்குத் துணை நிற்போம். படை பெருக்குவோம்! பார் புகழத் தமிழர் பெருமை வளர்த்திடுவோம்!!

தலைவர் வாழ்ந்தால் தமிழினம் வாழும்!!
தலைவர் உழைப்பால் தமிழன் எழுவான்!!
தரணியை வெல்வான்!!

1999
கலைஞர் பவள மலர்

39

வல்லமையே; உன் மறுபெயர் கலைஞரே!

மாற்றம் என்னும் ஒன்றைத்தவிர இந்த உலகத்தில் எல்லாமே மாற்றத்திற்கு உட்பட்டவை என்பது நியதி. பூகோள மாற்றங்கள், இயற்கையில் ஏற்படும் மாற்றங்கள் இயல்பானவை. ஆனால் வரலாற்று மாற்றங்களும், சமுதாய மாற்றங்களும் ஏற்படுத்தப்படுகின்றன. சில நிகழ்வுகளாலும் அதை நிகழ்த்துபவர்களாலும் இந்த மாற்றங்களின் முக்கியத்துவம் மாறுபடுகிறது. இந்த மாற்றங்களுக்கு காரணமானவர்கள் மறக்க முடியாதவர்களாக, மறக்கப்படக் கூடாதவர்களாக காலங்களைக் கடந்து நிற்கிறார்கள். இது எல்லோராலும் முடிவதில்லை. இது எல்லோருக்கும் சாத்தியமானதில்லை.

ஒவ்வொரு காலகட்டத்தில் ஏற்படக்கூடிய புதிய பிரச்சினைகளிலிருந்து மக்களைக் காக்கவும் விடுவிக்கவும் புதிய சிந்தனையாளர்கள், தலைவர்கள் உருவாகி சரித்திரத்தில் ஒரு புதிய அத்தியாயத்தை இணைத்துவிட்டு மறைகிறார்கள். அதன் பலனை நுகர்வோர், அறிவோர், உணர்வோர், பாராட்டுவோர் மெல்ல மெல்ல மங்கி பின்னர் அந்தத் தலைவர்களின் உழைப்பின் பலனை உணராமலே அனுபவிக்கும் தலைமுறையினர் தொடர்ந்து கொண்டிருப்பார்கள்.

பரந்து விரிந்த கடல் நீர் சூரியக் கதிர்களின் வெப்பத்தினால் ஆவியாகி மேகங்களாகின்றன. பின்னர் அவை நகர்ந்து பல இடங்களில் மழையாகப் பொழிகின்றன. மழையின் பயனைப் பெறுவோர் உப்புநீர் நிறைந்த கடலின் அருட்கொடை என்று தெரிந்தாலும் அதை நினைத்துப் பார்ப்பதில்லை. பல்வேறு இடங்களில் பொழிகின்ற மழை நதிகளாகி, நாடு முழுவதும் ஓடி பயன் விளைவித்து மீண்டும் கடலில் வந்து சேருகின்றது.

கடல்நீர் ஆவியானபொழுது அது வற்றியதுமில்லை, நதிகளின் நீரும், மழையின் நீரும் சேரும்போது அது நிறைந்து வழிவதுமில்லை. இது தொடரும் புரியாத புதிரான நியதி. சமுதாயமும் அப்படியே, தீயவர்களின் தீச்செயலால் தீமைகள் விளையும். பாதிப்புகள் ஏற்படும். அழிவதில்லை. காரணம் நல்லவர்களின் நற்செயலும், செம்மையான சிந்தனைகளும், உழைப்பும், நாட்டையும், மக்களையும் காக்கும்.

நல்லவர்கள் அபூர்வமாகப் பிறக்கிறார்கள். அற்புதமான காரியங்களை நிகழ்த்துகிறார்கள். அருமையான சிந்தனைகளை விதைக்கிறார்கள். ஒரு குறிப்பிட்ட இனத்திற்கோ, நாட்டிற்கோ, ஒட்டு மொத்தமான மனித குலத்திற்கோ எந்த விலை கொடுத்தாலும் வாங்க முடியாத முன்னேற்றத்தை பரிசாகத் தந்துவிட்டு மற்றவர்களைப் போல மறைந்துவிடாமல் காலங்களை வென்று நிலைத்து நிற்கிறார்கள்.

ஆனால் வேடிக்கை, பலனைப் பெறுகிறவர்கள் அதற்குக் காரணமானவர்களை உணராததும் உயர்த்தாததும்தான்.

சுதந்திரத்தை விமர்சிப்பதற்கான உரிமையைத் தருவதே அந்த சுதந்திரம்தான் என்பதை உணராத அதிமேதாவிகள் அதிகம் வாழ்கிற நாடு இது.

இந்திய துணைக் கண்டத்தில் வேறு எந்த பகுதியையும்விட, எந்த மக்களையும்விட அதிகமான சவால்களையும், சோதனைகளையும் சந்தித்து வெற்றிகண்டு கடந்து வந்திருப்பது தமிழ்ச்சமுதாயம் மட்டுமே.

மொழி ஆதிக்கம், இனப்படையெடுப்பு, கலாச்சார ஆக்கிரமிப்பு, அதிகார அச்சுறுத்தல் அத்தனையும் நம் அளவுக்கு வேறு எவருக்கும் நேர்ந்ததுமில்லை. மீறி வென்றதுமில்லை.

இதற்குக் காரணம் மொழியின் தொன்மை, இனத்தின் வரலாறு, கலாச்சார செழுமை மட்டுமல்ல, மன்னர்கள் காலத்திற்குப் பின்னால் மக்கள் தங்கள் அன்றாட அடிப்படைத் தேவைகளுக்கு மட்டுமே முன்னுரிமை தந்து இவைகளை புறந்தள்ளி பெருமைகாக்கும் கடமையை மறந்திருந்தபோது இந்தப் பெரும் பொறுப்பை வலிந்து ஏற்று, தனியாக கிளம்பி சிறுதுளி பெருவெள்ளம் போல், இந்த உணர்வுகளை காத்தது திராவிடப் பேரியக்கத்தின் வேராய், விருட்சமாய், விழுதாய் நிலைத்து நிற்கும் தந்தை பெரியார், பேரறிஞர் அண்ணா, தலைவர் கலைஞர் என்னும் மூவரே.

நன்றியுள்ள, என்று சொல்லத் தேவையில்லை. சிந்தனைத் தெளிவுள்ள எந்தத் தமிழனும் மறக்க முடியாத பெயர்கள், மறக்கக் கூடாத நம் குல குடும்பத் தலைவர்கள்.

இன்று இந்தநாடு பெற்றிருக்கக்கூடிய வளர்ச்சியாக இருந்தாலும், தனி மனிதனின் தகுதி உயர்வாக இருந்தாலும் அதற்குப் பின்னால் நேரடியாகவும், மறைமுகமாகவும் இந்தத் தலைவர்கள் இருக்கிறார்கள். அவர்களின் உழைப்பு இருக்கிறது, போராட்டம் இருக்கிறது, தியாகம் இருக்கிறது, கண்ணீரும், செந்நீரும் இருக்கிறது.

ஒரு சிறிய வரிசை, ஆனால் பெரிய சாதனை! முடிந்து போனது என்ற ஓர் இனத்தின் வரலாறும், அந்த இனமக்களின் வாழ்வும் அருவிப் பேரிரைச்சலாய் மீண்டும் ஆர்ப்பரித்து கிளம்பியது யாரால்?

21-ஆம் நூற்றாண்டின் தொடக்கம் ஏதோ ஓர் இலக்கை நோக்கி ஆனால் வேகமாக, அதிவேகமாக பயணம் செய்யும் உலகம். விளைவுகளை எண்ணிப் பாராமல் ஓடுகின்ற கூட்டத்தோடு தானும் ஓடுகிற மனிதர்கள். உடன் செல்லாவிட்டால் ஒதுக்கி விடுவார்களோ என்னும் அச்சத்தினால் தவறானவர்களோடு, அவர்கள் அதிகம் என்கிற காரணத்தினால் தன்னையும் இணைத்துக் கொள்கிற தன்னம்பிக்கை குறைந்தவர்கள்.

இதற்கிடையில் பழமையில் கால்களை அழுத்தமாக ஊன்றி, புதுமையோடு நேசக்கரம் குலுக்குகின்ற தனிப்பெரும் தன்மையும், தகுதியும் நம் தலைவர் கலைஞர் ஒருவருக்கே உண்டு என்பதை கடந்து சென்ற நாட்கள் நடைமுறையில் உணர்த்தியது. மொழி, இனம், கலாச்சாரம் இவைகளோடு, புதுமை, விஞ்ஞானம், வளர்ச்சி இந்த அற்புதக் கலவை அவருக்கு மட்டுமே உரித்தானது. எந்தத் துறையிலும் எள்ளளவும் குழப்பம் ஏற்படாத வகையில் சிந்தனையாலும் எழுத்தாலும், பேச்சாலும், அறிவுத் தெளிவு ஏற்படுத்தும் ஆசான்.

சுட்டெரிக்கும் வெயிலும், சுழன்றடிக்கும் சூறாவளியும் மட்டுமல்ல; அதிகார சக்தியின் ஆணவத்திற்கும் துவண்டு விடாமல் கட்டுக் குலையாமல் படை வரிசையை வழி நடத்திச் செல்லும் ஆற்றல் மிக்க தலைவர்.

சொந்த வாழ்வின் சுக துக்கங்களில் சமபங்கு எடுத்து அன்பால், பாசத்தால் அரவணைத்துச் செல்லும் வாஞ்சைமிகு அண்ணன்.

அண்ணனாய், ஆசானாய், தலைவனாய், நம்மை, நாட்டை, மக்களை வழிநடத்திச் செல்லும், மொழியை, இனத்தை, இயக்கத்தை காக்கும் நம் தலைவருக்கு வயது எழுபத்தெட்டாம்! அவர் வாழ வேண்டும் நூறாண்டு.

தேர்தல்களும், அதன் தற்காலிக முடிவுகளும், ஆட்சியும், அதிகாரமும் அல்ல; எதிர்வரவிருக்கின்ற நூற்றாண்டுகள் அவரைப் போற்றும்; வரலாற்றின் நிரந்தர சிம்மாசனத்தில் அவரை உட்கார வைக்கும். காரணம் அவர் சராசரி அரசியல் தலைவன் அல்ல. யுகப் புருஷன். காலங்களை வென்று நிலைத்து நிற்கும் வரலாறு.

எத்தனை முறை பார்த்தாலும் சலிக்காத, ஒவ்வொரு முறை பார்க்கும்போதும் புது அழகோடு தெரிகிற கடலைப்போல, வானத்தைப்போல, நிலவைப் போல கலைஞரை ஒவ்வொரு முறை பார்க்கிற போதும், கேட்கிற போதும் பிரமிப்பை ஏற்படுத்தும் புதுமை, அழகு, தோல்வியுற்ற நேரத்திலும் புன்சிரிப்போடு அதை எதிர்கொள்ளும் மனவலிமை.

புதிரே! புதுமையே! வல்லமையே!

அத்தனைச் சொற்களுக்கும் ஒரே ஒரு மாற்றுச் சொல் கலைஞரே!

2001

தலைவர் கலைஞர் 78வது பிறந்தநாள் சிறப்பு மலர்

40

திருநாளே, வாராயோ!

தமிழன் திசைகள்தோறும் சென்றான். வீரம் காத்தான். பொருள் சேர்த்தான். புகழ் வளர்த்தான். வீரனாய், வாணிகனாய், விவேகியாய், கலாச்சாரத்தின் விளைநிலம் கற்பின் நிலைக்களன் எங்கள் பூமி என்று வாழ்ந்து காட்டினான். மண்ணுக்கும், மானத்திற்கும், மங்கையரின் கற்பிற்கும் இன்னல் ஏற்பட்டபோது பொங்கி எழுந்தான். இவை காக்க இன்னுயிரையும் ஈந்தான். இவற்றை வரலாறாக வடித்தும் வைத்தான்.

தன்மானம் காப்போர்க்கு தகைசான்ற வேளாண்மைத் தொழில், உயர் தொழிலாய் பேணப்பட்டது. ஓய்வு நேரத்தில் வீர விளையாட்டுகளில் ஈடுபடுவதும், இலக்கியம் படைப்பதும், கலை வளர்ப்பதும் ஆரோக்கியமான மனநிலையை வளர்த்தது. மனம் மகிழ கூடிக் கொண்டாடும் விழாக்களில் தலையாயதாக தமிழர் திருநாளாம், உழவர் திருநாளாம் பொங்கல் திருநாளைக் கருதி கொண்டாடியது தமிழ்ச் சமுதாயம்.

வாழவைக்கும் மண்ணை, வாழ்வுக்கு வளம் சேர்த்த சூரியனை, உழைப்புக்கு உறுதுணையாக நின்ற காளைகளை மறக்காமல் நன்றி சொல்லுகின்ற நாளாக அத்திருநாளை கடைப்பிடித்தான் தமிழன்.

இன்றும் கொண்டாடுகிறோம், ஆண்டுதோறும் அந்த நாள் தவறாமல் வருவதால். கொண்டாட்டத்தில் மகிழ்ச்சி இல்லை. வாழ்வில் வளம் குறைந்ததால்; உணர்வு குன்றியதால்; வரலாறை மறந்ததால்; உயர்த்த வேண்டியதை தாழ்த்தியதால்; தகரத்தைத் தங்கமென போற்றியதால்; வாழ வந்தவர்கள் ஆளவந்தார்களாக மாறியதால், நாம் மாற்றியதால், பெருமை குலைக்க - முயன்றவர்கள் கையிலேயே ஆளுமை சேர்ந்ததால் கற்பின் திருவிளக்காம் கண்ணகித் தாய் கண் கலங்கி நிற்கிறாள்.

நேரலை கொடுத்தவர்கள் வேலை இழந்து நிற்கிறார்கள். வளம் சேர்த்து, பிறரை வாழவைத்த விவசாயிகளின் வாழ்வு வறண்ட நிலம் போல் வாடிக் கிடக்கிறது.

அகண்ட காவிரியில் ஆடிப் பெருக்கின்போது கரை தொட்டுச் சென்ற வெள்ளம் வெறும் நினைவாக மட்டுமே நிற்கிறது. அடிபட்ட கிழட்டுப் பாம்பு நெளிந்து செல்வதைப் போல எப்போதோ, சில நாட்களில் தண்ணீர் ஓடுவதை வரலாறு உணராத, மறக்கக் கூடாததை மறந்த மக்கள் கூட்டம் காண்கிறது.

பொங்குக பொங்கல் என்று கொண்டாடிய தமிழர் உள்ளத்தில் கோபம் பொங்க வேண்டும். யாரோ சிலரின் வறட்டு கௌரவம் எங்கள் வாழ்வின் உரிமையைப் பறிப்பதா என்று கேட்க வேண்டும்.

வாழ்ந்த வாழ்வை மறந்ததால் வாழும் வாழ்க்கையை இழந்து நிற்கிறோம். சோறும் சுகமுமா வாழ்வு? பதவியும் பட்டமுமா பெரிது? மானம் பெரிது - வரலாறு பெரிது - சுயமரியாதை பெரிது. இதை உணர்த்தும் தமிழர் வாழ்வு பெரிது. அதைக் காக்கும் கழகம் அதனினும் பெரிது. கழகம் காக்கும் கலைஞர் பெரிதிலும் பெரிது. இதை உணரும் நாள்; உணர்ந்ததை உணர்த்தும் நாள் மீண்டும் கண்ணகித் தாய் கடற்கரையில் கம்பீரமாக நிற்பாள்.

நிமிர்ந்து ஓடும் நீர் கமந்து காவிரித்தாய் கரையோர கழனிகளை செழிப்பாக்குவாள்.

அடைபட்ட தமிழர் உணர்வு வெளிப்பட்டு, சிறைப்பட்ட தமிழர் வாழ்வு விடுதலையாகி பாழ்பட்ட தமிழகம் பண்பட்ட பகுதியாக மாறி, உழைப்பவர் உயர்வார் என்னும் உன்னத மொழி உண்மையாகி கலைஞர் நாடாள இருக்கும் அந்நாளே உண்மையான பொங்கல் திருநாள்.

இருண்டு கிடக்கும் தமிழகம் உதயசூரியனால் ஒளிபெறும் அந்நாளே, உன்னதத் தமிழர் திருநாள்!

வாராயோ திருநாளே! வாழ்வில் வளம் சேர்க்க!

2004

பொங்கல் மலர்

41
தமிழரின் வாழ்வைக் காப்பவர்

வயது - 82

பொது வாழ்வின் வயது - 69

உறக்கம் - 4 மணி நேரம்

உழைப்பு - விழித்திருக்கும் ஒவ்வொரு கணமும்

உணவு - பசிக்கு மட்டுமே; ருசிக்கு அல்ல.

ஓய்வு - அறிமுகமில்லாத வார்த்தை

நோக்கம் - தமிழ்மொழி, தமிழினம், பாதுகாப்பு, உயர்வு

இலட்சியம் - தமிழ் மக்களின் நல்வாழ்வு

வழி - அமைதி வழி, அற வழி, அண்ணா வழி

பற்று - தமிழ் மீது

வெறுப்பு - வெறுப்பின் மீது

புரியாதது - இதெல்லாம் எப்படி என்பது

புரிந்தது - இவர் பின்னே அடியொற்றி நடந்து செல்ல வேண்டும் என்பதே, மரத்திலிருந்து கனியொன்று உதிராதா எனக் காத்திருந்து, எவரும் இல்லாத நேரத்தில் கல்லொன்றை வீசிக் கவர்ந்து செல்லும் சிறுவர்கள் இடையே மரத்திலிருந்து விழுந்த ஆப்பிள் கனி ஏன் கீழே விழுகிறது மேலே செல்லாமல்? என்று ஏழு வயதில் சிந்தித்த சிறுவன் நியூட்டனே எதிர்காலத்திற்கு தேவையான கண்டுபிடிப்புகளுக்குக் காரணகர்த்தா ஆனான்.

வாழ்வில் வளமெல்லாம் நிறைந்திருந்த போதும், நாடாள அரியணை காத்திருந்தபோதும் முதுமை, நோய், மரணம் இவை குறித்து அறிய அரண்மனை துறந்த இளைஞன் சித்தார்த்தனே வாழ்வின் அடிப்படை தத்துவங்களை உணர்த்தும் புத்தனானான்.

உடனொத்த சிறுவர்கள் பட்டம் பறக்க விட்டும், பம்பரம் சுற்றியும் பாடித்திரிந்து கொண்டிருந்தபோது தாய்மொழிக்குற்ற தீங்குணர்ந்து பாராண்ட தமிழ் மன்னர்கள் படைதாங்கிய சின்னம் கொண்ட கொடிதாங்கி ஏகாதிபத்திய இந்தியை எதிர்த்து வீதிகளில் உரக்க முழக்கம் எழுப்பிய அன்றைய பதினாலு வயது சிறுவனை நம்பியே இன்றைய தமிழ் ஒலிக்கும் திசையெங்கும் வாழ்பவர்கள் எல்லாம், கலைஞர்! கலைஞர்! கலைஞர்! இந்த மகத்தானப் பெயரினுள்ளே மறைந்திருக்கும் மனிதரின் எண்ணமும், எழுத்தும், பேச்சுமே நமது மூச்சு.

இவர் எண்ணங்களே நமக்கு வழிகாட்டி, இவர் செயல்களே நம் மண்ணின் உயர்வு, இவரின் போராட்டங்களே பகைவரிடமிருந்து நமக்குப் பாதுகாப்பு, இவரின் எழுத்துக்களே நமக்கு நிரந்தர சரித்திரம்.

இந்த மெலிந்த மனிதரே நமது கோட்டைக் காவல், காணுந்தோறும் பிரமிப்பு.

கடவுள் நம்பிக்கை உடையோர் கவலை மிகும்போது ஆலயம் செல்வர். ஆண்டவனை தரிசிப்பர், கலக்கம் தீரும். நம்பித் திரும்புவர்.

நாம் அறிவாலயம் செல்வோம் (இந்த நாட்டை) ஆண்டவனை காண்போம் - காரிருள் விலகும் - கவலை தீரும் எனும் நம்பிக்கை பிறக்கும்- ஒரே வேறுபாடு கலைஞர் பேசுவார், நாடுவாழ நல்வழி காட்டுவார், நம் கடமை என்ன என உணர்த்துவார். கற்பூரம் காட்டுவதோடு கடமை முடிந்து விடாது. காரியமும் ஆற்ற வேண்டும். தன்னலம் கடந்து நாட்டு நலன் பேண வேண்டும்.

தமிழ்நாட்டில் வாழ்வோர் அனைவரின் முன்னேற்றமும் ஒரு நூறாண்டுக்குள்ளாகத்தான் - அது திராவிட இயக்கத்தின் உதயத்திற்குப் பின்னால்தான் - அவ்வியக்கம் யாத்த கொள்கைகளால்தான் - அதன் தலைவர்களின் உழைப்பால் தான்.

தமிழ்நாட்டின் பின் அரை நூற்றாண்டு சரித்திரத்தின் ஒவ்வொரு மாற்றமும் இப்பேரியக்கத்தின் உண்மையான பிரதிநிதியாய் வாழும் தலைவர் கலைஞரால்தான்.

மனசாட்சி கொண்டோர் எவராலும் மறுக்க முடியாத மாசற்ற உண்மை இது.

இனமானம், மொழி மானம், தன்மானம் காக்க எதையும் தரலாம் விலையாக எனும் உணர்வை விதைத்த தலைவன், நூறாண்டு வாழ வேண்டும்.

தத்துவத்தின் தேரோட்டமாய் தமிழர் வாழ்வின் பெருமை காக்கும் தலைமைப் போராளியாய் ஓய்வறியா உழைப்பாளியாய், வளருந் தலைமுறைக்கு வழிகாட்டியாய், இருண்ட தமிழகத்தின் ஒளிவிளக்காய் வாழும் தலைவர் வாழ்க! தளர்வறியா அவர் படைவரிசை சிப்பாய் என்னும் பெருமையோடு நெஞ்சு நிமர்த்தி தலைநிமிர்த்தி வாழ்த்துவோம், கொட்டியும் ஆம்பலுமாய் அவரோடு ஒட்டி உறவாடும் உடன்பிறப்புகள் நாம் என்பதே அவருக்கு நாம் தரும் பிறந்தநாள் பரிசு!

தமிழகம் தழைத்திட, தமிழினம் தலை நிமிர்ந்திட அவர் வாழ வேண்டும் நூறாண்டு!

2005

தலைவர் கலைஞர் 82வது பிறந்தநாள் மலர்

42

பொங்கலாம் பொங்கல்!

உழைப்பவர் தம்மின் உரிமை பறித்து
உழுபவர் வாழ்வில் உறக்கம் தொலைய
ஊருக்கெல்லாம் படியளந்த
பண்டைய நாட்களின் நிலை மாறி
எலிக்கறி தின்னும்
அவல நிலைக்காளாக்கி
அடுத்தவர் நலனில் பழிபோட
ஆலாய்ப் பறக்கும் அரசாங்கம்!

நடந்தது என்ன இத்தனை நாளும்? இங்கே
படித்தவருக்கு வேலையில்லை!
வேலையில் இருப்போருக்கு சம்பளமில்லை!
கையில் உள்ள காசுக்கிங்கே
கட்டுப்படியாகும் விலையில்லை!
இருக்கும் நிலைமைக்கேற்ப
ஊதிய உயர்வு கேட்டதாலே
வேலையை இழந்தோர் ஆயிரக்கணக்கில்
வீதியில் நின்றோர் இலட்சக்கணக்கில்!

தற்கொலை செய்து செத்தவர் கணக்கு
தொடர்ந்து இன்னும் முடிவு பெறாமலே!
சாலைப் பணியாளர் குடும்பம் எல்லாம்
சந்தியில் நிற்குது இரக்கமற்ற அரசாலே!
மானம் மறைத்திட மற்றவர்க்கெல்லாம்
ஆடை நெய்து கொடுத்து
உழைப்புக்கேற்ற ஊதியம் இன்றி
குடும்பம் காக்க வழிவகையற்று
கஞ்சித்தொட்டி திறக்காதா?
கால் வயிறு நிரம்பாதா?
என
கலங்கி நிற்கும் நெசவாளர்.
தொலைதூரப் பார்வையில்லா
குறைமதியில்லா கூட்டம் ஒன்று

வகுத்து வைக்கும் கல்விக் கொள்கை
பள்ளிப் பிள்ளைகள் முதுகில் சுமை
பெற்றோர் தலையில் பொருள் சுமை
கல்வி இங்கே விற்பனைச் சரக்கு!

ஏழைகளுக்கு எட்டாதிங்கே!
காவலர் இங்கே கள்வராவார்!
எத்திப் பறிப்பார், ஏமாற்றிச் செல்வார்
வழிப்பறி செய்வார், கதியற்று வந்து
நிற்போரைக் கற்பழிப்பார்!
காவலர் தேர்வு வினாத்தாள் கடை
வெளியே விற்குது மலிப்பு பதிப்பாய்!
வானம் திறந்து கொட்டிய மழை
வழிந்தோடும் வாய்க்காலெல்லாம்
வாங்கிக் கொள்ளும் குளங்கள் எல்லாம்
தூர்ந்து போன காரணத்தாலும்
திரிகள்மீதும், ஆறுகள்மீதும்
அழகாய் இங்கே வீடுகள் வந்து
ஓடும் நீருக்கு வழியின்றி
மிதந்தன ஊர்கள்
தவித்தனர் மக்கள்.
கூழுமில்லை குடிக்க நீருமில்லை
குந்துவதற்கு குடிசையுமில்லை
குழந்தையும் குட்டியுமாய்
கொட்டும் மழையினில்
வெட்ட வெளியினில்
தவித்தனர் மக்கள்
வெள்ளிப் பணத்தை வீசியெறிந்து
விளம்பரம் தேடும் அரசாங்கம்!

அகங்காரப் பேச்சு -
ஆணவப் போக்கு
இதுவே தனது
அடிப்படை இலக்கணம்
அறிவித்தது நிவாரணம்
திட்டமிடாத விநியோகம்
எங்கும் குழப்பம்
எதிலும் குழப்பம்
என்பதில் மட்டும் குழப்பமில்லை!
கடமை மறந்த காவலரால்

அக்கறையற்ற அதிகாரிகளால்
வந்ததில் பலர்
மிதிபட்டே புதையுண்டே போனார்கள்.
மழையும், வெயிலும் வாட்டிடாத
பொறுப்பற்ற அரசொன்று இல்லாத
சாவூருக்கு சென்று விட்டனர்.
அய்ம்பது உயிர்கள்
அநியாய பலிகள்
பிள்ளையை இழந்து
பதறும் பெற்றோர்
தந்தையை இழந்து
தவிக்கும் பிள்ளைகள்
கணவனை இழந்து
கதறும் மனைவி,
இதற்கிடையில்
பொங்கலாம் பொங்கல்!
தொலையட்டும் தொல்லை தரும் ஆட்சி!
பொறுப்பற்ற பொல்லாத ஆட்சி!
மலரட்டும் மக்கள் மனமறிந்த
கலைஞரின் ஆட்சி!
துன்பங்கள் கரையட்டும்!
துயரங்கள் மறையட்டும்!
வெப்பம் நிறைந்த கோடையில்லாத
குளவியாய் கொட்டும் குளிருமில்லாத
தென்றல் தவழும் வசந்தகாலமாய்
வாழ்வு மாறும்!
அனைவரும் சேர்ந்து ஆனந்தமாகவே
அந்தநாள் தமிழர் போல்
வீரம், மானம், காதல் போற்றி
ஆருயிர் தலைவர் கலைஞர் தம்மின்
அருமை பெருமை புகழ்பாடி
களிப்புடன் கூடி மகிழ்வோம்!
அந்நாள் விரைய
அந்நிலை அடைய
அனைவரும் உழைப்போம்!

2006

முரசொலி பொங்கல் மலர்

43

சங்கத் தமிழ் கலைஞர் வாழ்கவே!

இப்படித்தான் வாழ வேண்டும்
இதைத்தான் ஏற்க வேண்டும்.
மடமையில் வாழ்ந்திடு!
கொடுமைக்குப் பணிந்திடு!
அடிமையாய் இருந்திடு!
உழைத்தே மடிந்திடு!
ஏற்பது இலாபம்
எதிர்ப்பது பாவம்
என
உரைத்தது ஒரு கூட்டம்!
ஆண்டவனைக் காட்டி
அடக்கியே ஆண்டது
ஆயிரம் ஆண்டுகள் மேலாய்
ஒடுக்கியே வைத்தது கீழாய்
உரிமை உடைய ஆதித் தமிழனை!
ஏன்? எதற்கு என
எழுந்தன கேள்விகள்
எரிமலையாய் -
ஒரு தனிமனிதனால்
ஒரு பெரியாரால்.
முடிந்தது கொடுமை.
மலர்ந்தது சமத்துவம்
மறக்க முடியுமா?
மாபெரும் தலைவனை
தமிழினத் தந்தையை.
உனக்கெதற்கு அரசியல்?
உடமை உண்டா
உரிமை கொண்டாடிட?
மன்றமேறி கொள்கை முழங்க
குலம் உண்டா? கோத்திரம் உண்டா?

மாளிகை உண்டா? மஞ்சம் உண்டா?
என
மண்ணை ஆண்ட மரபினரை
மண்ணாய் மதித்து மிதித்தனர்,
ஏமாந்த காலத்தில் ஏற்றங் கொண்டோர்.
திரை கடலோடி திரவியம் தேடியதும்
திக்கெட்டும் முரசொலித்து
வீரனாய், விவேகியாய் வலம் வந்ததும்
களங்கள் வென்றதும், காவியம் படைத்ததும்
கன்னித்தமிழ் வளர்த்ததும்
கன்னியர்தம் கற்பு காத்ததும்
நாடாண்டதும், ஏடாண்டதும்
நீதானே! உன் முன்னோர்தானே!
உறக்கம் கலைந்திடு!
உணர்ச்சி பெற்றிடு!
முன்னேற முனைந்து நின்றிடு!
முன்னேற்றக் கழகம் வளர்த்திடு
என
அண்ணா வந்தார்.
அதிசயம் நிகழ்ந்தது
அகிலம் வியந்தது
வீழ்ந்தவர் எழுந்தனர்;
நிமிர்ந்தனர்; உயர்ந்தனர்.
ஆனால்
இயற்கை தன்னின்
இயல்பான செயலால்
பெரியார் பிரிந்தார்;
அண்ணா மறைந்தார்.
சுழன்றடித்த சூறாவளிக் காற்றில்
அணைந்திட இருந்த சுடர் ஒளிதன்னை
கொள்கை என்னும் தீபம் தன்னை
இருண்ட வீட்டில் அகல் விளக்காய்
அகன்ற தமிழ்நாட்டின் அணையா விளக்காய்
இருகரங் கொண்டு காத்த தலைவன்
தளர்ந்த இனத்தை ஏந்திய தோள்கள்
இறங்கிய இடிகளைத் தாங்கிய உள்ளம்
விழுந்த அடிகளைப் பொறுத்த உடல்

கொடுமையின் கரங்கள் கோலோச்சியபோது
பேயாட்சி செய்து பிணந்தின்னும் சாத்திரங்கள்
கலாச்சாரமாய், சட்டமாய் சதிராடியபோது
சரிந்து விடாமல், சகித்து நின்று
கூட்டணி கூட்டி, கூட்டம் நடத்தி
துணிந்து நின்று, எதிர்த்து வென்று
சரித்திரம் படைத்து, சாதனை புரிந்த
எங்கள் தலைவர், தமிழக முதல்வர்
நன்றிமறவா தமிழர் நெஞ்சில்
நின்று நிலைத்து ஆட்சி புரியும்
பெரியார், அண்ணா கொள்கை தன்னை,
குணந்தன்னை, உறுதிதன்னை
உணர்வு தன்னை தன்னகத்தே
நிறைத்து வாழும்
வீறுகொண்ட தமிழினத்தின்
விடிவெள்ளி
சாகாத சரித்திரத்தின்
சங்கத் தமிழ் கலைஞர்
எங்கள் தலைவர்!
வாழ்க! வாழ்கவே!

2006
முதல்வர் கலைஞர் 83ஆம் பிறந்தநாள் சிறப்பு மலர்

44

பசுமை நிறைந்த நினைவுகள்

தலைவர் கலைஞர் அவர்கள் "நெஞ்சுக்கு நீதி" நூலில் "வேகமாகச் செல்லுகின்ற எக்ஸ்பிரஸ் ரெயில் எல்லா நிலையங்களிலும் நிற்காது. ஆனால் அந்த வேகமான ரெயில் கூட சில முக்கியமான சந்திப்புகளில் நின்றுதான் செல்லும். அதே போலத்தான் வாழ்க்கையில் நடக்கின்ற எல்லா நிகழ்ச்சிகளும் நினைவில் தங்குவதில்லை. ஆனால் ஒருசில நிகழ்ச்சிகள் நெஞ்சில் நிலைத்து நின்றுவிடுகின்றன" என்று எழுதுவார்கள்.

நிகழ்ச்சிகள் மட்டுமா? சில இடங்களும் கூடத்தான். "ஒற்றை வாடை தியேட்டர் என்று சென்னையில் ஓர் இடம் பற்றிச் சொல்வார்கள். முக்கியமான பல கூட்டங்கள் அங்கே நடைபெற்றதாக. அது இப்போது எப்படி இருக்கிறது என்றே தெரியாது. திருச்சியில் கழகத்தின் இரண்டாவது மாநில மாநாடு நடந்த "மதுரம் மைதானம்" இருக்கிறது. ஆனால் அடையாளம் தெரியாமல், அதன் மகத்துவம் மங்கிப்போய் - "தேவர் ஹால்" அதுவும் திருச்சியில் வரலாற்றுச் சிறப்புமிக்க எத்தனை நிகழ்ச்சிகள். அங்கு வந்து உரை நிகழ்த்தாத தலைவர்கள் எவருண்டு? கழக நாடங்கள், கட்டணம் வசூலித்து நடைபெற்ற சிறப்புக் கூட்டங்கள் என எத்தனை பெரிய வரலாறு அந்த இடத்திற்கு! தந்தை பெரியார் கலந்துகொண்ட நிகழ்ச்சிகள் பலவற்றிற்கு மாணவனாகச் சென்று நான் கேட்டதுண்டு தலைவர் கலைஞர் அவர்களை அழைத்து அங்கே நிகழ்ச்சி நடத்திய நினைவுகள் நெஞ்சைவிட்டு நீங்காதவை. அந்த இடம் இப்போதும் உருமாறிப் போய் இருக்கிறது.

மேலை நாடுகளில் இதுபோன்ற கட்டடங்களை, பெரிய தலைவர்கள் வந்து உரை நிகழ்த்திய இடங்களை அதே நிலையில் மாற்றத்திற்கு ஆளாக்காமல் அப்படியே பாதுகாக்கிறார்கள். சுற்றுலா செல்வோர் விரும்பிப்பார்க்கும் இடங்களாக அவை திகழ்கின்றன. இரண்டாம் உலக யுத்தத்தின் போது பிரிட்டன் நாட்டு சர்ச்சில், அமெரிக்க நாட்டு ரூஸ்வெல்ட், ரஷ்யாவில் ஸ்டாலின் உட்கார்ந்து பேசிய இடமும் நாற்காலிகளும் இன்றும் அதே நிலையில்

பாதுகாக்கப்படுகின்றன. 'ஓ.ஹென்றி என்ற புகழ்பெற்ற' எழுத்தாளர் இளவயதில் ஆடுமேய்த்த இடம் இப்போது சுற்றுலாத்தலம்.

ஆனால் இங்கோ வணிக நோக்கோடு வாழ்க்கை மாறிவிட்டதைப் போலவே எல்லாமும். தேவர்ஹால் இப்போது மெருகேறிய ஒரு கட்டிடமாக இருக்கிறது. ஆனால் பண்பாட்டை தொலைத்து பணக்காரனான ஒரு மனிதனைப் போல பழைய அடையாளம் எதுவுமே கிடையாது. காசுக்காக எல்லாவற்றையும் இழக்கும், தொலைக்கும் மனிதக் கூட்டம் எங்கள் தலைவர்கள் வரலாற்றை மாற்றி எழுதிய ஆரம்ப நாள் அடையாளங்களையும் அழித்துவிட்டது. சுமையாக கரைக்கின்ற எண்ணங்களுக்கு காரணமான நிகழ்வுகள் பெரும்பாலும் சுவையானதாகவே இருக்கின்றன.

இந்த நினைவுகளெல்லாம் திருச்சி, ஒத்தக்கடை அருகில் சென்று கொண்டிருந்தபோது நிமிர்ந்து நின்றிருந்த சுங்கவரித்துறை அலுவலகத்தைப் பார்த்த போதுதான் அணிவகுத்து வந்தன. இந்தக் கட்டடம் இன்று இருக்கும் இடம் முன்பு கோபால்தாஸ் மைதானம். அந்த இடத்தில்தான் 1982 ஜூலை 31, ஆகஸ்டு 1 தேதிகளில் தி.மு.க. இளைஞர் அணியின் "இரண்டாவது ஆண்டுநிறைவு விழா" என்னும் மாநாடு நடைபெற்றது. ஒரு பெரிய சகாப்தத்தின் தொடக்கம். ஒரு ஆலின் விதை முளைக்கத் தொடங்கிய இடம். ஒரு இலட்சியப் பயணத்தின் முதல்அடி. ஒரு தலைமுறை தங்கு தடையின்றி ஓடுவதற்கு வெட்டப்பட்ட வாய்க்காலின் ஆரம்பம். சரித்திரத்தினை மாற்றப்போகும் சாதனையாளர்களின் பயணத் துவக்கத்திற்குப் பச்சைக் கொடி காட்டப்பட்ட இடம். நானும் என்னரும் மைத்துனன், எனதருமைத் தோழன், ஒரே பொறுப்புக்கு இருவரும் போட்டியிட நேர்ந்த போதும், என் தாழ்வில் அவன் மகிழ்ந்ததில்லை, அவன் உயர்வில் நான் வெதும்பியதில்லை என்றும் மாசற்ற அன்பு ஒருவர் மீது மற்றவர் கொண்டிருந்த அன்பில் பொய்யாமொழியும் செயலாளர்களாக அந்த வயதிலேயே வெற்றிகரமாக நடத்திய மாநாடு. "சிறுபிள்ளை இட்ட வெள்ளாமை வீடு போய்ச்சேராது" என்கிற பழமொழியைப் பொய்யாக்கிய நிகழ்வு.

மு.க.ஸ்டாலின் என்றும், மிசா சிவாவை திருச்சி சிவா என்றும் இளம்வழுதியை பரிதி இளம்வழுதி என்றும், அசேனை வாலாஜா அசேன் என்றும், மணியனை தாரை மணியன் என்றும் பெயரிட்டு தலைவர் கலைஞர் ஒரு இலட்சியப் பயணத்திற்கு எங்களை வழியனுப்பி வைத்து, மாநாடு படை திரட்டுங்கள் பண்பாடு காத்திட

அணிவகுத்திடுங்கள் ஆர்ப்பாட்ட அரசியல் தொலைந்திட, கிளர்ந்தெழுந்திடுங்கள் கீழ்மை குணமுடையோர் மருண்டு ஓடிட என இளைஞர்களாம் எங்களுக்கு வாழ்த்துக் கூறிய மாநாடு, பொதுச் செயலாளர் பேராசிரியரும் பொருளாளர் சாதிக்கும் வாழ்த்தினார்கள்.

அந்த மரநாட்டின் போது தான் நன்றியுரை ஆற்றும் பொறுப்போடு நான் உரை நிகழ்த்தியபோது "யாருக்கு நான் நன்றி சொல்வேன்?" என நிகழ்ச்சி நடத்தேறிட உறுதுணையாய் இருந்தோர் அனைவருக்கும் நன்றி கூறுகிறபோது, இந்த மாநாட்டில் மேடைக்கெதிரே திரண்டு வந்து அமர்ந்திருக்கிற பெருங்கூட்டத்தைப் பார்க்கிறபோது எங்கு பார்த்தாலும் வெறும் கருந்தலைகளாக மட்டுமே தெரிகின்றன. -தீப்பெட்டித் தொழிற்சாலையில் தீக்குச்சிகளைப் பெட்டிகளில் அடைப்பதற்கு முன்பாக வரிசையாக காய வைத்திருப்பார்கள். அந்தக் குச்சியின் முனையில் இருக்கும் மருந்து மட்டுமே. வெளியில் தெரியும். அந்தத் தீக்குச்சியின் மருந்துக்குத் தான் சக்தி உண்டு. அதேபோல இங்கே வந்திருக்கிற நீங்கள், உங்களுடைய கருந்தலைகள், அதிலிருந்து கிளம்புகிற சிந்தனைப் பொறி இதை ஒருங்கிணைக்க காரணமான தலைவர் கலைஞர், அவர்களுக்கு ஒட்டுமொத்தமான நன்றியை சமர்ப்பிக்கின்றேன் என்று நான் உரையாற்றியதற்குப் பின் சிறப்புரையாற்றிய தலைவர் கலைஞர் "தம்பி சிவா இங்கே பேசும்போது உங்களையெல்லாம் தீக்குச்சிகளுக்கு ஒப்பிட்டுப் பேசினார். ஆம்! நீங்களெல்லாம் தீக்குச்சிகள்தான். ஆனால் தி.மு.க. என்னும் தீப்பெட்டியில் அடங்கிக் கிடக்க வேண்டிய தீக்குச்சிகள். தேவையான நேரத்தில் வெளியே எடுத்து உரசுவோம், பற்ற வைக்க வேண்டியதை பற்றவையுங்கள். அது வீட்டுக்கு வெளிச்சம் தருகின்ற விளக்காக இருக்கட்டும்" என்று குறிப்பிட்டார்கள். ஐந்து பேர் கொண்ட அமைப்புக்குழு அறிவிக்கப்பட்டு பின்னர் அது ஏழு பேராக விரிவடைந்து மேற்கொண்ட சுற்றுப்பயணம் தமிழகம் முழுவதும் வலம் வந்து இன்று விருட்சமாய் வியாபித்து நிற்கிறது.

அமைப்புக் குழுவின் சுற்றுப்பயணத்தின் முதல் நிகழ்ச்சி அன்றைய வடஆற்காடு மாவட்டம், வேலூரில் மாவட்டச் செயலாளர் மறைந்த திரு. பாபு ஜனார்த்தனம் அவர்கள் காலையில் அமைப்புக்குழு கூட்டம் முடிந்து மாலையில் கோட்டைவெளி மைதானத்தில் பொதுக்கூட்டம். இன்று நினைக்கும் போதும் பூரிக்கிறது. அத்தனை திரளான கூட்டம்.

எப்படி? எதனால்? எனக்குத் தெரியாது. திட்டம் ஏதுமில்லை. ஆனால் அது ஒரு வரலாறாக மாறிப்போனது. நான் உரை

நிகழ்த்தும்போது பேச்சின் இடையே குறிப்பிட்டேன். "இந்தப் பேரியக்கம் ஒரு காலத்தில் அஞ்சாநெஞ்சன் பட்டுக்கோட்டை அழகிரி அவர்களை மொழிப்போராட்ட காலத்தில் 'தளபதி அழகிரி' என்று பின்னர் அழைத்தது. அறிஞர் அண்ணாவை 'தளபதி சி.என்.அண்ணாதுரை' என்று அழைத்து, அவர் பின்னால் ஆர்ப்பரித்து நின்றது. அதற்குப் பின் தளபதி என்று எவரும் அழைக்கப்படவில்லை. இதோ இப்போது இந்த தலைமுறைக்கு ஒரு தளபதி கிடைத்திருக்கிறார். இளைஞர் கூட்டம் இவர் பின் அணிவகுக்கும். மானம் காக்கும். மறப்படையாய்த் திகழும்.

"இனி இவர் நமக்கு தளபதி மு.க.ஸ்டாலின், வெறும் மு.க.ஸ்டாலின் இல்லை" அதைக் குறிப்பிட்டபோது, அந்தக் கூட்டத்தில் எழுந்த கரவொலி இன்று தமிழகமெங்கும் அந்தப் பேர் ஒலிக்கப்படும் போது கேட்கிறது. அந்தப் பெயருக்கேற்ப இன்று ஒரு பெருஞ்சேனையின் சோர்வில்லா தளபதியாக சோர்வுற்றவர்களுக்குப் புத்துணர்ச்சி தருபவராக, நாடாள்வோர் நடுங்குகின்ற அளவிற்கு படை நடத்துபவராக, மூத்தோர் மகிழ்ச்சிக்கும், இளையோர் எழுச்சிக்கும் பொருத்தமானவராக வலம் வரும் கழகத்தின் இளைஞர் அணிச் செயலாளர் தளபதி மு.க.ஸ்டாலின் தலைமையில் இலட்சக்கணக்கில் உணர்ச்சிப் பெருவெள்ளமாய் இளைஞர் கூட்டம். கொடியேற்று விழாக்கள், பொதுக்கூட்டங்கள், திருமணநிகழ்ச்சிகள், மாநாடுகள், பேரணிகளில் அணிவகுப்பு என இந்த இயக்கத்தின் இனமானக் கொள்கை தொய்வில்லாமல் தொடர அவர் காப்பாற்றி வரும் இளைஞர் அணியின் வெள்ளிவிழா. எழுதினால் ஒரு புத்தக அளவிற்கு நிகழ்ச்சிகள், நினைவுகள், மகிழ்ச்சி; மகிழ்ச்சி எல்லையில்லா மகிழ்ச்சி.

அது முகிழ்த்த நேரத்திலிருந்து அமைப்புக்குழு உறுப்பினராய், இளைஞர் அணி துணைச் செயலாளராகப் பத்தாண்டு காலம் அவரோடு பணியாற்றியபோது என் வாழ்வின் முக்கியமான காலக்கட்டம் பெருமைக்குரியது. இன்று நான் மாணவர் அணிச் செயலாளர், நாடாளுமன்றத்தில் பணியாற்றும் வாய்ப்பு எங்களோடு ஒரு உறுப்பினராய் இருந்த பரிதி இளம்வழுதி மாவட்ட செயலாளராய் இன்று துணைப் பொதுச் செயலாளராய் ஐந்து முறை சட்டப் பேரவை உறுப்பினராய், பேரவை துணைத்தலைவராய் பணியாற்றும் வாய்ப்பு.

மாவட்டத் துணை அமைப்பாளராகப் பணியாற்றிய பிச்சாண்டி, சுரேஷ்ராஜன், ஒன்றிய இளைஞர் அணி அமைப்பாளராகப் பணியாற்றிய எம்.ஆர்.கே.பன்னீர்செல்வம் போன்றோர் அமைச்சர்களாய், மாவட்ட துணை அமைப்பாளராக இருந்து சட்டப்பேரவை உறுப்பினராய்,

இன்று நாடாளுமன்ற உறுப்பினராய் தம்பி சுகவனம், மாவட்டத் துணை அமைப்பாளராக இருந்து இன்று மாநில துணைச் செயலாளராக உயர்ந்து சட்டப் பேரவை உறுப்பினராய் தொண்டாற்றி வரும் தம்பி அசோகன்.

மாவட்டச் செயலாளராய் பலர் சட்டப் பேரவை உறுப்பினராய் ஏராளமானோர் எல்லாம் அவரால் அவர் உழைப்பால் வளர்க்கப்பட்ட இளைஞர் அணியால் உடனிருந்து பணியாற்றி மறைந்த சிதம்பரம் கலைச்செல்வன், குமரி இலட்சுமிகாந்தன், தூத்துக்குடி சொக்கலிங்கம் ஆகியோரோடு இந்த அமைப்பு உலவத்தொடங்கிய நேரத்தில் உடன் இருந்து இன்று இல்லாமல் ஆகிவிட்ட இந்த மாநாடு நடக்கும் பந்தலின் பெயர் தாங்கியிருக்கும் அன்பில் பொய்யாமொழியின் நினைவும் நெஞ்சைக் கனக்கச் செய்தாலும், அதையும் தாங்கிக் கொண்டு தளபதி தலைமையில் தொடங்கிய இந்த அணியின் இலட்சியப் பயணம் தொடருகின்றது. "தொடங்கினோம். தொடர்வோம்" இது அந்த முதல் சுற்றுப்பயணத்தின் போது தலைவர் கலைஞர் எழுதி நாங்கள் விற்பனை செய்த நூலின் தலைப்பு.

தொய்வின்றி இடைவெளி இல்லாத தொடரும் இந்தப் பயணம் இலட்சிய முகத்தைத் தொடும்! வெற்றிக்கொடி நாட்டும்!

வாழ்க தளபதி!

வெல்க இளைஞர் அணி!

2006
திமுக இளைஞரணி வெள்ளிவிழா மலர்

45

அவர் வாழ வேண்டும் தமிழகம் தழைக்க தமிழர் வாழ்வு ஏற்றம் பெற

அகவை 85-இல் அடியெடுத்து வைக்கிறார் நம் தலைவர் கலைஞர்.

மகிழ்ச்சி, பெருமிதம், பிரமிப்பு இவை அனைத்தும் ஒரு சேர நம்மைச் சூழும் உணர்ச்சிகரமான நேரம்.

தலைநிமிர்ந்து நடக்கும் தமிழரெல்லாம் தலை வணங்கி நன்றி சொல்லவேண்டிய தன்னேரில்லா தலைவரின் கால்கள் பட்டு சுவடுகள் கண்டு தொழத் துடிக்குது நெஞ்சம்.

இருளும் இல்லை, இடர்களும் இல்லை, இன்னல்களும் இல்லை தமிழர் வாழ்வில் எனில் காரணம் கலைஞரே என ஆராய்ச்சியாளர்கள் சரித்திரத்தில் பதிவு செய்து கொண்டிருக்கிறார்கள்.

தந்தை பெரியார் என்னும் மூலம் கொடுத்த திட்டம், அறிஞர் அண்ணா வரைந்த வரைபடம். மாளிகையாய் நிமிர்ந்து இன்று கண்ணெதிரே தத்ரூபமாய் காட்சி தருவதற்கு இந்தத் தலைவனின் 72 ஆண்டு கால பொதுவாழ்க்கைப் பயணம்தானே காரணம்.

கன்ஃபூசியஸ் காலத்தில் தத்துவ ஞானம் கேட்ட சீன நாடு 20ஆம் நூற்றாண்டில் மா சே துங் வருகைக்குப் பின்னால்தான் மறுமலர்ச்சி சீனாவாக மாறியது. இது வரலாறு.

2000 ஆண்டுகளுக்கு முன்னால் வாழ்க்கை நெறிமுறைகளுக்கு வழிகாட்டிய வள்ளுவர் வாழ்ந்த தமிழகம் 20ஆம் நூற்றாண்டில் கலைஞர் காலத்தில்தான் எழுச்சி பெற்றது, ஏற்றம் கண்டது. எழில் குலுங்கியது. இதுவும் சரித்திரம்.

ஈராயிரம் ஆண்டுகளாய் என்ன நடந்தது? எப்படி நடந்தது? எவர் வந்தார்? ஏது செய்தார்? இங்கிருந்தோர் நிலை யாது? இழிந்த நிலை அகன்றது எப்போது? உயர்ந்த நிலை அடைந்தது எப்படி?

கேள்விகள் எழவேண்டும் சரம்சரமாய் நெஞ்சில். கேள்வி கேட்கும் மனமே விடை காணும். விடை கிடைத்தால்தான் குழப்பம் அகலும். உண்மை தெளிவாகும்.

அந்நிய நாட்டு, இன, கலாச்சார, பண்பாட்டுப் படையெடுப்புகள், ஆக்கிரமிப்புகள், அடக்குமுறைகள் தமிழரைப் போல் கண்டவர் எவருமில்லை.

இவற்றால் தமிழினம் வீழ்ந்துவிடவில்லை என்றாலும் பாதிப்புகள் இல்லாமல் இல்லை. வளமார் தமிழகத்திற்கு வாழ வந்தவர் வெற்றி பெறவில்லை என்றாலும் விட்டுச் சென்ற விதைகள் விஷவிருட்சமாய் ஆங்காங்கே வளர்ந்து நின்றதும், நச்சுக்காற்றை நம்மவர் சுவாசிக்க நேர்ந்ததும் விவரிக்க இயலாத வேதனைதான்.

ஆயிரக்கணக்கான ஆண்டுகள் வெளியில் தெரியாத அடிமை வாழ்வு. அடித்தள அமைப்புகளே மாற்றப்பட்டு சொந்த நாட்டுக்காரன் சோற்றுத்துருத்தியாய் சொரணை மறந்து வாழ நேர்ந்த அவலம். இதுவே அதிகம் என்று கூலி வாழ்வோடு நிறைவு காணும் நம்பிக்கையற்ற சிறுமைக் குணம். இந்நிலை தொடர்ந்திட வஞ்சகர் வகுத்த வழிமுறைகள் வேரோடி வியாபித்திருந்த நேரம், காட்டில் விழுந்த ஒரு பொறி நெருப்பாய் தோன்றி பெரியார் ஊழித்தீயாய் மாறி அழித்த அநீதிக் காடுகள், அக்கிரமக் குப்பைகள், அழுகிப்போன நடைமுறைப் பழக்கங்கள் எத்தனை எத்தனை?

அக்கிரமக்காடு அழிந்த இடத்தில் இன்று அழகான தோட்டம், தென்றல் வீசும் நந்தவனம், பசி தீர்க்கும் பயிர்கள் செழித்திடும் கழனிகள், பாடும் பறவைகள், நச்சுக் கலவாத நல்ல நீரோடும் ஓடைகள்.

பயன்பெறுவோர் உணர்வாரா; இது அண்ணா வழியில் கலைஞர் உழைப்பில் உருவான மாற்றம் என்பதை?

கண்ணுக்கெட்டாத தூரம் கடும் பயணம், இடையில் கரை புரண்டோடும் காட்டாற்று வெள்ளம். கரையேறினால் சுற்றிலும் பற்றியெரியும் பெருங்காடு சுழன்றடிக்கும் சூறைக்காற்றும் இத்தனைக்கும் இடையில் கையில் மார்போடு பற்றியிருக்கும் தான்பெற்ற மழலையைக் காப்பாற்ற தாய் ஒருத்தி படும் துயரமும், துன்பமும், அல்லலும் தான், தமிழினக் குழந்தையைக் காக்க தாயாய் தலைவர் கலைஞர் பட்ட பாடு.

85 வயதில் தனிமனித வாழ்வு அவர் வாழ்ந்தது 13 ஆண்டுகள் மட்டுமே. பிறர் நலம்பேணும் பொதுநலத் தொண்டனாய் வாழ்ந்தது 72 ஆண்டுகள். உண்டதும், உறங்கியதும் உயிர் வாழ்வதற்காய் உயிர் வாழ்ந்ததும், வாழ்வதும் தமிழின மக்களுக்காக, தாய்மொழி தமிழுக்காக, செந்தமிழ்நாட்டில் சீரிய வளர்ச்சிக்காக.

ஒருவர் உழைப்பால் ஒரு குடும்பம் உயர்வது என்பது நியதி. இயற்கை.

ஆனால் ஒருவர் உழைப்பால் ஒரு இனம், ஒரு நாடு உயர்வது எப்போதாவது, உலகில் எங்காவதுதான். அது இப்போது, இங்கே, தமிழகத்தில் நம் தலைவர் தமிழக முதல்வர் கலைஞரால்.

நாடு விடுதலை பெற்ற 25ஆம் ஆண்டு வெள்ளி விழாவை 1972இல் கொண்டாடியபோது அவர்தான் தமிழக முதல்வர்.

50ஆம் ஆண்டு பொன்விழாவை 1997இல் கொண்டாடியபோதும் அவரே முதல்வர்.

60ஆம் ஆண்டு விழாவினை 2007இல் கொண்டாடியபோதும் கலைஞரே முதல்வர்.

75ஆம் ஆண்டு பவள விழாவினை 2022இல் கொண்டாடுகிற போதும் நம் தலைவரே தமிழக முதல்வராக இருப்பார்.

ஒரு விருப்பம். ஒரேயொரு விருப்பம். அவர் வாழவேண்டும். நீடூழி வாழ வேண்டும். தமிழகம் தழைக்க! தமிழர் வாழ்வு என்றென்றும் ஏற்றம் பெற!

அவர் தலைமையிலான இயக்கத்தில் அவர் பின்னே நாம்! அவருடனே நாம்!

அவர் பார்வையில், பரிவினில் நாம்! மற்றவரில் சிறந்தவர் நாம் எனும் பெருமை இதனால் நமக்கு.

2008
முதல்வர் கலைஞர் 85ஆம் பிறந்தநாள் சிறப்பு மலர்

46
கலைஞராய் வாழும் தளபதி!

எழுச்சி! எழுச்சி! எங்கெங்கும் எழுச்சி! உற்சாகம் பெருக்கெடுத்தோடும் மகிழ்ச்சி! எல்லையில்லாத பெருமித உணர்ச்சி! நடந்து முடிந்த பதினேழாவது நாடாளுமன்றப் பொதுத்தேர்தலில், தலைவர் கலைஞர் அவர்கள் நம்மையெல்லாம் விட்டுப் பிரிந்த வேதனையான சூழலில் இயக்கம் காக்கும் பொறுப்பினை ஏற்று, கழகத்தலைவராய் தளபதி தலைமையில் முன்னேற்றக் கழகம் குவித்திருக்கும் வெற்றியின் விளைவாய் தமிழ்நாட்டில் காணும் காட்சி இதுதான்!

வடக்கு, கிழக்கு, மேற்கு, வடகிழக்கு மாநிலங்கள் அனைத்திலும் கால் வைத்து, தடம் பதித்து, ஆக்கிரமித்து ஆர்ப்பாட்டத்தோடு வந்த ஒரு கூட்டம் அடையாளச் சுவடு இல்லாமல் அடியோடு சுழற்றி எறியப்பட்ட இடம், திராவிடத் திருவிடத்தின் தலைமையகமாம், தமிழ்நாட்டில் எங்கள் இயக்கக் காவலர் தளபதி தலைமையில்.

ஒரு தலைவனுக்குரிய அனைத்துத் தகுதிகளோடும், நிதானமாக அடியெடுத்து வைத்துப் பெற்ற வெற்றி! "பருவத்தே பயிர் செய்!" என்பதைப் போல் சரியான தருணத்தில் கொள்கை கொண்ட கட்சிகளோடு வலிமையான கூட்டணி, தெளிவான வியூகம், முறையான திட்டமிடல், தகுதியான வேட்பாளர்கள், ஓய்வில்லா சுற்றுப்பயணம், அண்ணா சொன்ன எளிய தொண்டனாய், மக்கள் இருக்கும் இடம் நாடிச் சென்று அவர்களோடு இரண்டறக் கலந்து தளபதி பெற்றிருக்கும் வெற்றி இது!

இரண்டாம் உலகப் போரின் போது இங்கிலாந்து நாட்டின் மானம் காத்த வின்ஸ்டன் சர்ச்சில் ஒரு நாளில் இருபது மணி நேரம் விழித்திருந்து உழைத்ததாகச் சொல்வார்கள். அதைப்போல விடுதலை பெற்ற இந்தியத் திருநாட்டின் முதல் பிரதமர் பண்டித நேரு பணியாற்றியதாகப் படித்திருக்கிறோம், கண்ணெதிரே நம் கண்ணான தலைவர் கலைஞர் ஓய்வில்லாமல் தமிழினத்திற்குப் பாடுபட்டதைப் பார்த்திருக்கிறோம்.

இவர்களுக்கெல்லாம் பின்னால், அதேபோல், கொண்ட கடமைக்காக ஓய்வில்லாமல் உழைக்கின்ற தலைவனாய், நாமல்ல, நாடு சொல்கிறது கழகத் தலைவர் தளபதியை!

என்ன ஒரு முதிர்ச்சி அவரின் ஒவ்வொரு அசைவிலும், தோழமைக் கட்சிகளின் மூத்த தலைவர்கள் ஒவ்வொருமுறையும் அவரைக் கண்டு திரும்பும்போது உணர்ச்சிவசப்பட்டுத்தான் திரும்புகிறார்கள், அவர்களிடம் காட்டுகிற அக்கறை, தருகின்ற மரியாதையின் காரணத்தால்.

கழக முன்னணியினருடன் கலந்து பேசும்போது, பார்வை யாளர்களிடம் கலந்துரையாடுகிற போது, தேர்தலில் வெற்றி பெற்றவர்களிடம் எப்படிப் பணியாற்றிட வேண்டும் என அறிவுறுத்துகிறபோது, மேடையில் முழங்கும் போது, முடிவுகளை தீர்க்கமாய் எடுத்து முன்வைக்கிறபோது கலைஞர் எங்கும் செல்ல வில்லை, இங்கே நம்மோடுதான் இருக்கிறார் என்ற எண்ணமே மிகுகிறது.

பாராளுமன்றத் தேர்தல் வெற்றியில் கரையவுமில்லை! இடைத்தேர்தலில் போதுமான இடம் வரவில்லை என்பதால் சோர்வுறவுமில்லை. முத்தமிழறிஞரின் பிறந்தநாள் கூட்ட ஏற்பாடுகளுக்கு முனைந்து பணியாற்றும் அடுத்த கட்ட நகர்வு.

இந்தக் குணங்களும், சிறப்புகளும் தானே அவரிடம் நாம் கண்டு வியந்து, மயங்கி நின்றது. இப்போது அப்படியே, குன்றிமணி அளவும் குறைவில்லாமல் இவரிடம்.

வடவர் இங்கே கால் பதிக்கவும் முடிந்ததில்லை. வாலாட்ட முனைந்த போதெல்லாம் பாடம் கற்று ஓடாமல் இருந்ததுமில்லை. இது பண்டைத் தமிழ் மன்னர் காலம் தொடங்கி, திராவிடப் பேரியக்கம் தோன்றி வேரூன்றி நிற்கும் இந்நாள்வரை தொடரும் சரித்திரமல்லவா!

இங்கே கடந்த காலத்தில் இந்தோனேஷியா, அந்தமான் நிக்கோபர் எல்லா இடங்களையும் அலைக்கழித்த இயற்கை சுனாமி, குமரிமுனையில் திருவள்ளுவர் சிலையின் காலைத் தொட்டு வணங்கிச் சென்றது தான் வரலாறு. இப்போது அரசியலிலும் அதே கதைதானே!

அலெக்சாண்டரால், மௌரியர்களால், முகலாயர்களால் அன்று முடியவில்லை தமிழ் மண்ணில் கால் பதிக்க! இன்று மோடியால் முடியவில்லை. இது வீரம் ஊறிய தமிழ் மண். வேலியாய் பெரியார்! கோட்டையாய் கழகம்! தலைவனாய் தளபதி!!!

இன, மொழிப் பகைவர்க்கு எந்நாளும் இங்கில்லை இடம். நூறாண்டு கால வரலாறு எங்களுக்கு. பிட்டி தியாகராயர் ஏற்றி வைத்து பெரியார், அண்ணா, கலைஞர் அணையாமல் காத்து சுமந்த இலட்சிய தீபம் இன்று பாதுகாப்பாய் எங்கள் தலைவர் தளபதி கரங்களில், இது தொய்வில்லாத தொடர் ஓட்டம்.

"எழுந்து வா தலைவா!" என்ற குரல் விண்ணதிர ஒலித்தது அன்று கடற்கரையில்! வேண்டாம் அவர் நிம்மதியாய் உறங்கட்டும். இப்போது தான் அவராய் நம்மிடையே நடமாடுகிறாரே தளபதி மு.க.ஸ்டாலின் தலைமையில் இனி மலர்களை மட்டுமல்ல; வெற்றிகளையும் கலைஞரின் காலடியில் குவிப்போம்!

30.05.2019

கருத்து பகிர விரும்புவோருக்கு...
tiruchisiva@gmail.com

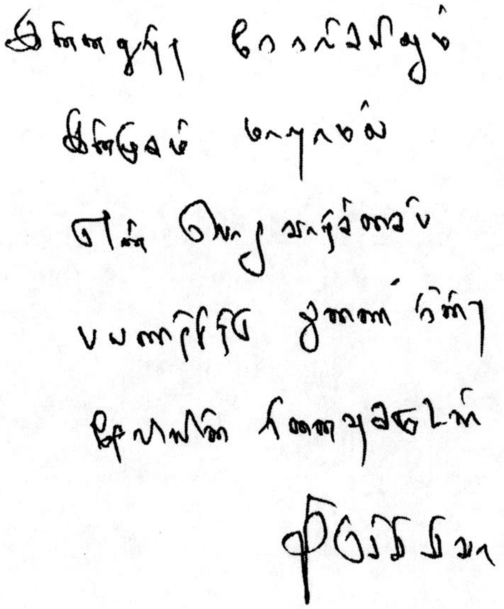

இளைஞர்கள் பார்க்கவும்
இதுதான் மரணம்
என்ஒரு வாழ்க்கைப்
பயணத்தை நான் நின்று
ஜெயிக்கு விடையிடுகிறேன்

திருச்சி சிவா